हिरॉईन ऑफ द डेझर्ट

'अपहृत मुलांचं
त्यांच्या मातांशी
पुनर्मीलन
घडवून आणण्यासाठी
मी
कोणताही धोका पत्करेन.'

मूळ लेखिका
डोन्या अल्-नहि

अनुवाद
शोभना शिकनीस

मेहता पब्लिशिंग हाऊस

'मेहता पब्लिशिंग हाऊस'च्या नवीन पुस्तकांची माहिती मिळविण्यासाठी
आपला पत्ता, फोन नंबर व E-mail Address आमच्या
E-mail : info@mehtapublishinghouse.com वर पाठवावा.
पुस्तक-खरेदीसाठी sales@mehtapublishinghouse.com वर
किंवा ✆ ०२०-२४४६०३१३ या फोनवर
आमच्याशी थेट संपर्क साधावा.
Website : www.mehtapublishinghouse.com

■ **Heroine of the Desert**
By Donya Al-Nahi
Translation Published in arrangement with
John Blake Publishing Limited, London

© Text Copyright Donya Al-Nahi and Andrew Crofts

■ **हिरॉईन ऑफ द डेझर्ट / अनुवादित कादंबरी**
अनुवाद : शोभना शिकनीस
सी-१, मेफेअर को-ऑपरेटिव्ह हाऊसिंग सोसायटी,
ढोले-पाटील रस्ता, पुणे - ४११ ००१.
E-mail- shobhana_shiknis@yahoo.com

■ मराठी प्रकाशनाचे व अनुवादाचे हक्क
मेहता पब्लिशिंग हाऊस, पुणे ३०.

■ प्रकाशक
सुनील अनिल मेहता,
मेहता पब्लिशिंग हाऊस,
१९४१, सदाशिव पेठ,
माडीवाले कॉलनी, पुणे ३०.

■ मुखपृष्ठ
फाल्गुन ग्राफिक्स

■ अक्षरजुळणी
इफेक्ट्स,
२१/६ब, आयडिअल कॉलनी,
कोथरूड, पुणे - ३८

■ पहिली आवृत्ती
ऑगस्ट, २००९

■ ISBN 978-81-8498-057-8

अजूनही कुठेतरी अस्तित्वात असलेल्या
आणि
आपल्या मातांकडे परत येऊ इच्छिणाऱ्या मुलांना
हे पुस्तक समर्पित.

सुविचार : अन्याय आणि अत्याचार याला सक्त विरोध हाच
सत्याचा स्वभाव

अनुवादिकेचे मनोगत

एक वेगळ्याच प्रकारचं साहस, शुद्ध हेतू, बालकांवरचं निर्व्याज प्रेम आणि मुलांपासून दुरावलेल्या मातांविषयीच्या सच्च्या कळकळीपोटी अंगिकारणारी डोन्या अल्-नहि हे एक विलोभनीय व्यक्तिमत्त्व आहे.

तिने शब्दांतून विलक्षण ताकदीने उभ्या केलेल्या तिच्या थरारक 'मिशन्स'चा प्रवास *'हिरॉईन ऑफ द डेझर्ट'* हे पुस्तक अनुवादित करताना मीही तिच्याबरोबर तेवढाच समरसून केला. लहान मुलांना मोठ्या हिमतीने वाळवंटी प्रदेशात जाऊन, त्यांच्या पित्यांनी चिरेबंदी वाड्यांच्या तटबंदीच्या आड ठेवलेल्या कुलुपांचा भेद करून त्यांना सोडवून आणणारी डोन्या, म्हणजे 'सत्य हे कल्पितापेक्षाही अद्‌भूत असतं,' ह्या उक्तीची शब्दश: खात्री पटवणारी एक खरीखुरी हिरॉईन.

मूळ इंग्रजी पुस्तकाची प्रस्तावना, त्याच्यावर झालेला प्रशंसेचा वर्षाव, पुस्तकाचा मराठी अनुवाद वाचताना वाचकांना प्रेरित आणि उत्सुक तर करेलच; पण मला जाणवलेला डोन्याचा स्पष्टवक्तेपणा, स्वत:च्या अंत:प्रेरणांना अधिक टोकदार बनवण्यासाठी क्षणोक्षणी तिने केलेले प्रयत्न, मनुष्यस्वभावाची पारख, देहबोलीचा अभ्यास आणि ह्या सर्व गुणविशेषांसह धडाडीने अंगिकारलेली मोहीम पार पाडण्यावरची तिची निष्ठा, जशी मला जाणवली तशी वाचकांनाही निश्चितच प्रतीत होईल, असा विश्वास आहे.

डोन्या स्वत: एका अस्थिर कुटुंबात वाढली, आई-वडिलांच्या विचित्र स्वभावांमुळे

तिचं बालपण विशेष सुखदायी नव्हतं, हे ती जितक्या प्रांजळपणे मान्य करते, तेवढ्याच मोकळेपणाने ती तिच्या हातून वैवाहिक जीवनात स्थिर होण्यापूर्वी घडलेल्या चुकांचाही आलेख मांडते. एक मनस्वी पण अविचारी नक्कीच नव्हे, अशी ही हिरॉईन स्त्रियांसाठी काहीतरी करू इच्छिणाऱ्यांना प्रेरणादायी व्हावी.

'हिरॉईन ऑफ द डेझर्ट' पुस्तकाचा मराठी अनुवाद करण्याची संधी मला दिल्याबद्दल 'मेहता पब्लिशिंग हाऊस'चे श्री. सुनील मेहता यांची मी नेहमीच ऋणी राहीन. तसंच अनुवादक्षमता, लेखनकौशल्य आणि पुस्तक प्रकाशित होईपर्यंतच्या वेगवेगळ्या प्रक्रियांतून पार पडण्यासाठी लागणारं एक 'टीम स्पिरिट' ह्या गुणविशेषांची कौशल्याने हाताळणी करण्याचं श्री. मेहतांचं कसब लाजवाब!

त्यांच्याच मार्गदर्शनाखाली एकूण संपादन प्रक्रियेत मोलाची भूमिका बजावणाऱ्या सदैव हसतमुखाने आणि गोड तरीही व्यावसायिक वागण्याने अनुवादकाला आपलंसं करून, ह्या बऱ्याचशा जिकिरीच्या कामगिरीला सुसह्य बनवणाऱ्या मेहता पब्लिशिंग हाऊसच्या अविभाज्य घटक राजश्री देशमुख आणि उल्का पासलकर ह्यांचे मनःपूर्वक आभार मानणं, तसंच पुस्तक 'देखणं' बनवण्यासाठी हातभार लावणाऱ्या इतर सर्व संबंधितांचे आणि अतिशय सुरेख, साजेसं मुखपृष्ठ त्यांच्या प्रतिभावान कुंचल्यातून साकारणारे श्री. चंद्रमोहन कुलकर्णी ह्यांच्याबद्दल कृतज्ञता व्यक्त केल्याशिवाय ह्या अल्पशा मनोगताला पूर्तता कशी येणार?

- शोभना शिकनीस

प्रस्तावना

लोक मला आधुनिक काळातली संत म्हणतात, पण तुम्ही एकदा हे पुस्तक वाचलंत, की तुमच्या ध्यानात येईलच, मी तशी कोणी नाही.

माझ्या आयुष्यात घडलेल्या प्रत्येक गोष्टीबद्दल मला अभिमान वाटत नाही. मी काही फार मोठ्या चुकाही केल्या आहेत, ज्यांची कबुली द्यायला मला आनंदच होतोय.

प्रत्येकजण चुका करतो, आणि विशेषत: तुम्ही तरुण असताना घडलेल्या चुकांबद्दल लाज वाटण्याचं काय कारण? पण एकदा तुम्हाला मुलं झाली, की तुम्हांला प्रौढ व्हावं लागतं, त्यांना अग्रक्रम द्यावा लागतो, अगदी काहीही झालं तरी.

खूपदा आपण हे विसरतो, आणि आपल्या तरुणपणातल्या स्वार्थी, अविचारी, आणि निष्काळजी अशा तऱ्हेचं वागणं पुढे चालू ठेवतो. आपल्या ह्या कृतींचे परिणाम भोगावे लागतात मात्र आपल्या मुलांना...

मी जगते एका संमिश्र संस्कृतींच्या जगात, तिथे मुलांसाठी धोक्यांची शक्यता अधिकच संभवते आणि अनुषंगाने माझी जबाबदारीही वाढते. त्या संस्कृतींच्या संघर्षात किंवा कुटुंबाच्या अस्थिर पाळामुळांमुळे त्यांना त्रास भोगावा लागू नये यासाठी त्यांची काळजी घ्यावी लागते.

मुलांना निर्विवादपणे त्यांच्या मातांबरोबर राहण्याचा हक्क आहे आणि त्यांची निरोगी वाढ होण्यासाठी त्यांचा तो हक्क हिरावून घेतला जाऊ नये. शेवटी मुलं

अधिक महत्त्वाची. त्यांच्या संस्कारक्षम वयात त्यांना आईबरोबर राहण्याची अधिक गरज असते.

बरेचदा अगदी निर्दय पद्धतींचा अवलंब करून त्यांच्या मातांपासून ताटातूट करण्यात आली, अशा मुलांची ही कहाणी आहे. ज्या वयात त्यांची आयुष्यं अधिक स्थिर, सुरक्षित असण्याची गरज होती, त्याच वयात ती विस्कळित झाली; प्रौढांच्या संघर्षात त्या मुलांचा आपल्या पालकांवरचा विश्वास ढासळला, आणि ती उरली केवळ त्यांच्या हातांतील प्यादी!

अशा काही मुलांना त्यांच्या बालपणातील वर्षांतच, त्यांच्या मातांबरोबर पुन्हा एकत्र आणण्यासाठी मी केलेली मदत, हा माझ्या आयुष्याचा एक गौरव आहे, असं मी समजते. या अस्वस्थ करून टाकणाऱ्या साहसी प्रयत्नांत आंतरराष्ट्रीय कायद्यांचं उल्लंघन तर करावं लागतंच, त्याचबरोबर आपल्या मुलांना त्यांच्या मातांपासून दूर ठेवण्यासाठी निकराची झुंज द्यायला तयार असणाऱ्या त्यांच्या पित्यांचा सामना करण्याची तयारीही असावी लागते.

मला आशा वाटते की हे पुस्तक वाचून संपवताना माझ्याप्रमाणे तुमचीही धारणा अशीच होईल, की आपल्यापैकी प्रत्येकाला कोणाचं तरी बालपण अधिक आनंदी आणि सुरक्षित करण्यासाठी काहीतरी सकारात्मक कृती करणं शक्य आहे.

- डोन्या अल्-नहि

अनुक्रम

एका मातेची याचना / १
मुस्लिम होताना.... / २६
माझं स्कार्लेट पिंपरनेल होणं.... / ३७
माझी स्वत:ची पहिली सुटका / ५०
वाईट वागणारी एक मुलगी / ५७
मी आई होताना.... / ६५
इराकमधून बाहेर / ८३
जिवानिशी सुटका / १०४
माझं अवगुंठन दूर होतं / १३३
उपसंहार / १७१

हे पुस्तक खालील सर्व बंधनकारक अटींसह विकले गेले आहे :

प्रकाशक व पुस्तकाचा स्वामित्व हक्कधारक यांच्या लेखी पूर्वपरवानगीखेरीज हे पुस्तक ज्या स्वरूपात विकले गेले आहे, त्या खेरीज कोणत्याही अन्य बांधणीच्या स्वरूपात हे पुस्तक, त्याचे मुखपृष्ठ व मलपृष्ठ प्रसृत करता येणार नाही.

या पुस्तकाच्या स्वामित्व हक्काचा (कॉपी राईट) भंग होईल, अशा रीतीने कोणालाही पुस्तकातील मजकूर हा मूळ, खंडित, संक्षिप्त अशा कोणत्याही स्वरूपात प्रकाशकाच्या परवानगीवाचून प्रसिद्ध करता येणार नाही, वा कोणत्याही स्वरूपात संग्रहित करता येणार नाही. ज्यात संग्रहित केलेला मजकूर पुन्हा जाणून घेता येतो, काढून घेता येतो अशा कोणत्याही पद्धतींमध्ये (यांत्रिक, इलेक्ट्रॉनिक, छायाप्रती काढणारी व अन्य प्रकारे रेखन करणारी सर्व यंत्रे) पुस्तकातील सर्व मजकूर किंवा खंडित मजकूर साठवून नंतर त्याचे वितरण व प्रक्षेपण करता येणार नाही. असे करण्यासाठी या पुस्तकाचा स्वामित्व हक्कधारक व वर जाहीर केलेला प्रकाशक अशा दोघांची लेखी पूर्वपरवानगी लागेल.

एका मातेची याचना

१९९८ साली क्वीन्सवे बसथांब्याजवळ एका अनोळखी व्यक्तीशी झालेल्या माझ्या सौजन्यपूर्ण संभाषणातून हे सगळं साहस सुरू झालं. तो एक उष्ण, दमट दिवस होता. क्वीन्सवे बस थांबा व्हिटलीज् शॉपिंग सेंटरच्या बाहेरच आहे, ज्या ठिकाणी मी नंतर कित्येक तास बसून, हृदय हेलावून टाकणाऱ्या धक्कादायक कथा, येणाऱ्या काही वर्षांत ऐकणार होते.

क्वीन्सवे हा लंडनचा असा एक भाग आहे, जिथे भिन्न संस्कृती एकमेकांत मिसळत जातात. तो एक लांबलचक, हाईड पार्कच्या उत्तरेकडे जाऊन भिडणारा, केन्सिंग्टन राजवाड्यापासून हाकेच्या अंतरावर असलेला, लंडनची सर्वांत महागडी आणि आलिशान घरं असलेला असा रस्ता आहे.

दुसऱ्या टोकाला वेस्टबोर्न ग्रोव्ह पसरलंय, माएदा वेल आणि किलबर्नला छेदत ते पार लँडब्रोक ग्रोव्हपर्यंत विस्तारलंय. तिथे वेस्ट इंडियन्स प्राधान्याने राहतात, तर वेस्टबोर्न ग्रोव्हमध्ये लंडनला आपलं घर मानून नांदणारे वेगवेगळ्या वंशांचे लोक वास्तव्य करतात.

विविध उत्पन्न गटांतली आणि विभिन्न जीवनशैलींची हजारो कुटुंबं, त्या घरांच्या खिचडीत वास्तव्य करतात. काही घरं प्रशस्त, तर काही अधिकाधिक लोकांना सामावून घेता यावं अशा प्रकारे विभागलेली– सामान्य आणि दाटीवाटीची. त्या घरांची संकल्पना साकारणाऱ्या मूळ वास्तुविशारदांनी कल्पनाही केली नसेल, एवढे लोक आता त्या घरांत राहात होते.

या विभागाच्या एका बाजूला वेस्टएंड आहे, जिथे पर्यटकांना आनंददायी करणारी

मनोरंजनाची ठिकाणं आहेत, तर दुसऱ्या बाजूला अवलिया आणि अस्सल देशी, ते उच्चभ्रू, श्रीमंत, फॅशनेबल, वेस्ट एंडसारखं जलदगतीने बदलणारं नॉटिंग हिल. दक्षिणेकडे हाईड पार्कची विस्तृत हरित जमीन आणि उत्तरेकडे बाह्य लंडनची न संपणारी निनावी उपनगरं.

क्वीन्सवेला अरबांच्या दुकानांनी, उपाहारगृहांनी सजलेली, एक गबाळी, तरीही हवीहवीशी वाटणारी डूब आहे. रस्त्याच्या कडेला वाणसामानाने भरलेली छोटी छोटी दुकानं. दुकानाच्या बाह्य भागात भाजीपाल्याच्या, फळफळावळींच्या उतरंडी रचलेल्या. दुकानाच्या अंतर्भागात तर फरशीपासून ते छतापर्यंत विविध प्रकारच्या वस्तू शिगोशीग दाटीवाटीने ठासून भरलेल्या. ग्राहकांच्या दिमतीला दुकानदाराचं सगळं कुटुंबच हजर आणि ग्राहक नसतील तेव्हा ते एकमेकांशी हातवारे करीत बोलत असतात.

एक प्रकारची उपरेपणाची भावना या सगळ्यांतून व्यक्त होते. जणू काही दुसरीकडे ह्यापेक्षा चांगल्या ठिकाणी धंदा करता येईल, किंवा आपल्या मूळ गावी स्थलांतरित होण्याचा विचार त्यांच्या डोक्यात चालू आहे, असे हे लोक वाटतात.

व्हिटलीज्, जे सर्वप्रथम सुरू झालेलं एक उत्तम डिपार्टमेंटल स्टोअर होतं, ते आता एक निनावी खरेदीचं ठिकाण झालंय, कारण हजारो स्टोअर्स रस्तोरस्ती झाली आहेत, लंडनच्या उच्चभ्रू वस्तीतून लोक खास खरेदी करायला येतील, असं काही व्हिटलीज् हे ठिकाण उरलेलं नाही. आता इथल्या प्रत्येक मॉलमध्ये सरकते जिने, आच्छादित पायऱ्या, कुंड्यांतली पामची झाडं, धबधबे आणि गोंधळलेल्या ग्राहकांना मार्गदर्शन करण्यासाठी प्रत्येक मजल्यावर काय मिळेल, याचे लावलेले आराखडे दिसतात. आता व्हिटलीज्मध्ये फक्त स्थानिक लोकच खरेदीला जातात.

त्या दिवशी माझ्या तान्ह्या अल्लासकट माझी चारही मुलं माझ्याबरोबर होती. मार्लन आता सात वर्षांचा झाला होता, अमिरा आणि खालिद मात्र दुडदुडणारी बाळंच होती. आजूबाजूला काय चाललंय त्या गोष्टीकडे लक्ष द्यायला तिला फुरसत मिळणार नाही, हे चार लहान मुलं बरोबर घेऊन खरेदीला निघालेल्या बाईला चांगलं ठाऊक असतं! कारण मुलांना सांभाळताना रस्ते, दरवाजे सांभाळणं, एवढंच नव्हे तर मुलांना काय हवं तिकडे लक्ष देणं, कुठलाही अटीतटीचा प्रसंग उद्‌भवू नये याकडे लक्ष पुरवणं, त्यांच्या प्रश्नांना उत्तरं देत राहणं, त्यांच्या वादविवादात पंचाची भूमिकाही बजावणं, ही सगळी व्यवधानं सांभाळावी लागतात. पण बसथांब्यावर सगळं शांत होतं. मुलं आदर्श कुटुंबाप्रमाणे वागत असल्यानं मधल्या प्रतीक्षेच्या काळात मला इथेतिथे नजर टाकत न्याहाळायची उसंत मिळाली.

माझ्या लक्षात आलं, की बसच्या रांगेत थांबलेली एक स्त्री माझ्या मुलांना न्याहाळत होती. तिच्या चेहऱ्यावर खिन्न हास्य होतं आणि डोळ्यांत उदासवाणा, हरवलेला भाव. माझ्या आई असण्याच्या अभिमानाने आणि उजळलेल्या चेहऱ्याने,

मी तिच्याकडे हसून बघत तिला 'हॅलो!' म्हटलं. तिनेही भिडस्तपणे हसत प्रतिसाद दिला. बसची वाट बघतानाच आमचा संवाद सुरू झाला.

माझ्यासारखीच आणि त्या भागातील इतर ब्रिटिश महिलांसारखीच, तीही एक धर्मांतर करून मुस्लिम धर्म स्वीकारलेली महिला होती. तिचं एखाद्या पददलितासारखं, वाईट वागणूक मिळालेलं दर्शन मला परिचित होतं. तिचे कपडे मळकट, अनाकर्षक होते, आणि चेहरा प्रसाधनविरहित. आपण कशा दिसतोय, याची तिला तमा नव्हती. तिच्या दिसण्यामध्ये आत्मसन्मान उरलेला नव्हता. दुसऱ्यांना आपण कशा दिसत असू याची तिला पर्वा राहिली नव्हती, असाच तिचा नूर होता. तिच्या वयापेक्षा ती प्रौढ भासत होती, आयुष्यातल्या प्रश्नांना तोंड देत खचून गेल्यासारखी, तरीही आयुष्याशी लढा देत, कारण तिथे काही पर्यायच नसावा. माझ्या मुलांचं रूप आणि वागणं याबद्दल तिने माझं कौतुक केलं.

'धन्यवाद.' मी उत्तरले. 'तुम्हाला मुलं आहेत?'

'हो.' जमिनीकडे नजर वळवत ती म्हणाली, 'मला एक मुलगी आहे.'

'वा! किती वर्षांची आहे ती?'

'लौकरच ती सहा वर्षांची होईल.'

'कुठे आहे ती?' मी विचारलं. ती स्त्री एखादी आया मुलीला सांभाळायला ठेवू शकेल, अशा आर्थिक परिस्थितीतील दिसत नव्हती. त्यामुळे मुलांच्या शाळांना सुट्ट्या असताना तिचं एकटंच असणं मला चमत्कारिक वाटलं.

'ती लिबियामध्ये आहे.' ती पुटपुटली. एवढं हळू की ती काय बोलली हे ध्यानात यायला मला थोडा वेळ लागला.

'ती सुट्टीवर आहे का?' मी अभावितपणे विचारलं. ती व्यक्त करत असणाऱ्या हालचालीतून सूचित होणाऱ्या गोष्टींकडे माझं काहीसं दुर्लक्षच होत होतं. माझं सगळं लक्ष मुलं बस येण्याआधी इकडेतिकडे जाऊ नयेत यावर मी केंद्रित केलं होतं.

'नाही,' ती उत्तरली आणि माझ्या लक्षात आलं, की तिच्या डोळ्यांत अश्रू होते. 'तिचे वडील सहा महिन्यांपूर्वी तिला माझ्यापासून दूर घेऊन गेले...'

'हे फार भयानक आहे.' अशा गोष्टी माझ्या कानांवर आल्या होत्या, तरी मी म्हटलं, 'तुमचा काही संपर्क होतो का तिच्याशी?'

'एवढ्या दिवसांत मला तिचा फक्त एक फोन आला.'

मला खरोखरच तिच्याबद्दल मनापासून वाईट वाटलं. तिला किती यातना होतायत ते तिच्या चेहऱ्यावरून मला कळत होतं. पण तेवढ्यात माझी बस आली, एकाच वेळी मुलांकडे लक्ष देणं, पैसे-तिकिटं काढणं, बसायला आसनं मिळवणं, ही सगळी व्यवधानं सांभाळण्याच्या गडबडीतच मी होते; रांगेतले लोक आजूबाजूला ढकलाढकली करत बसमध्ये चढत होते, एकच भाऊगर्दी झाली होती; बस ड्रायव्हरही

सर्वांना घाई करत होताच. शेवटी एकदाचा तोही रस्त्यावरच्या वाहनांच्या लोंढ्यामध्ये सामील झाला.

आमच्या माएदा वेलच्या घरात त्या रात्री, झोपण्यापूर्वी मी मुलांच्या खोलीत गेले. माझ्या निद्रिस्त मुलीकडे– अमिराकडे– नजर टाकली. तिच्या कुरळ्या केसांच्या विपुल बटा उशीवर पसरल्या होत्या आणि ती मंदपणे श्वासोच्छ्वास करीत होती. ती एखाद्या देवदूतासारखी निष्पाप भासली. तिच्याबद्दलचं प्रेम मला तीव्रतेनं जाणवलं आणि बसस्टॉपवर भेटलेल्या त्या बाईची आठवण झाली.

माझं एखादं मूल जर माझ्यापासून हिरावलं गेलं, तर ते किती भयानक असेल? त्यांचे रिकामे बिछाने बघणं, सकाळी न्याहारीच्या वेळेला त्यांचा चिवचिवाट नसणं आणि त्यांना पुन्हा भेटता येईल या आशेवर, एकाकी, उद्देशहीन, निष्प्रेम आयुष्य कंठत राहणं, एवढंच उरेल माझ्या हातात.

अमिराच्या बिछान्याजवळ ती जागी होणार नाही याची काळजी घेत, चंद्रप्रकाशात उजळलेले तिचे केस हळुवारपणे थोपटत, मी तिच्या माथ्याचं हळुवार चुंबन घेतलं. इतरांनाही एकदा नीट न्याहाळलं आणि मांजराच्या पावलांनी खोलीबाहेर पडले.

झोपायची तयारी केली तरी विचारांनी माझा पिच्छा सोडला नाही. असं जर काही माझ्याबाबतीत घडलं असतं, तर पहिलं विमान पकडून मी मुलांकडे पोहोचण्याचा प्रयत्न केला असता. त्यांचा शोध घेण्यासाठी आवाज देत, दरवाज्यावर बुक्के मारत, त्यांना भेटण्याचा आग्रह धरीत, मी एवढा गोंधळ घातला असता, की मला मुलांपासून दूर ठेवणं त्यांना शक्यच झालं नसतं.

किंवा मग जशास तसे या न्यायाने आगीचा आणखीनच भडका उडवत, त्यांच्या वडिलांनी नेलं त्याच प्रकारे त्यांना पळवून परत आणलं असतं. इंग्लंडला त्यांना परत आणून आवश्यक तेवढा काळ त्यांना लपवून ठेवलं असतं. काहीही न करता त्यांचा विरह सोसणं मला शक्य झालं नसतं. ती काय करत असतील, काय शिकत असतील, त्यांचे प्रश्न काय असतील आणि ते सोडवण्यासाठी काहीही करू न शकण्याची विफलता मला सहन करता आली नसती.

माझ्यापासून सहस्र योजनांवर दूर असलेली माझी मुलं कशी जगतायत, याबद्दल अनभिज्ञ असणं मी कसं सहन करू शकेन? त्यांनी काय न्याहारी केली? झोपताना त्यांना जवळ लागणारी एखादी बाहुली किंवा टेडी बेअर, यापैकी त्यांनी काय बरोबर ठेवलं असेल? त्यांच्या वाढदिवसांना त्यांच्या छायाचित्रांकडे बघत बसायचं दुःख मला सहन झालं नसतं आणि त्यांच्या नवीन आयुष्यात आता काय घडत असेल, या त्रस्त करणाऱ्या विचारांनी मी व्यापून जाईन.

बसस्टॉपवर भेटलेल्या स्त्रीसारख्या बऱ्याच स्त्रियांना मी मुस्लिम धर्म स्वीकारल्यापासून आणि मुस्लिम लोकांमध्ये राहात असल्यापासून भेटले होते. त्यांच्या नवऱ्यांनी त्या

स्त्रियांना मुकाट्याने सगळं सोसायला आणि पडखाऊ वृत्ती स्वीकारायला शिकवलं होतं. अशा प्रकारच्या घटनांना कसं तोंड द्यायचं, याची त्यांना सुतराम कल्पना नव्हती. काही पुरुषांनी माझाही मानभंग करायचा प्रयत्न केला होता, पण ते अयशस्वी झाले होते. त्यामुळे मी परप्रांतीय संस्कृतीच्या मुस्लिम स्त्रियांत वेगळीच ठरले होते.

त्या स्त्रीबद्दल माझ्या उरात अतीव कणव दाटून आली आणि मला त्या रात्री झोप लागणं कठीण झालं. माझा स्वत:चाच नवरा महमूद, माझ्या मुलांना पळवून नेऊ शकेल काय, या विचाराने मी त्रस्त झाले. शंभर एक गोष्टींची मी माझ्या डोक्यांत उजळणी चालवली, जेणेकरून तो तसं करू शकणार नाही, याची मला खात्री पटेल. तो माझ्या शेजारी शांतपणे झोपला होता. त्याला कल्पनाही नव्हती की मी त्याला केंद्रबिंदू कल्पून कोणकोणत्या वेगवेगळ्या अडचणींच्या प्रसंगांची माझ्या डोक्यात गल्लत चालवली आहे.

तो एक चांगला माणूस होता आणि मी त्याच्यावर विश्वास ठेवायला हरकत नव्हती. पण या सगळ्या स्त्रियांनादेखील त्यांच्या नवऱ्यांबद्दल असंच वाटलं नसेल का? पण त्यांचा विश्वास अस्थानी होता, हे जेव्हा त्यांना कळून चुकेल, तेव्हा वेळ कधीच निघून गेलेली असेल!

मध्यरात्री अशा प्रकारचे विचार डोक्यात घोंगावत असताना झोप लागणं शक्य तरी आहे का?

पुढल्या काही आठवड्यात काही विचित्र क्षणी मी त्या बाईचा विचार करीत होते. मुलांचा पसारा आवरताना, त्यांचे बिछाने करताना किंवा ती टी.व्ही. बघत असताना, चहाच्या टेबलाजवळ बसलेलं असताना न्याहाळताना त्यांच्यावरचं माझं प्रेम मग उचंबळून यायचं. माझी मुलं माझ्याजवळ असण्यात मी किती नशीबवान आहे, हे त्या स्त्रीला भेटल्यापासून मला प्रकर्षाने जाणवू लागलं होतं. माझ्यापासून ती दुरावून मला त्यांच्या विरहाचं दु:ख सोसावं लागू नये, म्हणून सावध राहून मी किती काळजी घेतली पाहिजे, हे देखील मला तीव्रतेने जाणवत होतं.

महमूद मुलांना माझ्यापासून हिरावून नेण्याची एखादी योजना आखत असेल, असा समज करून घेण्याचं मला कारण नव्हतं. तरीही मी खुंटा हलवून बळकट करायची. हे त्यालाही माहीत होतं की, जर त्याने असं केलंच तर एखाद्या सूड घ्यायला टपलेल्या भूताप्रमाणे मी त्याच्यामागे लागेन.

त्याच्याशी मी या विषयावर कधी बोलणं काढलंच, तर त्याचे गहिरे डोळे गंभीर व्हायचे, मी मूर्खासारखं बोलतेय हे पटवून देण्यासाठी, माझं बोलणं शांतपणे ऐकून घेत तो सौम्य स्मितहास्य करायचा. असं काही नाही हे मला चांगलं माहिती असल्याने मग मला पुन्हा एकदा दिलासा मिळायचा.

यानंतर पाच महिन्यांनी माझी त्या बाईशी अकस्मात पुनर्भेट झाली. सूर्यप्रकाश आणि मुलांचा सहवास, याचा आनंद लुटण्यासाठी मी त्यांना घेऊन केन्सिंग्टन गार्डनला फिरायला गेले होते.

तिने इतर मुस्लिम महिलांसारखीच वेशभूषा केली होती, तरीही मी तिला लगेच ओळखलं. पायघोळ, बिनआकाराचा तपकिरी झगा, सपाट चपला, रंगभूषाहीन चेहरा आणि डोकं पांढऱ्या रूमालात गुंडाळलेलं. जीवनाशी हरल्यासारखी, स्वत:कडे बघणं पूर्णपणे सोडून दिल्यासारखी ती भासली. अदृश्य होऊन जावं अशी इच्छा असल्यासारखी ती सगळ्या आनंदी कुटुंबांबरोबर चालत होती, पण तिचं मन मात्र लक्ष योजनं दूर होतं.

'हॅलो!' मी आवाज दिला, 'आमची आठवण आहे ना?'

ती दचकली. जणू काही एखाद्या स्वप्नातूनच मी तिला जागं केलं होतं! आम्हाला ओळखून ती ओशाळवाणं हसली.

आमच्या गेल्यावेळच्या भेटीनंतर काहीच फरक पडलेला नसावा, हे जाणून देखील मी विचारलं, 'तुमच्या मुलीची काही खबरबात?'

'नाही.' तिने नकारार्थी मान हलवीत ओलावलेल्या डोळ्यांनी म्हटलं.

'एक शब्ददेखील नाही. मी फोन करायचा प्रयत्न केला तर ते फोनच ठेवून देतात.'

'हे फार भयानक आहे.' माझ्या इतस्तत: पांगलेल्या मुलांवर नजर ठेवत मी म्हटलं. 'मूल आईबरोबरच राहायला हवं. तुम्ही लिबियाला जाऊन तिला परत आणलं पाहिजे.'

तिच्या नजरेतले भाव सांगत होते की अशा प्रकारची योजना कशी आखावी, याची तिला सुतराम कल्पना नव्हती.

सायकलीवरून जाणाऱ्या एका माणसाच्या दिशेने झेपावणाऱ्या खालिदची, माझ्या मुलाची कॉलर पकडत असतानाच मी तिला म्हटलं, 'मुलं बरोबर असताना बोलणं कठीण आहे, उद्या कॉफीसाठी भेटू या का?'

'हो, हो.' उत्साहाने मान हलवत तिने संमती दिली. 'मला खूप आवडेल तुम्हाला भेटायला.'

'मग आपण या सर्व गोष्टींवर सविस्तर बोलू.'

तिच्या उत्साहावरून जाणवलं की ज्याच्याबरोबर मन मोकळं करावं, असं तिला कोणीच भेटलं नव्हतं. दुभंगलेलं हृदय घेऊन मूकपणे त्या यातना सोसणं किती कष्टदायक असेल?

मी मुलांबरोबर घालवलेल्या वेळेचा विचार करीत होते. मुलांबरोबर बाहेर फिरणं, कौटुंबिक स्नेहसंमेलनं, दंतवैद्यांच्या पूर्वनियोजित भेटींच्या वेळा, मुलांच्या पार्ट्या,

शाळेची नाटकं, मुलं शिकत असलेली नवीन कौशल्यं, त्यांची प्रगती, त्यांच्या छोट्यामोठ्या गमतीदार गोष्टींत एकमेकांबरोबर सहभागी होणं, या सगळ्याचाच!

हे सगळं घडत असताना, ती मात्र जणू काही एखाद्या निर्वात पोकळीत असावी तशी असेल, तिच्या मुलीच्या छायाचित्राकडे एकटक पाहात. तिची मुलगी आता या वेळेला काय करत असेल, याची कल्पना करण्याचा तिचा व्यर्थ प्रयत्न चालू असेल.

'आपण उद्या व्हिटलीज् स्टोअरच्या कॅफे रूजमध्ये सकाळी भेटू या का?'

मी तिला सुचवलं आणि तिने संमतीदर्शक मान डोलावली.

दुसऱ्या दिवशी महमूद कामाला जाणार नसल्याने मुलांना त्याच्यावर सोपवून मी व्हिटलीज्ला जाणारी बस पकडली. ती तिथे माझी वाट पाहत होती. पुढील आठवड्यांत आमच्या झालेल्या कित्येक भेटींची ती नांदी होती.

ग्राहकांच्या गर्दीत आम्ही कॉफी पीत बसलो. तिचं नाव होतं मेरी आणि तिच्या मुलीचं 'लैला.' तिने मुलीला शेवटचं पाहिलं त्या वेळेपासूनच्या घटनांची तिने एकदा उजळणी केली. प्रत्येक शब्दोच्चाराबरोबर तिला यातना होत होत्या आणि आवाजावर नियंत्रण मिळवण्यासाठी तिला मधूनमधून थांबावं लागत होतं.

"त्या दिवशी मी नेहमीप्रमाणेच लैलाला शाळेत सोडलं, घरी गेले, साफसफाई, स्वयंपाक इत्यादी कामं उरकली. मला वाटतं मी जाताजाता काही खरेदीही केली. लैलाची शाळा सकाळची असायची, त्यामुळे मी तिला दुपारच्या जेवणाच्या वेळेस आणण्यासाठी शाळेत गेले. आम्ही नंतर बागेत तिला घेऊन जात असू. तिथलं वातावरण हवेशीर, मोकळं असायचं. पाण्यात छोट्या खेळण्यातल्या बोटी घेऊन खेळणारे लोक बघायला तिला आवडायचं. बाहेर पाऊस पडत असेल तर आम्ही घरात टी.व्ही बघायचो किंवा काही खेळ खेळायचो. माझा नवरा दुपारी नेहमी मित्रांबरोबर बाहेर असायचा. म्हणजे घरात आम्ही फक्त दोघीच.'

स्वत:ला सावरून घेऊन संयम ठेवण्यासाठी कॉफीचा एक घोट घेत मेरी थोडा वेळ थांबली. मी तिचा हात घट्ट दाबून तिला धीर दिला. तिने डोळे पुसले, नाक साफ केलं आणि पुढे सांगायला लागली.

"शाळेत पोहोचल्यावर मी इतर आयांबरोबर नेहमीप्रमाणे थांबले. शिक्षिकांच्या कडेवरून मुलं त्यांच्या आयांकडे धावत सुटली. सकाळपासून काय काम केलं ते सांगण्याची त्यांना अधीरता होती. लैला खरं म्हणजे नेहमी प्रथम बाहेर यायची, पण त्या दिवशी मात्र ती अद्याप आली नव्हती. त्याक्षणी तरी मला काळजी वाटली नाही. कुठे प्रसाधनगृहात गेली असेल, किंवा येतायेता एखाद्या शिक्षिकेबरोबर बोलत थांबली असेल, एखादी वस्तू जागेवर नसेल तर ती हुडकत असेल, असा मी विचार केला, पण मग मात्र बाकीच्या आया त्यांच्या मुलांबरोबर घराच्या दिशेने परतू लागल्या आणि शाळेच्या गेटवर मी एकटीच उरले."

"शिक्षिका माझ्याकडे विचित्रपणे पाहते आहे हे मी बघितलं. मग ती माझ्याकडे आली.

"लैला कुठे आहे?" मी विचारलं.

"तुमच्या मिस्टरांनी तिला नेलं." ती उत्तरली.

"माझा नवरा?" मी मूर्खासारखं विचारलं.

ही सगळी बायकांची कामं आहेत असा त्याचा ग्रह होता आणि लैलामध्ये त्याने कधी फारसं लक्ष दिलं नव्हतं.

"हो, ते दुपारी आले आणि दंतवैद्याच्या पूर्वनियोजित भेटीसाठी लैलाला घेऊन गेले, तुम्ही विसरलात का?"

मी तिच्यासमोर विसरल्याचं नाटक केलं, आणि मुकाट्याने तिथून निघाले, पण मला माहीत होतं, लैलाची दंतवैद्याबरोबर तपासणीसाठी वेळ ठरलेली नव्हती! आणि जरी असलीच, तरी तो तिला तिथे नेणार नव्हता, नेलं असतं मीच. तिचा दंतवैद्य कोण आहे, हे देखील त्याला ठाऊक नसणार! नक्की काय घडलं असावं? एखाद्या हॉटेलात तिला काहीतरी चांगलं खायला घालायला त्याने नेलं असेल? वेगवेगळ्या कारणांचा विचार करत मी शांत राहण्याचा पराकाष्ठेचा प्रयत्न चालवला.

घरी जाऊन मी स्वयंपाक बनवला आणि त्यांची वाट बघत बसले. पण दिवस मावळून अंधार झाला तरी मी तशीच वाट बघत बसले होते... ते परत आले नाहीत!

मी जेव्हा शाळेच्या फाटकापाशी तिला भेटायला गेले होते, त्या सुमाराला ते लिबियाला जाणाऱ्या विमानात बसले देखील असावेत. कारण मी जेव्हा त्यांची माहिती मिळवण्यासाठी त्याच्या मित्रमंडळींना दूरध्वनी करण्याचा सपाटा लावला, तेव्हा माझी अस्वस्थ अवस्था ध्यानात आल्याने त्यातल्या एकाने मला सांगितलं की, *"काही काळजी करू नका, तुमचा नवरा त्याच्या कुटुंबीयांना भेटण्यासाठी लिबियाला गेलाय."*

मी माझ्या नवऱ्याच्या कुटुंबीयांना दूरध्वनी केले, पण त्यांनी *"ती दमून झोपलीय, वडिलांबरोबर बाहेर गेलीय,"* अशी कारणं देत मला तिच्याशी बोलू दिलं नाही.

मी फोनवर फोन करीत राहिले आणि शेवटी त्यांनी मला सांगून टाकलं, *"विसर आता तिला. इथून पुढे आम्हीच तिची देखभाल करणार आहोत."* त्यानंतर जर मी फोन केलाच तर काही न बोलताच फोन ठेवून दिला जात असे.

"या गोष्टीला आता एक वर्ष होत आलं, आणि लैलाशी माझा काहीएक संपर्क होऊ शकला नाही. मी फोन करतच राहिले, या आशेने की कधीतरी लैला फोन उचलेल. मला फक्त तिचा आवाज ऐकायचा होता आणि तिला सांगायचं होतं, की मी तिला विसरलेले नाही. पण ते नंतर दुसऱ्या एका घरात स्थलांतरित झाले, आणि

मला तिथला दूरध्वनी क्रमांक देखील माहीत नव्हता. आता त्यांनी फोन केल्याशिवाय त्यांच्याशी संपर्क साधण्याची मला तिळमात्र आशा नाही.''

रडू अनावर झाल्याने ती बोलायची थांबली. तिच्या थरथरणाऱ्या खांद्यांभोवती मी हात टाकला आणि तिला घट्ट धरून ठेवलं, दिलासा देण्यासाठी काय बोलावं याचा मी विचार करू लागले, पण मला काहीच सुचेना.

तिच्या कहाणीत मला एका नेहमी उपयोगात आणल्या जाणाऱ्या पद्धतींचं स्मरण झालं. हे गौप्यस्फोट करणारे संदेश स्त्रियांनी आधीच दखल घ्यायला हवेत असे होते. ते संदेश माझ्या डोळ्यांपुढे स्पष्ट होत होते.

मुलांना पळवून नेताना बहुतेक दुसऱ्या एखाद्या पुरुष नातेवाईकाचाही सहभाग असायचा. दंतवैद्याच्या भेटीची वेळ किंवा तत्सम कारणं देऊन मुलांना शाळेतूनच परस्पर पळवून नेलं जायचं. इतके दिवस मूल लहान असताना विशेष दखल न घेणारे त्यांचे बाप, आता मात्र ''मुलाचा पासपोर्ट कुठे आहे'' वगैरे चौकश्या सुरू करायचे.

अशा वेळी काहीतरी घाटतंय, याची कुणकुण मातांना लागायला हवी होती.

कधी या पालकांचं इंग्लंडमधलं आयुष्य सुरळीत चाललेलं नसायचं, त्यांना कोणतीही कामं मिळत नसायची, किंवा मग त्यांना त्यांच्या घराची आठवण तीव्रतेने यायची. त्यांना वरचेवर नैराश्याचे झटके यायचे किंवा इंग्लंडवर, इंग्लिश लोकांवर टीका करत ते पूर्वस्मृतींना उजाळा द्यायचे. त्यांची कुटुंबव्यवस्था, पारंपरिक मूल्यं कशी अधिक चांगली आहेत, यावर बोलायचे. आपल्या मुलांना पश्चिमेच्या मोहमयी दुनियेपासून दूर, साध्यासुध्या पण निर्मळ संस्कृतीत परत नेण्याची स्वप्नं पाहायचे.

बरेचदा, त्यांच्या डोक्यात त्या योजना शिजत असताना ते त्यांच्या बायकांशी वागण्याची नेहमीची तऱ्हा बदलून एरवीपेक्षा वेगळ्याच पद्धतीने, अगदी गोडीगुलाबीने वागायला सुरुवात करायचे. पूर्वी कधी घरकामाला बोट देखील न लावणारे ते, बायकांसाठी चहा देखील करायचे. हे सगळे धोक्याचे कंदील बाहेरच्या व्यक्तीला स्पष्ट दिसले, तरी त्या कुटुंबातच एकत्र राहणाऱ्या माणसाला कसे दिसणार?

दुसऱ्या काही उदाहरणांत बायकांवर टीका सुरू व्हायची 'एवढा तोकडा स्कर्ट?' आणि ''एवढी भडक लिपस्टिक!'' असे शेरे, मुलांना वाढविण्याच्या पद्धतीत दोष शोधणं, असे प्रकार घडू लागायचे. पूर्वी जे काही त्यांना या स्त्रियांमध्ये आवडलं होतं, तेच आता टीकेचा विषय व्हायचं. तरुण वयातील त्यांच्या आयाबहिणी आणि त्यांच्या बायका, यांच्यात विनाकारण तर्कशून्य तुलना होऊ लागायची.

मुलांना साधारणपणे त्यांच्या काही स्वतःच्या गोष्टी जवळ लागतात. नेमक्या त्याच गोष्टी गायब व्हायच्या. त्यांना पळवून नेण्याची ही पूर्वतयारीच असायची.

नेमकी हीच गोष्ट माझ्या पुस्तकात मला मांडायचीय, की स्त्रियांनी अशा परिस्थितीत या धोक्याच्या खुणा आधीच ओळखून वेळीच सावध व्हावं.

मेरीच्या प्रत्येक भेटीत ती तिच्या हरवलेल्या मुलीबद्दल बोलायची. मला जाणवत होतं की तिचं हृदय शतश: विदीर्ण झालंय. तिने तिच्या परीने सगळे प्रयत्न केले होते आणि ती एक चांगली स्त्री होती. मुलीला तिच्यापासून हिरावून घेण्यासारखं तिच्या हातून काही घडलं नव्हतं.

काही वेळा मुसलमान पुरुषांशी विवाह करणाऱ्या स्त्रिया त्यांच्या पूर्वीच्या जीवनशैलीकडे वळायच्या. सिगारेट्स ओढणं, मद्यप्राशनाचं प्रमाण वाढणं, अमली गोळ्या घेणं, नवऱ्याला असभ्य वाटेल अशी वेशभूषा करणं किंवा इतर पुरुषांना संकेत ठरवून बाहेर भेटणं इत्यादी.

मी ठामपणे सांगू शकत होते की मेरीने यापैकी एकही गोष्ट केली नव्हती. एक चांगली मुसलमान गृहिणी होण्याचा तिने प्रामाणिक प्रयत्न केला होता आणि तरीही तिला अशी भयानक शिक्षा मिळाली होती.

तिने मला ती ज्या ज्या विभिन्न व्यक्तींना, अधिकाऱ्यांना मदतीसाठी भेटली, त्यांची माहिती सांगितली. पण कोणीच तिला वाचवण्याचा किंवा काही मदत करण्याचा प्रयत्न केला नव्हता. *जर तिचा नवरा एवढ्या सहजतेने तिच्या मुलीचं अपहरण करू शकतो तर ती का नाही आपल्या मुलीला लिबियातून परत आणू शकत?* या विचारासरशी माझं रक्त उसळत होतं. ती स्वत: एकटीच्या जबाबदारीवर हे करू शकणार नाही हेही मला ठाऊक होतं.

'मी जाऊन तुझ्या मुलीला तुझ्याकडे परत आणेन.'

माझ्या तोंडून बाहेर पडलेले हे शब्द एकाच वेळी मेरीने आणि मी ऐकले. त्या परिस्थितीत मी हेच करायला हवं होतं. माझ्या एखाद्या मुलाला कोणी पळवलं असतं, तर काय मी हातपाय बांधून स्वस्थ बसले असते? किंवा अधिकाऱ्यांवर हवाला ठेवला असता? दुसऱ्याच दिवशी विमान नसतं का पकडलं?

पण मेरी एवढी हताश, हरलेली, काही विचार करू न शकण्याइतकी भयभीत झाली होती की स्वत: लिबियाला जाऊन काही करण्याचं बळ तिच्यात उरलेलं नव्हतं.

माझ्या त्या एका उद्गारासरशी मी एका पूर्णपणे नवीन जीवनाचं पान उलटलं होतं.

एकदा शब्द दिल्यावर ते वचन मी मोडू शकत नव्हते. दुसऱ्यांनी दिला होता, तसा सारखा तिला दगा देऊ शकत नव्हते. जे होईल ते होईल. लैलाला इंग्लंडमध्ये परत आणण्यासाठी मला शर्थ करणं भाग होतं. ती उत्तेजनेची लहर मला पुन्हा एकदा जाणवली. तारुण्यातल्या त्या दिवसांसारखी, त्या परिक्रमा, ती साहसं... नंतर आई होऊन मातृत्वाची जबाबदारी पूर्ण वेळ सांभाळणं... आणि तरीही माझे पाय पुन्हा एकदा वळवळू लागले होते.

रोमांचकारी अनुभव घेण्याची संधी पुन्हा एकदा चालून आली होती. मी काही

दिवस दूर असताना महमूद मुलांची नीट काळजी घेईल ह्याचीही मला खात्री होती. आता प्रवासाला सुरुवात करण्यासाठी मी अधीर होते.

मोहीम व्यवस्थित नियोजित करणं आवश्यक होतं. मी जरी कितीही अधीर झाले असले, तरी सांगोपांग विचार केल्याखेरीज पावलं उचलल्याने घोटाळा झाला असता. आम्हाला बहुतेक ही एकमेव संधी होती, कारण एकदा का त्यांना या गोष्टीची चाहूल लागली असती, त्यांनी लगेच लैलाला एखाद्या अज्ञात स्थळी हलवलं असतं, किंवा तिच्यावरची देखरेख एवढी कडक केली असती, की आम्हाला तिचं नखदेखील दिसलं नसतं. एखाद्या दुर्गम ठिकाणी राहणारे त्याचे नातेवाईक लैलाला घेऊन जायला तयार झाले असते.

पुढे वाढून ठेवलेल्या गर्भित धोक्याची जाणीव होण्याची खोटी, लैलाला त्यांची कितीही काळ अज्ञातवासात ठेवण्याची तयारी असावी.

आमच्या बाजूचा एक मुद्दा म्हणजे त्यांना मेरीपासून काही धोका आहे, असं कधीच वाटलं नव्हतं. तिच्या फोनला उत्तर देण्याची तसदीदेखील त्यांनी घेतली नव्हती. मेरी इंग्लंडमध्ये एकाकी आणि परित्यक्ता म्हणून राहील, आपल्या दाराशी दत्त म्हणून उभी राहणार नाही, असंच त्यांनी गृहित धरलं होतं. जोपर्यंत त्यांची ही धारणा असेल, तोपर्यंत आम्हाला फायदेशीर होतं. पण एकदा का त्यांना मेरीची एखादी मैत्रीण तिला लढा देण्यासाठी प्रवृत्त करतेय हे माहीत झालं असतं, तर ती बातमी सगळीकडे पसरली असती. आणि त्यांच्या कानांवर गेली असती.

ही वेळ आम्हाला फायदेशीर नव्हती, कारण आमच्याकडे डबोलं नव्हतं; जर तशी वेळ आली असती, तर एखादा दिवस देखील लिबियामध्ये अधिक मुक्काम करणं आम्हाला शक्य नव्हतं. तिकडे विमानाने जाण्याइतके आणि काही दिवस तिथे हॉटेलात उतरण्याइतकेच पैसे मेरीकडे होते. बस्स, त्यापेक्षा अधिक नाही.

लैलाला परत आणण्यात जर मला यशस्वी व्हायचं असेल, तर लिबियाला पोहोचल्यानंतर काही दिवसांतच निर्णयात्मकपणे आणि त्वरित हालचाल करायला हवी होती.

लिबियाला जाण्यासाठी मेरी अनुत्सुक असल्याचं दुसरं कारण म्हणजे भाषा. तिच्या नवऱ्याने तिला ती भाषा शिकायला कधीच प्रोत्साहन दिलं नव्हतं. ती जरी काही शब्द शिकली होती, तरी या मोहिमेसाठी ते पुरेसे नव्हते. षोडषा असताना जॉर्डनमध्ये अठरा महिने राहिल्याने आणि त्या भागातील इतर देशांत वरचेवर प्रवास केल्याने मला मात्र अरेबिक भाषा सफाईदारपणे बोलता येत होती.

मेरीशी विवाह झाल्यानंतर तिच्या नवऱ्याने मोठ्या अभिमानाने तिला 'त्याची इंग्लिश नववधू' म्हणून स्वतःच्या कुटुंबीयांशी परिचय करायला नेलं होतं. तिथे एकदा जाऊन आल्यामुळे तिला परिस्थितीचा थोडाफार अंदाज आला होता. लैलाला

ज्या घरात ठेवलं असण्याची दाट शक्यता होती, त्या घराचं वर्णन ती करू शकत होती.

माझ्या नवऱ्याला, महमूदला, तर अशा प्रकारच्या साहसाचा माझा विचार म्हणजे शुद्ध वेडेपणा वाटला. मी जेव्हा त्याला प्रथम हे सांगितलं, तेव्हा त्याने अविश्वासाने मान हलवली आणि हसायला लागला. मी हे मनापासून बोलतेय, यावर त्याचा क्षणभर देखील विश्वास बसल्याचं मला जाणवलं नाही. जेव्हा मी मुद्द्याचं बोलतेय हे त्याला कळलं, तेव्हा त्याने नेमकेपणाने ही सगळी योजना किती वेगवेगळ्या प्रकारे भयानकपणे चुकीची ठरू शकते, हे विशद केलं.

"त्या मुलीच्या बरोबर नेहमीच कोणी ना कोणी तरी असेलच! तुम्ही तिला कसं काय दूर नेऊ शकाल?" त्याने युक्तिवाद केला.

'संधी मिळेपर्यंत आम्हाला थांबावं लागेल.' मी प्रतिवाद केला. 'ते काही चोवीस तास थोडेच तिच्याबरोबर असणार आहेत? अगदी प्रसाधनगृहातून देखील तिला पळवावं लागलं, तरी चालेल!'

'पण ज्या क्षणी त्यांच्या लक्षात येईल की लैला नाहीशी झालीय, ते लगेच पोलिसांना कळवतील आणि मग तुमचा विमानतळावर शोध सुरू होईल.' तो पुढे म्हणाला.

'मग आम्हाला देशाबाहेर पडण्याच्या अन्य मार्गांचा विचार करावा लागेल.'

'ते लोक सगळे मार्ग धुंडाळतील.'

'मग आम्ही त्वरेने हालचाल करू.'

'डोन्या, त्याने त्याचा पवित्रा बदलत म्हटलं, तुला समजतंय का, तुम्ही जर पकडले गेलात तर ते काय करतील?'

मी उत्साहानं म्हटलं, 'ते आम्हाला पकडणार नाहीत.' पण माझ्या उद्गारांत जीव नव्हता.

'त्यांनी जर तुम्हाला पकडलं, तर ते तुम्हाला कुलूप लावून बंद करून किल्ली फेकून देतील!'

'मग ते आम्हाला पकडणार नाहीत याची मला पक्की खात्री करावी लागेल.' मी उत्तरले.

'आपल्या मुलांचं काय? जर तुला त्यांनी दहा वर्षं बंदिवासात टाकलं तर?'

'मी मेरीला निराश करू शकत नाही.' त्याचं तोंड बंद करण्याच्या उद्देशानं मी म्हटलं, 'मी तिला सांगितलंय, हे काम मी करेन म्हणून. मला माझा सर्वाधिक चांगला प्रयत्न करावा लागेल.'

तो जे काही म्हणत होता, ते सगळं पूर्णपणे पटणारं असलं, तरी मी मेरीला माझा शब्द दिला होता. तिच्या आशा पल्लवित केल्यावर मी आता तिला निराश करू

शकत नव्हते. ही गोष्ट करणं योग्य आहे, असंही मला वाटत होतं. या परिस्थितीतून मार्ग काढणं अवघड ठरेल, म्हणून ती तशीच पुढे चालू ठेवणं ठीक नव्हतं.

महमूदला लवकरच कळून चुकलं, की माझं मन बदलणं आता त्याला शक्य नव्हतं. त्याने त्याच्या नेहमीच्या पद्धतीने हताश मन:स्थिती व्यक्त करणारी मानेची हालचाल केली; आणि मला या कामात पाठिंबा देण्यासाठी करता येण्याजोगे शक्य ते सर्व काही करण्याचं वचन दिलं. या कामात माझ्यापुढे कोणत्या संकटांचं ताट वाढून ठेवलं आहे ते मला जाणवत होतं, पण महमूद आता पुन्हा मला परावृत्त करण्याचा प्रयत्न करणार नव्हता.

एकदा आमची योजना निश्चित झाल्यावर मी आणि मेरी विमानाने आफ्रिकेच्या उत्तरेकडच्या किनाऱ्यावरची लिबियाची प्राचीन राजधानी– त्रिपोलीला गेलो. विमानात चढताना मला आम्ही एका अज्ञात विश्वात प्रवेश करतोय असं भासलं.

मेरी तिच्या बहिणीच्या पासपोर्टवर प्रवास करीत होती. त्या पासपोर्टमध्ये तिच्या मुलीचं नाव होतं. याचा अर्थ लैलाला बरोबर घेऊन येताना आम्ही त्याच कागदपत्रांचा उपयोग करू शकत होतो. लैलाचा पासपोर्ट मिळणं ही एक अशक्य कोटीतली गोष्ट होती. तिच्या वडिलांनी तो घरात सुरक्षित किंवा इतरत्र कुठेतरी दडवून ठेवला असण्याची शक्यता होती.

दुसऱ्याच्या पासपोर्टवर प्रवास करताना पकडलो गेलो असतो तर भोगाव्या लागणाऱ्या परिणामांची तीव्रता अधिक असेल, पण एका अर्थी दुसऱ्याच नावाने त्या देशाच्या बाहेर पडणं अधिक श्रेयस्कर होतं. पोलिसांनी सूचना मिळाल्यावर शोध सुरू केला असता तो आमच्या नावाने. पण दुसऱ्यांच्या पासपोर्टवर मल्टिपल व्हिसा मिळाल्याने आम्ही लैलाला घेऊन देशात फिरू शकलो असतो.

त्रिपोली विमानतळावर सगळा गोंधळ होता. विमानातून उतरल्यावर मला माझ्या तारुण्यातल्या काही उत्तेजक ठिकाणी घालवलेल्या उन्मुक्त काळाची आठवण करून देणारं असं अगदी घरच्यासारखं वाटलं. टर्मिनल ओलांडून जाताना इतस्तत: नजर टाकत, सुरक्षा व्यवस्थेचे काही छुपे कॅमेरे तर नाहीत ना याची न्याहाळणी करत, कदाचित अशी काही यंत्रणा कार्यान्वित केलेली असण्याची शक्यता आजमावत, आम्ही बाहेर पडलो. महमूदने सांगितल्याप्रमाणे विमानतळावरच प्रथम धाड पडण्याची शक्यता होती. आमची फ्लाइट तीन दिवसांनंतरची होती.

कितीही नियोजन केलं तरी या क्षणापासून पुढे घडणारं हे सगळं नशीब आणि अंत:प्रेरणेवर अधिक अवलंबून असणारं होतं. लैला नाहीशी झाल्याचं प्रथम विमानतळावर कळवण्यात येईल, हे माझ्या सहजप्रेरणेने मला जाणवलं. मग एकदा का त्यांनी आम्हाला तिथे हेरलं असतं, तर बाहेर पडणंच मुश्कील झालं असतं.

त्यापेक्षा अधिक मोकळा असा रस्त्याचा किंवा समुद्रमार्गाचा प्रवास का करू नये?

एकदा बाहेरच्या उष्ण, दर्पयुक्त, कोरड्या हवेत आल्यावर आम्ही एका टॅक्सी-ड्रायव्हरला गाठलं. आमच्या कामाची रूपरेषा सांगून त्याला विश्वासात घेणं गरजेचं होतं. बरेचसे अरब लोक पुरुषांच्या बाजूने झुकतं माप देणारे निघाले असते आणि अशा एखाद्या व्यक्तीवर भरोसा टाकून त्याने जर ऐन मोक्याच्या वेळेला आम्हाला दगा दिला असता, तर मात्र आमची खैर नव्हती.!

टॅक्सी-ड्रायव्हर तर खूप होते, सगळे ड्रायव्हर एकाच वेळेस आम्हाला त्या कामासाठी तेच कसे योग्य आहेत हे पटवून देण्याचा प्रयत्न करीत होते, तरीही मी माझ्या अंत:प्रेरणेवर विसंबून शेवटी एक प्रामाणिक, सहृदयी चेहऱ्याचा चालक पसंत केला.

त्याच्यावर विश्वास टाकता येईल असा मी विचार केला. मी त्याच्याशी बोलणं सुरू केल्यावर दुसरे कोणी प्रवासी मिळतायत का, ते शोधायला बाकीचे ड्रायव्हर्स पांगले.

''आम्हाला इथे आसपास फिरवण्यासाठी तुम्ही आमच्याबरोबर काही दिवस राहाण्याची गरज आहे.''

मी त्याला समजावून सांगितलं.

'ठीक आहे.' तो आनंदाने हसत म्हणाला.

काही दिवसांचं घसघशीत काम मिळाल्याने तो खूष झाला होता.

'किती पैसे होतील त्याचे?' मी त्याला विचारलं.

बरीचशी घासाघीस करून शेवटी दिवसाला दहा पौंडाप्रमाणे मोबदला देण्याचं ठरलं. टॅक्सी काही फारशी आरामदायक नव्हती. जुन्या चामड्याने मढवलेल्या बैठका ठिकठिकाणी फाटल्या होत्या. चिकट डाग पडले होते. गाडीत इंधनाचा, उष्ण देहांचा, शिळ्या अन्नाचा, सिगारेटच्या धुराचा संमिश्र दर्प पसरला होता. आम्हाला गाडीच्या खिडक्या उघड्या ठेवूनच बसावं लागणार होतं. पण येत्या काही दिवसांत ती गाडी म्हणजे जणू काही आमचं घरच बनणार होती; कारण रात्री आम्ही हॉटेलात राहू शकत होतो; पण दिवसा मात्र लैलाला जिथे ठेवण्यात आलं असावं अशी मेरीची खात्री होती, त्या घराच्या बाहेर गाडीत बसून राहावं लागणार होतं.

घर साधंसुधंच होतं. काही विशेष लागेबांधे असलेलं कुटुंब दिसत नव्हतं ते. धोक्याची घंटा लवकर वाजण्याची किंवा तपासासाठी त्या कुटुंबाने अधिकाऱ्यांना लाच देण्याची किंवा दबाव आणण्याची शक्यताही कमीच दिसत होती.

आम्हाला त्या कुटुंबाच्या दैनंदिन कार्यक्रमाचं निरीक्षण करून अभ्यास करावा लागणार होता. म्हणजे 'हल्लाबोल' करण्यासाठी सर्वांत योग्य वेळ कोणती ते ठरवता आलं असतं. आम्हाला काही लैलाची रस्सीखेच करायची नव्हती. ती फार

गोंधळणार किंवा घाबरणार नाही हेही ध्यानात घ्यायला हवं होतं. स्वत:वर नियंत्रण ठेवण्यासाठी, पहिल्याच मिळालेल्या संधीचा फायदा घेण्याची कितीही इच्छा झाली, तरी संयम बाळगणं आवश्यक होतं. एखादवेळी कोणी ओळखण्याची शक्यता असल्याने मेरीने तिचा चेहरा लपवायचा होता.

ड्रायव्हर सुदैवाने चांगला निघाला. त्याला लवकरच आमची योजना काय आहे हे कळून चुकलं. आई-मुलाची पुनर्भेट घडवून आणणं या एवढ्या चांगल्या कारणासाठी कितीही काळ त्रासदायक प्रतीक्षा करण्याची त्याची तयारी होती.

गाडीत डोकी अवगुंठित करून बसलेल्या दोन स्त्रियांकडे कोणीही दुसरी नजर टाकली नाही. थांबल्या असतील त्यांच्या पुरुषमाणसांसाठी, असाच कोणाचाही ग्रह झाला असेल. ड्रायव्हरबद्दलची अंत:प्रेरणेने झालेली माझी प्रतिक्रिया योग्यच होती, हे लक्षात येऊन मलाही हायसं झालं होतं.

आम्ही त्या दिवशी दिवसभर फक्त निरीक्षण करत त्याच्याबरोबरच बसलो. सूर्य उगवता उगवताच आम्ही त्या घराच्या बाहेर पोहोचलो. फक्त काही लोकांची हालचाल सुरू झाली होती. रस्त्याच्या कोपऱ्यावरून काही कुत्री-मांजरं त्यांच्या झोपण्याच्या ठिकाणापासून निघून अंगावरची धूळ झटकत, आळस देत बाहेर पडत होती.

त्याचवेळी आठ वाजण्याच्या सुमाराला शाळेची बस त्या घरावरून पुढे जाऊन रस्त्याच्या कोपऱ्यावर आमच्यापासून काही यार्डांवर थांबली. बसमध्ये आधीच बसलेल्या काही मुलांची डोकी धुळीने माखलेल्या बसच्या खिडक्यांतून बाहेर डोकावत होती. वाहनचालकाने हॉर्न वाजवला.

काही सेकंदांतच शुभ्र वेषातली लैला घरातून पळत आली. पायातल्या बुटांनी रस्त्यावरची धूळ उडवत, रस्ता ओलांडून ती बसमध्ये शिरली.

मेरीच्या शरीराचा प्रत्येक स्नायू ताणामुळे आक्रसलेला मला जाणवला. कोणत्यातरी शक्तीच्या प्रभावाखाली असल्यासारखा तिचा हातही आपसूक गाडीच्या दरवाज्याच्या मुठीकडे गेला होता.

'इथे नाही.' मी तीव्रपणे तिला सांगितलं. 'एवढ्यात नाही.'

मी तिच्या मन:स्थितीची कल्पना करू शकत होते. तब्बल एका वर्षाने प्रथमच दिसलेल्या तिच्या मुलीला बाहुपाशात कवटाळून तिला तिचे मटामटा मुके घ्यायचे होते.

'आपल्याला त्यांचा शाळेपर्यंत पाठलाग करावा लागेल. तिथे काय घडतंय ते पाहावं लागेल.' मेरीने मूकपणे मान हलवली. आनंद आणि वैफल्य यांचं मिश्रण तिच्या डोळ्यांत होतं.

'आपण जर आत्ताच तिला पळवलं, तर घराच्या बाहेर उडालेला गोंधळ त्यांना

ऐकू जाईल. मग ते त्वरित आपल्या मागे लागतील. त्यापेक्षा त्यांच्यापुढे एक पाऊल पुढे असण्यासाठी तिला शाळेतूनच ताब्यात घेणं अधिक योग्य ठरेल.'

घराला दूरध्वनीच्या तारा कुठे दिसत नव्हत्या. एका परीने ते ठीकच होतं म्हणा. त्याचा अर्थ कोणालाही शाळेपासून घरापर्यंत चालत जावं लागणार होतं. त्या लोकांनी पोलिसांना कळवल्यानंतर आमची माहिती प्रसारित होईपर्यंत, आम्हाला उसंत मिळाली असती.

माझ्या डोक्यात विचारांचं चक्र चालू झालं होतं. आम्ही बसचा वीस मिनिटांच्या शाळेपर्यंतच्या प्रवासाचा मागोवा घेत निघालो. कधी आम्ही बसला मागे टाकून पुढे जायचो, तर कधी गाडी थांबवायचो, कारण बसही एखाद्या विद्यार्थ्याला बसमध्ये चढू देण्यासाठी थांबायची. बस शाळेपाशी पोहोचल्यावर आम्ही साधारण शंभर यार्ड दूर थांबून पुढे काय घडतंय हे न्याहाळू लागलो. कोणी कर्मचारीवर्ग किंवा शिक्षकवर्ग मुलांची प्रतीक्षा करत बाहेर थांबलेला दिसत नव्हता. म्हणजेच आम्हाला लैलाला बस आणि शाळा यांच्यामधले छोटे अंतर कापतानाच उचलायची संधी होती. मी मेरीच्या निदर्शनाला या गोष्टी आणून दिल्या. पण ती लैला शाळेच्या इमारतीत शिरून नाहीशी होईपर्यंत, तिची एक झलक न्याहाळण्यात अधिक गुंतली होती.

आम्ही शाळेचा उरलेला दिवस संपेपर्यंत इमारतीच्या बाहेरच बसून राहिलो. आमचा ड्रायव्हर वेळोवेळी आम्हाला काही ना काही खायला, प्यायला आणून देत होता. शाळेच्या आतली मुलं दिवसभर बाहेर पडली नव्हती. त्यांना परत नेण्यासाठी बस आल्यावरच ती बाहेर आली.

शाळेच्या बाहेर झेपावलेल्या मुलांच्या लोंढ्यात आणि वाहनाच्या पायऱ्यांवर झालेल्या गर्दीत लैलाला नेमकं हेरणं अशक्य होतं. एकदाची बस मुलांनी पूर्ण भरल्यावर वाहनचालकाने ती धीम्या गतीने सुरू केली. गाडीच्या गीअर्सचा कष्टदायक आवाज करत, एक्झॉस्टमधून बाहेर पडणारा काळा धूर ओकत, बस पुढे निघाली.

आमच्या ड्रायव्हरनेही गाडी सुरू केली आणि लैला राहात होती त्या घरापर्यंत आम्ही बसच्या मागोमाग गेलो. आम्ही गाडी उभी केली. घराच्या दरवाज्यापर्यंत लैला धावत गेली आणि मग तिने घरात प्रवेश केला, हे आम्हाला दिसलं.

मेरीने एक छोटासा उसासा टाकला. मुलगी दृष्टीस पडल्याचा आनंद आणि ती पुन्हा दृष्टीआड होण्याचं दु:ख अशी संमिश्र भावना त्यातून व्यक्त होत होती.

बस निघून गेली. सूर्य मावळेपर्यंत आम्ही तिथेच थांबलो. प्रौढ व्यक्तींची आतबाहेर ये-जा चालू होती. तीही हळूहळू त्यांची कामं संपल्यावर थांबली. लैला तिच्या सवंगड्यांबरोबर बाहेर खेळायला रस्त्यावर येते का हे आम्ही बघत होतो. पण ती काही बाहेर आली नाही. शेवटी सूर्य मावळून अंधार झाला, घरात दिवेलागण झाली, तेव्हा आम्ही हॉटेलवर जाऊन झोपण्याचा विचार केला.

आम्ही एवढे दमलो होतो, तरीही आत्यंतिक ताणामुळे आणि सहनशीलतेच्या मर्यादा ओलांडल्याने आम्हाला कोणालाच रात्री नीट झोप लागली नाही. आमच्या योजनेची आम्ही पुन:पुन्हा उजळणी करीत राहिलो.

आमची आम्हीच समजूत घालत होतो की सगळं काही सुरळीत पार पडणार आहे.

पहाट होण्यापूर्वीच उठून, कपडे करून तयार होऊन आम्ही हळूच खाली रस्त्यावर आलो. गाडीतच स्टिअरिंग व्हीलवर डोकं ठेवून झोपलेला ड्रायव्हर खडबडून जागा झाला. एक मोठ्ठं रुंद हास्य करत त्याने आम्हाला न्याहारीच्या पदार्थांनी भरलेली थैली दिली. घराकडे प्रवास करीत असताना आम्ही गाडीतच खाऊन घेतलं. पुन्हा एकदा आदल्या दिवशीच्याच दिनक्रमाची पुनरावृत्ती झाली. तीच स्कूल बस आणि कर्णा वाजवण्याची त्याची तीच तऱ्हा. गाडीतच आम्ही दिवसभर बसून राहिलो. आधी शाळेच्या बाहेर, नंतर घराजवळ. एखादी अनपेक्षित, परिपूर्ण संधी चालून यावी किंवा एखादा निसटलेला कच्चा दुवा लक्षात यावा, यासाठी टेहेळणी करणं आवश्यक होतं.

त्या रात्री हॉटेलमधील आमच्या खोलीत बिछान्यावर पडल्यापडल्या आम्हाला एकमेकींशी बोलताना कळत होतं, की काहीतरी निर्णय घेणं क्रमप्राप्त आहे.

हीच वेळ ठोस कृती करण्याची होती. आमच्या परतीच्या प्रवासाची तिकिटं दुसऱ्या दिवसाची होती.

विमानतळावर खूप आधी, किंवा उशीरा पोहोचून चालणार नव्हतं. आयतेच, अगदी अलगद त्या कुटुंबाच्या नाहीतर पोलिसांच्या तावडीत सापडलो असतो.

'लैला सकाळी शाळेत जाते, तेव्हाच तिला पळवण्याची वेळ योग्य आहे.' मी म्हटलं. 'त्याच वेळेला आजूबाजूला बरेचसे लोक असतात. त्यात एकदोघी स्त्रिया अधिक दिसल्या, तर कोणाच्या लक्षात येणार नाही.'

'शाळाही त्यांना लैला तिथे नसल्याचं कळवणार देखील नाही, त्यांचा ग्रह असा होऊ शकेल की लैला बरं नसल्याने घरीच आहे.' मी पुढे माझा मुद्दा विशद केला.

मेरी त्या रात्री स्वत:च एखाद्या बालकासारखी उत्तेजित झाली होती. *काही तासांनी लैला तिच्या बाहुपाशात असू शकेल?*

त्या रात्रीही चांगली झोप लागण्याची शक्यता नव्हतीच.

पुन्हा एकदा तिसऱ्या दिवशी आम्ही पहाटेच त्या घराच्या बाहेर गाडीमध्ये थांबलो होतो. माझ्या पोटात साशंकतेमुळे ढवळत होतं आणि मेरीची अवस्था बहुतेक माझ्याहूनही अधिक वाईट असणार. आज आम्हा दोघींनाही ड्रायव्हरने देऊ केलेल्या खाद्यपदार्थांवर नजर टाकण्याचीही इच्छा होत नव्हती.

स्कूलबसच्या मागोमाग आधीच्या दोन दिवसांप्रमाणेच आजही आम्ही गेलो. नेहमी

बडबडणारा ड्रायव्हर आज शांत होता. त्याला आमची योजना काय आहे हे समजावून सांगण्याचा निर्णय मी घेतला होता. नाहीतर तो गोंधळून, अर्ध्या रस्त्यातूनच मागे फिरण्याची शक्यता होती. तीन दिवसांच्या मोबदल्यावर पाणी सोडून, आम्हाला एकाकी पाडून, आमची साथ सोडून तो निघून तर जाणार नाही ना, याची खात्री मला देता येत नव्हती. तो आता अधिक शांत आणि विचारमग्न दिसत होता.

मला असं वाटत होतं जणू काही मी एखादी बँकच लुटायला निघाले आहे. लेकराची आईपासून ताटातूट होऊ नये यासाठी आम्ही करत असलेली कृती कायद्याचा भंग करीत असेल, पण ती मानवतावादी कारणांसाठी होती.

गाडीची सफर चालू असताना मेरी तिचे मोठमोठे डोळे विस्फारून पाहत होती. अति ताणामुळे ती केव्हाही किंचाळेल, नाहीतर मूर्च्छित होऊन पडेल, अशीच दिसत होती ती.

बस जेव्हा शाळेजवळ पोहोचली, तेव्हा लैला नेहमीप्रमाणे खाली उतरली. आम्ही बसच्या आरशाच्या कक्षेत येणार नाही अशा प्रकारे बसच्या बरोबर मागे थांबलो.

मी मेरीचा हात घट्ट दाबला. 'वेळ झालीय, आपण आता कृती करूया.' मी असं म्हणताच तिने मागेपुढे पाहिलं नाही. माझ्या आधीच तिने गाडीबाहेर उडी घेतली आणि सफेद पोषाख घातलेल्या लहान मुलीच्या दिशेने ती धावत सुटली. तिच्या चेहऱ्यावरचं अवगुंठण वाऱ्याच्या झोताबरोबर उडून तिचा चेहरा उघडा पडला होता, तिने तिचे बाहू पुढे पसरले होते. लैला ती बोलत असलेल्या मैत्रिणीपासून वळली आणि तिच्या दिशेने धावत येणाऱ्या आईला तिने पाहिलं. हातातली पुस्तकं खाली टाकून धावतच ती तिच्या आईच्या बाहुपाशात शिरली. मेरीने लैलाला उचलून घेतलं आणि त्या दोघी जणू काही अनंतकाळपर्यंत एकमेकींच्या आलिंगनात विसावल्या.

मी मागे वळून आमच्या ड्रायव्हरकडे दृष्टिक्षेप टाकला. तो मेरी आणि लैलाकडेच पाहत होता. त्याचवेळी दुसरे कोणी त्यांना पाहत तर नाही ना, याचाही त्याची नजर वेध घेत होती.

त्याचा संयम सुटून तो तिथून नाहीसा तर होणार नाही ना? आमचे पैसे, पासपोर्ट, तिकिटं सगळं गाडीतच होतं. तो निघून गेला असता तर आम्ही लिबियामध्येच अडकून पडलो असतो. त्या परिस्थितीत त्याच्यावर विश्वास टाकण्याखेरीज मी काय करू शकत होते? लैला आणि मेरीला त्वरित आणि कौशल्याने गाडीत आणणं आवश्यक होतं.

मेरी तिच्या मुलीला रस्त्याच्या कडेलाच उभी राहून जवळ घेऊन केसांवर थोपटत होती. तिचे मटामटा मुके घेत होती. तिचा सुगंध रंध्रारंध्रात भरून घेत होती. दोघींनाही अतीव आनंदाने रडू कोसळलं होतं. त्या त्यांच्या इवल्याशा जगात हरवून गेल्या होत्या. त्यांच्यामागे एक शिक्षिका मुलांची मोजणी करत त्यांना आत सोडत होती.

तिच्या काही लक्षात आलेलं दिसत नव्हतं. तिची नजर त्यांच्यावर पडेपर्यंत. पण हा काही वेळाचाच प्रश्न होता.

विचार करण्यासाठी न थांबता मी तिच्याकडे गेले. तिचं लक्ष विचलित करण्यासाठी तिच्याशी बोलू लागले.

मेरीला आता काहीतरी कृती करण्याची निकड कळली होती. तिने दारं उघडी असलेल्या मोटारीकडे लैलाचं मुटकुळं घेऊन मोर्चा वळवला.

'मी नुकतीच या भागात राहायला आलेय,' मी त्या शिक्षिकेला सांगितलं. हे सांगत असताना मी तिच्या दुसऱ्या बाजूला अशा पद्धतीने वळले, ज्यायोगे ती माझ्याकडे पाहील, पण मेरीकडे तिची नजर जाणार नाही.

'आणि मी माझ्या मुलीसाठी शाळा शोधतेय, तिला दाखल करायला योग्य अशी. मी आपल्याला वेळ ठरवून भेटू शकते का?'

'अर्थात!' ती गोड हसली. तिच्या अंगावरून जाणाऱ्या मुलांची मोजदाद करण्याचं तिचं काम चालूच होतं. पण आता तिचं लक्ष तिच्या कामाकडे काहीसं अर्धवटच होतं.

'शाळा छान दिसतेय, मुलं आनंदी दिसतात.' मी म्हटलं.

'धन्यवाद,' अभिमानाने हसत तिने माझ्याकडे पाहिलं. बरीचशी मुलं तिच्या लक्षात येण्याआधीच पुढे निघून गेली होती. याचा अर्थ लैलाचं नाहीसं होणं निदान बराच वेळ तिच्या लक्षात येणार नव्हतं.

'तुम्ही सध्या कामात आहात.' मी तिला म्हटलं आणि बोलताबोलता तिच्यामागे नजर टाकून लैला आणि मेरी सुरक्षितपणे गाडीत बसल्याची खातरजमा केली. त्या आता माझीच वाट बघत होत्या.

'मी आपल्याला नंतर पुढच्या भेटीची वेळ ठरविण्यासाठी फोन करेन, ठीक आहे ना?' मी तिला म्हटलं.

'मीही तुमच्या भेटण्याची अपेक्षा करते.' तिने सौजन्यपूर्ण उत्तर दिलं. नंतर ती मुलांकडे परतली.

खरं म्हणजे पळतच जाण्याच्या उर्मीवर काबू ठेवण्याचा प्रयत्न करीत, मी संयत गतीने मोटारीकडे निघाले.

मोटारीच्या उघड्या दारापाशी पोहोचताच मी सरळ आत उडीच घेतली आणि उच्च स्वरात ड्रायव्हरला म्हटलं, 'चल.'

मी मागे नजर टाकली आणि माझ्या त्या घाईचं कारण न समजल्याने गोंधळलेल्या शिक्षिकेचा चेहरा मला दिसला. नशिबाने साथ दिली तर लैला मुलांमध्ये दिसत नाही, हे तिला कळून यायला काही अवधी लागेल, मग ती विचार करेल की लैला आलेलीच नसावी. घरीच सुरक्षित असावी. शक्यता अशी होती की शाळेची बस जेव्हा

लैलाच्या घरावरून जाईल, त्यावेळी बसमधून लैला उतरली नाही, हे कळेपर्यंत लैला नाहीशी झाल्याचं कोणाच्याच लक्षात येणार नाही.

कोणत्याही धोक्याच्या घंटा वाजायच्या आधीच, त्या देशातून विमानोड्डाण करणं शक्य होईल बहुतेक!

तिच्या आईला भेटल्यावर झालेली लैलाची प्राथमिक उत्तेजित प्रतिक्रिया आता भीतीत रूपांतरित झाली होती. आजूबाजूला चाललेला आरडाओरडा, जोराचा आवाज करत फटाफट बंद केले जाणारे दरवाजे आणि टायरचा कर्कश आवाज. या सगळ्या वातावरणामुळे ती गांगरली होती. एका कॅरीबॅगमध्ये ती उलटी करत होती. मेरीने तिला आलिंगन दिलं होतं आणि ती तिच्या केसांचा सुगंध हुंगत होती. जणू काही आधीच्या निसटलेल्या वर्षांचा प्रत्येक क्षण पुन्हा मिळवण्याचा तिचा प्रयत्न चालला होता.

'ते सावध होऊन काहीही कृती करण्याआधी आपल्याला काही तास मिळतायत, चला तर आपण सरळ त्रिपोली विमानतळावर पोहोचूया आणि विमान पकडूया.'

ड्रायव्हरने संमतीदर्शक मान हलवली आणि गाडी त्या छोटेखानी स्थानिक विमानतळाच्या दिशेने वळवली. मला आशा होती की जरी त्यांना लैलाची अनुपस्थिती जाणवली, तरी कदाचित दोन तास किंवा त्याहून अधिक वेळ ते विमानतळावरच्या अधिकाऱ्यांना कळवणार नाहीत.

मेरी लैलाची काळजी घेण्यातच एवढी गुंतली होती, की आम्ही काय करतोय याकडे लक्ष द्यायला तिला फुरसतच नव्हती. पलायनासाठी कराव्या लागणाऱ्या व्यवस्थेची जबाबदारी तिने आता माझ्यावर सोपवली होती.

तिथे पोहोचेपर्यंत असंच वाटत होतं, की रस्त्यावरचा प्रत्येक वाहनचालक आम्हाला रोखण्यासाठी प्रयत्नांची शर्थ करतो आहे. अद्याप धोक्याच्या घंटा वाजायला सुरुवात झालेली नसावी हे ठाऊक असून देखील, प्रत्येक पोलिसाला किंवा सैनिकाला पाहिल्यावर माझ्या पाठीच्या कण्यात भीतीची एक थंड लहर उमटत होती.

पैसे, तिकिटं आणि पासपोर्ट तयार ठेवण्यात मी गुंतले होते. विमानात प्रवेश करण्यासाठी ते आवश्यक होतं, म्हणजे सरळ विमानात चढता आलं असतं.

आमच्या योजनेनुसार जर सर्व काही सुरळीत पार पडलं, तर लैला निघून गेली आहे, हे त्या लोकांना कळण्याआधीच आम्ही त्या देशाच्या बाहेर पडू शकत होतो.

हे सगळं इतकं सुलभ होईल, यावर माझा विश्वासच बसत नव्हता.

स्थानिक विमानतळ म्हणजे एक सुस्त ठिकाण होतं. ड्रायव्हरच्या हातात आमचं सामान आणि मेरीने लैलाला उचलून घेतलेलं, अशा अवस्थेत आम्ही घाईघाईत आत शिरल्यावर आम्हाला असं आढळलं, की कोणालाही काहीही करण्याची कसलीच घाई नव्हती.

आम्ही आत प्रवेश करण्यासाठी काऊंटरजवळ गेलो आणि तिथल्या माणसाला मी आमची तिकिटं दाखवली.

'तुमच्या त्रिपोलीहून उड्डाण करणाऱ्या विमानाला विलंब होणार आहे.' तो थंडपणे म्हणाला.

'किती तास?' हे विचारताना माझी छाती दडपली होती.

खांदे उडवत तो म्हणाला, 'चार एक तास, कदाचित अधिक.'

'विमानतळावर इतके तास खोळंबून बसण्याचा धोका आपण पत्करू शकत नाही. चार किंवा अधिक तासांपेक्षा वेळ मोडल्यास लैलाचे वडील पोलिसांपर्यंत पोहोचून धोक्याच्या सूचना प्रसारित होतील.' मी म्हटलं.

'आपण आता काय करणार आहोत?' लैलाला अधिकच जवळ ओढून घेत भीतीने विस्फारलेल्या नेत्रांनी मेरीने विचारले.

मिळालेली मुलगी पुन्हा कोणी हातची ओढून नेली तर?

तिच्या मनातलं द्वंद्व मी ओळखलं.

"मला वाटतं पुढे काही तास आपण इथून बाहेर पडण्यासाठी गाडीचा प्रवास करावा. सीमेवरचे सुरक्षारक्षक हरवलेल्या मुलांची टेहेळणी करण्याची शक्यता कमी आहे. तोपर्यंत आपण रस्त्याने प्रवास करू, बरेचसे सुरक्षित असू."

आश्चर्याने मेरी म्हणाली, 'एवढा लांबचा प्रवास मोटारीने?'

'मला असं वाटतं, की हा सर्वाधिक सुरक्षित पर्याय आहे.'

'ओ.के.' मेरीने संमती दिली.

आम्ही ड्रायव्हरकडे परतलो आणि त्याला सतरा तासांचा रस्त्याचा प्रवास करून अल्जेरियन सीमारेषेपर्यंत पोहोचायच्या सूचना दिल्या. माझे भविष्यातले काही आठवडे असाच तासन्तास प्रवास करण्यात जाणार होते.

कडक ऊन, धूळ आणि कळकट उपाहारगृहात चहापाण्यासाठी थांबावं लागणं, गलिच्छ प्रसाधनगृहं आणि अपुऱ्या सोयी हे मुलांना बरंचसं कठीण वाटायचं. आम्ही रस्त्यावरच स्नान करायचो, उष्मा आणि धुळीपासून थोडीफार सुटका मिळवण्यासाठी आणि पुढचा प्रवास पार पाडण्याची शक्ती येण्यासाठी; एखाद्या हौशी प्रवाश्यांसारखे पाव, मध आणि कलिंगडं विकत घ्यायचो.

मुलांप्रमाणेच प्रौढांना देखील हे कठीणच होतं. अशा वेळी मला आश्चर्यकारकरित्या उमलून आल्यासारखं वाटायचं. सदैव जागरूक राहावं लागायचं. *प्रत्येकाविषयी संशय, त्यांनी आमच्या गाडीचा नोंदणीक्रमांक तर लिहून घेतला नसेल ना? फोन तर केला नसेल पोलिसांना?*

लोक कितीही मित्रत्वाने आणि स्वागतोत्सुक पद्धतीने वागले, तरी पलायन करत असताना प्रत्येकजण तुमचा शत्रूच असतो.

जसजसे आम्ही अल्जेरियन सीमेच्या जवळ येत चाललो, माझी अस्वस्थताही वाढत चालली. मेरी आणि लैला– त्यांच्या पासपोर्टवरील छायाचित्रांत त्यांना फरक आढळून आला तर? मेरी जरी बरीचशी तिच्या बहिणीसारखी दिसत असली, तरी लैलामध्ये मात्र मधल्या एक वर्षात बराच फरक पडला होता आणि ती फारशी तिच्या लहान चुलत बहिणीसारखी दिसत नव्हती. पण वाढ वेगाने होत असल्याने मुलं क्वचितच त्यांच्या पासपोर्टवरील छायाचित्रासारखी दिसतात आणि मी आशा करत होते, की अधिकारी देखील हाच विचार करतील.

आम्ही जसे चेकनाक्याच्या जवळ आलो, भीतीने मला आजाऱ्यासारखं वाटू लागलं; खरोखरच मला उलटी झाली तर? मेरीचाही रंग पार उतरून गेला होता. केव्हाही चक्कर येऊन पडेल अशीच दिसत होती ती.

ड्रायव्हरला आम्ही त्याचा मेहनताना आणि वर घसघशीत टीप दिली होती. पुन्हा लिबियाला आलो तर फोन करण्याचं आश्वासन दिलं होतं.

'मी तुम्हाला चेकनाक्यातून पार करतो आणि नंतर तुम्हाला अल्जेरियन वाहनचालक बघावा लागेल.' ड्रायव्हरने सांगितलं. मी कृतज्ञतेने मान डोलावली. सुरक्षारक्षकांच्या नाक्याकडे जाताना आम्ही सर्वांनी ओठ घट्ट मिटून घेतले होते. अगदी गप्प होतो. लैला तिच्या आईच्या दंडाला बिलगून मोठमोठ्या डोळ्यांनी सगळं न्याहाळत होती. तिची आई आणि मी कमालीच्या तणावाखाली असल्याचं तिला निश्चितच जाणवत असणार.

आमच्या पुढच्या ट्रकची सुरक्षा रक्षकाने चालविलेली तपासणी जणू काही अनंतकाळपर्यंत चालू असल्यासारखं मला वाटत होतं. त्यांच्या गाडीत भरलेल्या सामानाचं बारकाईनं निरीक्षण, पुन्हा कागदपत्रांची तपासणी, हे सगळं करून झाल्यावरच त्याने शेवटी एकदाची ड्रायव्हरला पुढे जाण्याची खूण केली.

आमच्या ड्रायव्हरने आमचे कागदपत्र खिडकीतून पुढे सारले. रक्षकाने बराच वेळ कागदपत्रांचं निरीक्षण केलं, खिडकीतून तो माझ्याकडे, मेरीकडे आणि लैलाकडे आळीपाळीने पाहत होता. लैला आईला अधिकच घट्ट बिलगली होती.

आमच्या मागे तेवढ्यात कर्णा कर्कश वाजवत एक गाडी येऊन थांबली. जणू काही मागच्या गाडीतल्या माणसाला त्याच्या उद्धटपणा आणि उतावीळपणाची शिक्षा देण्यासाठी, त्यांना अधिक थांबायला भाग पाडण्यासाठी, रक्षकाने तिरसटून वर पाहिलं आणि पुन्हा जोमाने आमच्याच कागदपत्रांचा अभ्यास चालवला.

शेवटी एकदाचे त्याने आमचे कागदपत्र खिडकीतून परत दिले आणि संथपणे पुढे जाण्यासाठी हात हलवला.

आम्ही आता लिबियाच्या बाहेर पडून अल्जेरियात प्रवेश केला होता.

आमच्या ड्रायव्हरने आम्हाला प्रवाश्यांची वाट बघत थांबलेल्या टॅक्सींच्या समूहाकडे

नेलं आणि आमच्या वतीने त्यांच्याशी वाटाघाटी सुरू केल्या. जणू काही दुनियाभरचा रिकामा वेळ त्यांच्याकडे असल्यासारखं, सिगारेट ओढत, कॉफी पीत असलेल्या ड्रायव्हर्सना बघत आम्ही आमच्या गाडीतच बसून राहिलो. पुढचा प्रवास करण्यासाठी आणि तिथून निघण्यासाठी मी कमालीची उतावीळ होते, पण सबुरीने घेणंही गरजेचं होतं.

काही युगं लोटल्यासारखं वाटायला लावणारा वेळ गेल्यावर ड्रायव्हर दुसऱ्या एका माणसाबरोबर परत आला. आमचा परिचय करून दिल्यावर त्याने आमचं सामान उतरवायला सुरुवात केली. हा ड्रायव्हरही तितकाच उमदा वाटला. त्यानेही ठरवलेल्या पैशांत काम करायचं कबूल केलं होतं. या गाडीची अवस्थाही पहिल्या टॅक्सीसारखीच होती.

आम्ही गाडीत बसलो आणि सीमारेषेपासून आणि लिबियापासून वेगाने दूर जाताना आम्हाला सुटकेची भावना प्रकर्षाने जाणवली.

आम्ही त्या रात्री रस्त्याच्या कडेला मोटारीतच झोपलो. पोलीस हेलिकॉप्टर्स घिरट्या घालतायत, लैलाला परत घेऊन जाण्यासाठी येतायत, आम्हाला तुरुंगात टाकतायत, असे अस्वस्थ विचार सतत डोक्यात घोंगावत असल्याने मला मात्र शांत झोप लागली नाही.

आमच्या मांड्यांवर पसरलेली लैला आणि घोरणारा ड्रायव्हर, ह्या परिस्थितीत झोप लागणं अशक्यच होतं. तरीही शेवटी दिवसभराच्या ताणाने डुलकी लागली.

दुसऱ्या दिवशी आम्ही अल्जेरिया ते मोरोक्को असा प्रवास केला. तब्बल आठशे मैलांचा. लिबिया आणि आमच्यामध्ये आता एक पूर्ण देश पसरला होता. दुसऱ्या विमानतळावर प्रवेश करण्यापूर्वी हे सुरक्षित आहे असेल, असा मी विचार केला होता. चोवीस तास उलटून गेल्याने अधिकाऱ्यांना आता पावलं उचलण्यासाठी वेळ मिळणार होता. शेजारच्या देशांना ते सावध करण्याचीही शक्यता होती.

मोरोक्कोच्या सीमेवर त्यांनी आमच्याकडे आधीच्या सीमारेषेपेक्षाही कमी लक्ष दिलं. वाहनांची संख्या बरीच मोठी होती आणि ते अधिकारी त्या लोकांना एकदाचे सीमापार करण्याच्या तणावपूर्ण मन:स्थितीत होते. सीमेपलीकडे पळून जाऊ पाहणाऱ्या अपहरणकर्त्यांना पकडण्याची चिंता त्यांना नसावी बहुतेक!

मोरोक्कोत मी आमच्यासाठी नवीन तिकिटं विकत घेतली आणि आम्ही हिथ्रोला परत उड्डाण केलं.

पण विमानाने आफ्रिकन धरती सोडली, तरी भीतीने मात्र माझा पिच्छा सोडला नाही. हिथ्रो विमानतळावरच्या ब्रिटिश अधिकाऱ्यांना बघून माझ्या पोटात ढवळून आलं; त्या मुलीला हिरावून घेताना आलं होतं. अगदी तसंच! शेवटी आम्ही खोट्या कागदपत्रांवर प्रवास करत होतो आणि जेवढा त्रास आम्हाला त्रिपोलीला होऊ शकला

असता, तेवढाच हिथ्रोलाही होऊ शकत होता. मेरी आणि लैलाकडे योग्य ती कागदपत्रं नसल्याने त्या ब्रिटिश नागरिक आहेत यावर विश्वास न ठेवता, त्या जिथून आल्या आहेत, तिथे त्यांना अधिकारी परत पाठवून देण्याचीही शक्यता होती.

रांग संपता संपत नव्हती. लैलाला विमानोड्डाणानंतर तरतरी आली होती. हवाईसेनेच्या कर्मचाऱ्यांकडून मिळणाऱ्या महत्त्वामुळे आणि जातीने ते हवं-नको बघायला तत्परतेने हजर असल्याने ती टवटवीत झाली होती. उंच आवाजात त्यांना बरेचसे प्रश्न विचारत होती.

एकदाचं विमानात पाऊल ठेवल्यावर मेरी प्रथमच खऱ्याखुऱ्या अर्थाने विसावली. तिच्या मुलीवर तिने प्रश्नांची सरबत्तीच केली. *'कसं काय होतं तिचं आयुष्य तिच्या वडिलांबरोबर?'* जणू काही त्या वर्षाचा ताळेबंदच ती घेऊ पाहत होती. लैला तर एक चिमुरडीच, तिला सगळी खबरबात, बारीकसारीक माहिती सांगण्यात आनंदच वाटत होता.

लैलाला शांत करण्याची मी तसदी घेतली नाही. एकदाचं विमान धावपट्टीला टेकलं आणि थांबलं. हिथ्रो विमानतळावरच्या दगडी, मख्ख चेहऱ्यांच्या अधिकाऱ्यांना तोंड देताना त्यांचं लक्ष विचलित करण्यासाठी तिचा उपयोग होईल असं मला वाटलं.

आमच्या रांगेच्या शेवटी त्यावेळी एक स्त्री-अधिकारी कामावर होती आणि ती लैलाकडे दृष्टिक्षेप टाकत असल्याचं माझ्या नजरेनं टिपलं. माझ्या काळजाचा एक ठोकाच चुकला. माझ्या डोळ्यात तिने काही क्षण एकटक स्थिरपणे पाहिलं आणि नंतर पासपोर्टकडे. त्यावरचे वेगवेगळे शिक्के, व्हिसा न्याहाळले. शेवटी फटकन पासपोर्ट मिटत तो माझ्या हातात तिने परत दिला आणि मान हलवून पुढे जाण्याची संमती दिली.

तिने मेरी आणि लैलाला देखील अशीच संमती देईपर्यंत मी मागे वळून देखील पाहिलं नाही. आजूबाजूच्या प्रवाशांच्या गर्दीपेक्षा मी फार वेगळी तर दिसत नसेन ना, असा विचार करत बसण्यासाठी जागा शोधून मी त्यांची वाट बघत बसले.

एकदाचे जेव्हा आम्ही सुटलो आणि कठड्याच्या पलीकडे माझी प्रतीक्षा करणारा महमूद मला दिसला, तेव्हा मला सुटकेनं रडावंसं वाटलं. पण अजून थोडा वेळ नाटक चालू ठेवणं भाग होतं. आमचं निरीक्षण सुरक्षा कॅमेरे करत असण्याची शक्यता होती. आम्ही फार घाईत आहोत असं कोणाला भासू नये म्हणून, इतरांसारख्याच गतीने आम्ही वाहनतळाकडे निघालो.

थकलेल्या शरीरांनी पण एक प्रकारच्या आनंदी शांततेत आमचा लंडनपर्यंतचा मोटारीचा प्रवास झाला.

मेरी आणि लैलाला आता नावं बदलून अज्ञातवासात जायचं होतं. लैलाचा बाप पुन्हा परत येऊन, तिला हिरावून घेऊन जाण्याच्या भीतीपोटी, एकमेकांशी संपर्क

साधायचा नाही, असं आम्ही ठरवलं आणि त्या दोघी कुठे गडप झाल्या, याची मला काहीच कल्पना नाही. पण त्यांचं जेव्हा शाळेच्या बाहेर पुनर्मीलन झालं होतं, तेव्हाचे त्यांच्या चेहऱ्यावरचे ते आनंदी भाव मी कधीच विसरणार नाही.

लौकरच माझ्या मी या साहसात किती थकले, घाबरले होते त्या स्मृती पुसट झाल्या आणि मला रक्तात उत्तेजना निर्माण करणाऱ्या अँड्रेनलिन हार्मोनची उणीव भासू लागली.

एका आईचं आणि तिच्या हरवलेल्या मुलीचं पुनर्मीलन घडवून आणण्यातला थरार, काहीतरी चांगलं केल्याची भावना, याचा आनंद मी लुटला होता. मला असंच काहीतरी पुन्हा पाहिजे होतं आणि ते 'थ्रिल' मिळवण्यासाठी मला फार काळ वाट पाहावी लागणार नव्हती!

■

मुस्लिम होताना....

उगाच आव आणण्यात किंवा नाटक करण्यात काही अर्थ नाही, पण माझं बालपण काही फार आनंदात गेलं नाही. मला वाईट वाटतंय हे सांगताना, कारण प्रत्येकाच्या आयुष्यात त्याचं शैशव, हा एक रमणीय काळ असतो.

माझं आणि माझ्या आईचं नातं विशेष सुखकारक नव्हतं आणि म्हणूनच कदाचित मला असं तीव्रतेनं वाटत असेल की लैलासारख्या मुलांना त्यांच्या आईबरोबर राहायची प्रत्येक संधी मिळाली पाहिजे, कारण त्यांच्या मातांचं मुलांवर प्रेम होतं. मी तर माझ्या कुटुंबापासून कोणीतरी मला हिरावून घेतलं असतं, तर अधिक आनंदी होऊ शकले असते.

काही आठवणार नाही एवढी छोटी असताना माझे आईवडील स्कॉटलंडहून इंग्लंडला आले.

माझ्यासकट आम्ही त्यांच्या तीन मुली, मी मधली, सँड्रा आणि ट्रेसीमधले सँडविच!

माझी आई आमच्याशी कडकपणे वागायची, आणि तिचं काही बिनसलं की ती आमच्यावर तो वैताग शाब्दिक नाहीतर शारीरिक ताडनाने व्यक्त करायची.

तिच्या स्वत:च्या आयुष्याबद्दलच्या नाराजीला, ती आमच्या माध्यमातून, आमच्यावर राग काढून वाट करून द्यायची. पण ती नेहमीच रागावलेली आणि तिरसटलेली असायची. कशानेच समाधान व्हायचं नाही तिचं.

आमचे बाबा एअरक्राफ्ट व्यवसायात अभियंता होते आणि कामासाठी बराच काळ बाहेरच असायचे. याचाच अर्थ आईला एकटीलाच आम्हा तिघींना तोंड द्यायला

लागायचं आणि जसजशा आम्ही मोठ्या होऊ लागलो, तसतसं तिला आमच्यावर नियंत्रण ठेवणं अधिकाधिक कठीण भासू लागलं.

एअरक्राफ्ट हा बाबांचा निव्वळ कामाचाच नव्हे तर त्यांच्या छंदाचाही भाग होता. ते त्यांचं 'फर्स्ट लव्ह' होतं. केंब्रिजजवळ आमचं बरीच एकर जमीन असलेलं एक मोठं घर होतं आणि आमचे बाबा तिथल्या बागेत जुन्या विमानांची दुरुस्ती करत, तासन्तास ती विमानं हाताळत बसायचे. जणू काही ती भल्यामोठ्या एअरफिक्स मॉडेल्सपेक्षा काहीतरी अधिक होती. एकदा ती ठीकठाक केली की ते पुन्हा त्यांना काळजीपूर्वक वेगवेगळं करायचे आणि मग ट्रेलर्स यायचे. दुरुस्त करायच्या हँगरवर ते भाग पोहोचते झाल्यावर बाबांच्या देखरेखीखाली त्यांचं पुन्हा रिअसेंबल व्हायचं. माझ्या कल्पनेप्रमाणे ती विमानं नंतर एखाद्या संग्रहालयात प्रदर्शनासाठी ठेवली जायची. त्यांच्या हातांना निर्माणक्षमतेची देणगी होती, पण भावनिकदृष्ट्या मात्र आयुष्याला तोंड देणं त्यांना अवघड जायचं. निश्चितच त्यांना माझी आई आणि तिचा राग यांना कसं हाताळावं ते कळत नव्हतं.

दोघांचा नेहमी वादविवाद, भांडणं चालायची. एका खोलीत राहणं त्यांना कठीण व्हायचं आणि त्यामुळे एक अनप्लेझंट वातावरण सगळ्यांसाठी निर्माण व्हायचं. शाळांना सुट्या लागायच्या वेळेला मी आणि माझ्या बहिणींना आमच्या इतर मैत्रिणींना वाटायची तशी कधीही घरी यायची ओढ वाटली नाही.

जेव्हा माझी मुलं शाळेच्या रस्त्यावरून उत्तेजित होऊन ओरडत घराकडे परततात, त्यावेळेला मला वाईट वाटतं की मला घराकडे जाताना असं कधीच का वाटलं नाही?

आम्हाला मुख्यत्वे आमच्या आईची कडक शिस्त होती. आमची सगळी कामं, बिछाने करणं, खोल्या नीटनेटक्या ठेवणं, शाळेला जाण्याआधी बुटांना पॉलिश करणं आणि जेवताना टेबलावर वागण्याचे सगळे संकेत, शिष्टाचार बिनचूक पाळणं हा शिस्तीचा भाग होता.

मुलांना स्वतंत्र आणि स्वयंशिस्त बनवण्यात तसं काही गैर नाही, पण ते शिकवताना आई-वडिलांनी त्यांच्याशी प्रेमळपणाने वागायला हवं.

माझ्या मुलांनाही मी शिस्त लावायला पाहिजे, पण माझी हिंमतच होत नाही तसं करायची. मला त्यांच्यासाठी कामं करायला आवडतं. ती आनंदी, स्वच्छंदी असावी आणि सततची टोचणी लावणाऱ्या, दामटणाऱ्या वातावरणात त्यांना राहावं लागू नये, असं मला वाटतं.

आमच्या मित्रमैत्रिणींना घरी आणायला आम्हा बहिणींना आवडायचं नाही. आमची आई त्यांच्याशी कशी वागेल, ह्याची आम्हाला खात्री नसायची. काहीतरी कुरापत काढून ती जर त्यांच्याशी वाईट वागली, किंवा क्षुल्लक, किरकोळ कारणांवरून तिने

आम्हाला त्यांच्यासमोर लाजिरवाणं वाटायला लावलं तर? म्हणून मग आम्ही मैत्रिणींना घरी आणणंच टाळायचो.

आईला कोणी विशेष मित्रमैत्रिणी नव्हत्या आणि असल्या, तरी त्यांची मैत्री टिकवून ठेवणं तिला जमत नव्हतं. कधी क्वचित आमच्या मैत्रिणी आमच्या घरी आल्याच, तर त्यांना सहा वाजता त्यांच्या घरी परत जावं लागायचं आणि आम्हाला त्यानंतर अर्ध्या तासात झोपायला जावं लागायचं. कित्येक तास अद्याप बाहेर खेळत असलेल्या इतर मुलींचे आवाज ऐकत, आम्ही निद्रादेवीची आराधना करीत आमच्या बिछान्यात पडून असायचो. सकाळी उठल्यापासून ते रात्री बिछान्यात पडेपर्यंत एका तणावग्रस्त वातावरणाचा घरावर पगडा असायचा.

आई आमच्या मनावर नेहमी ठसवायची, की आम्ही श्रीमंत माणसाशी लग्न करावं. माझा असा तर्क आहे, की तिने स्वत: श्रीमंत माणसाशी लग्न न केल्याने ती नाराज होती. आम्ही मात्र बाबांच्या कमाईत समाधानी होतो. आईला पॅलेस्टाईन राजकारणात रस होता आणि त्या भागात तिचे संबंध होते. तिचा त्यांच्याशी प्रथम कसा संपर्क आला, त्याची मला कल्पना नाही आणि तिचं त्या लोकांशी काय गुफ्तगू चालायचं तेही कळलं नाही. पण हेही शक्य आहे की त्या लोकांबद्दलची तिची आवड माझ्यापेक्षाही कोवळ्या वयात तिच्यात अंकुरली.

आम्ही घरी असेपर्यंत आई-बाबा एकत्र होते. नंतर त्यांनी एकमेकांबरोबर जमवण्याचा अट्टाहास सोडून दिला आणि घटस्फोट घेतला. त्यांची चूक त्यांनी आयुष्याच्या पूर्वार्धातच मान्य केली असती, तर निदान आमचं बालपण तरी अधिक आनंदी झालं असतं.

केवळ मुलं आहेत म्हणून नवराबायकोने एकत्र राहण्यात हशील आहे, यावर माझा अजिबात विश्वास नाही. पण एका गोष्टीवर मात्र माझा विश्वास आहे, की जर ते विभक्त झालेच, तर मुलांना भेटण्यासाठी त्यांनी एकमेकांना आडकाठी करू नये.

आम्ही लहान असताना दोघांना एकत्र राहणं विशेष जमलं नाही. एकदा तर मी फक्त सात वर्षांची असताना खुशाल आम्हाला सांभाळण्याची जबाबदारी बाबांवर सोपवून आई चक्क एक वर्ष दुसऱ्या कोणाबरोबर तरी जाऊन राहिली. *बिच्चारे!* आमची काळजी घ्यायला घरी राहता यावं म्हणून त्यांनी नोकरी देखील सोडली.

मला आठवतंय, उकडून कुस्करलेला बटाटा आम्हाला खायला देताना बाबा त्याला 'हॉट आईस्क्रीम' म्हणायचे. लहानपणची छोटीशी जादूची ट्रिक! आमच्या आईला ते कधीच जमलं नाही. आम्हाला डे केअर सेंटरमध्येही काही काळ जावं लागलं, कारण त्यांच्या कुवतीच्या बाहेरचं होतं ते, पण संध्याकाळी मात्र आम्ही घरी असायचो.

त्या दोघांमध्ये या कालावधीत काय चाललं होतं, याची मला कल्पना नाही, पण

शेवटी त्या एका वर्षात ती काय करत होती याचं काहीही स्पष्टीकरण न देता, आई परत आली होती.

तिच्या सततच्या त्रासामुळे, नंतर आम्हाला समाजसेवेच्या नोंदणी बुकात नोंदवून घेण्यात आलं. म्हणूनच ज्या पित्यांना एकट्याच्या जबाबदारीवर मुलांना वाढवावं लागतं, त्यांच्याबद्दल मी अनुदार नाही. मुलांच्या माता जर स्वखुशीने त्या पित्यांच्या आयुष्यातून निघून गेल्या असतील, तर प्रश्नच नाही, पण त्यांच्या नवऱ्यांनी त्यांना सोडून दिलं असेल, आणि जबरदस्तीने मुलांपासून त्यांना वेगळं केलं असेल, तर मात्र पित्यांनी मुलांना वाढवण्याच्या बाबतीत माझा वेगळा दृष्टिकोन असेल.

आई परत आल्यावर आम्ही हर्टफोर्डशायरच्या बुशी येथे राहायला गेलो. एम-२५ रिंग रोडवर, लंडनच्या उत्तरेकडच्या उपनगरात बरंच आत बुशी आहे, पण सांस्कृतिकदृष्ट्या मात्र शहराच्या संमिश्र केंद्रबिंदूपासून लाखो मैल दूर.

त्या दोघांचं परस्परांचं नातं– त्यात काहीच सुधारणा झालेली नव्हती आणि आमचं घर म्हणजे एक दु:खद, सर्वांनी विरुद्ध दिशांना तोंड फिरवलेलं ठिकाण झालं होतं.

मी पंधरा वर्षांची झाल्यावर घरातून पळून गेले. *'फार झालं आता हे,'* मी ठरवलं. बाहेरच्या जगात जे काही माझ्याबाबतीत घडेल, ते घरातल्या आयुष्यापेक्षा निश्चितच चांगलं असेल. नाहीतर मैत्रिणींच्या घरी टी.व्ही.वर मी पाहिलं होतं ना, आयुष्य एवढं दु:खद नसावं.

उंटाला शेवटची काडी जास्त व्हावी तसं झालं शेवटी माझ्याबाबतीत. थंडीच्या दिवसात एका संध्याकाळी आईने मला काही क्षुल्लक कारणासाठी नेहमीपेक्षा जरा अधिकच जोरात मारलं आणि माझ्या कपाळाला चांगलीच इजा झाली.

मला वाटलं, बाबा निदान यावेळी तरी माझी बाजू घेऊन तिला चांगलं सुनावतील, पण त्यांनी त्यांच्या नेहमीच्या शिरस्त्याप्रमाणे काहीच केलं नाही. मी एक बॅग देखील न घेता तावातावात घराच्या बाहेर पडले. मी परत गेले नाही. कुठे जायचं याचीही कल्पना नव्हती.

रात्रीचा आसरा घेण्यासाठी आणि दुसऱ्या दिवशीच्या प्रकाशाबरोबर नवीन आयुष्य सुरू करण्यासाठी, मी बुशी हाय स्ट्रीटच्या एका जवळच्या चर्चमध्ये गेले. ते चित्र पूर्ण करण्यासाठी त्या दिवशी नेमका थोडा हलका हलका हिमवर्षावही होत होता आणि डिकन्सच्या कादंबरीतल्या प्रसंगासारखी मी अगदी गारठून गेले होते.

पण या शारीरिक त्रासाची मला तमा नव्हती. माझ्या मर्जीप्रमाणे, माझ्या निवडीप्रमाणे कुठेही जायला, काहीही करायला मी आता स्वतंत्र आहे, हा विचारच रोमांचक होता.

मी जेव्हा चर्चजवळ पोहोचले, तेव्हा मुख्य दरवाजा बंद झालेला होता. दुसरा एखादा मार्ग आत प्रवेश करण्यासाठी असेल याचा शोध घेण्यासाठी मी चर्चला एक

पूर्ण चक्कर मारली, पण सगळीकडे अंधार होता आणि रात्रीच्या सुरक्षिततेसाठी सगळं बंद.

मला एकाएकी माझ्या एकटेपणाची तीव्र जाणीव झाली. चर्चच्या अंगणातल्या झाडांतून वाऱ्याने येणारे आवाज फक्त सोबतीला. मी चर्चच्या पुढल्या भागात परतले. तिथे बर्फ किंवा वारा यापासून निवारा होता. एका कोपऱ्यात पडून मी झोपण्याचा प्रयत्न केला. डोक्यात हजारो विचार घोंगावत होते.

पहाट झाली तरीही मी जागीच होते. अंग अवघडलं होतं, पण सुटल्यासारखं झालं होतं. माझ्या गारठलेल्या गात्रांत ऊब निर्माण करण्यासाठी मी एखाद्या कुत्र्यासारखं माझं अंग झटकलं. *संध्याकाळपर्यंत एखाद्या उबदार ठिकाणी मी माझी झोपायची सोय करेन.* घाईघाईने कालच्या अनुभवाची मला पुनरावृत्ती करायची नव्हती.

दिशा उजळल्या तशी मी चालतचालत वॅटफोर्डला पोहोचले, आणि रिकाम्या रस्त्यांवर भटकत राहिले. उघडलेलं एक उपाहारगृह मला दिसलं, जे सकाळी लवकर कामावर जाणाऱ्या कामगारांना न्याहारी देण्यासाठी, तसंच रात्रपाळी संपवून घरी जाणाऱ्या कामगारांना चहा-नाश्ता पुरवण्यासाठीही लवकर उघडलं होतं. खिडक्यांवर बाष्प साचलं होतं, पण तरीही शिजवलेल्या न्याहारीचा मनापासून आस्वाद घेताना मला लोक दिसत होते. तेव्हा मला जाणीव झाली, मी किती भुकेलेली होते, त्याची. मला तळलेल्या बेकनचा, खरपूस टोस्ट आणि कॉफीचा वास येत होता आणि खिडकीपर्यंत पोहोचायच्या आधीच माझ्या तोंडाला पाणी सुटलं होतं.

"नोकरीच्या काही जागा भरायच्या आहेत का?" मी आत शिरून विचारलं. मी ती रात्र बाहेर काढल्यामुळे बहुतेक गबाळ्यासारखी दिसत असणार; पण व्यवस्थापिकेला माझी दया आली आणि तिने मला अर्ध्या वेळेचं काम दिलं. कामाला सुरुवात करताना प्रथम एक थाळी भरून न्याहारी दिली. काटे चमचे घेऊन मी अंडी, बेकन खायला सुरुवात केली, गरमागरम चहा माझ्या पोटात उतरला आणि मला जाणवलं, की मी माझ्या प्रौढ जीवनाला खरोखरच चांगली सुरुवात केली आहे.

आता माझ्यापुढे पुढला प्रश्न होता, माझा पहिला पगार मिळेपर्यंत कुठेतरी राहण्याची सोय करण्याचा. मी एका मैत्रिणीला फोन केला आणि तिला सांगितलं की मी घर सोडलंय. तिला आश्चर्य वाटलं नाही, कारण ती पूर्वी एकदा माझ्या घरी आली होती आणि आईशी तिची भेट झाली होती. जोपर्यंत मी माझी स्वतंत्र सोय करू शकत नाही तोपर्यंत, तिने आनंदाने माझी सोय तिच्याकडे करायचं कबूल केलं. मला सोफ्यावर झोपावं लागेल, याचीही सूचना दिली. पण आईपासून दूर राहण्यासाठी माझी कोणत्याही प्रकारचा शारीरिक त्रास सोसण्याची तयारी होती आणि बाहेर थंडीवाऱ्यात झोपण्यापेक्षा हे ठीक होतं.

काही आठवड्यानंतर थोडेफार पैसे खिशात जमल्यावर मी माझी दुसरीकडे सोय

केली. शेवटी मी स्वतंत्र झाले होते. माझ्या मोठ्या बहिणीचा, सँड्राचा मित्र इटालियन होता. त्याने येऊन मला माझ्या पहिल्या महिन्याचं भाडं भरायला पैसे दिले.

'माझं बरोबर आहे असं तुला वाटतं का?' त्या एवढ्याशा खोलीचं निरीक्षण आम्ही दोघं उभं राहून करीत असताना मी त्याला विचारलं.

'अर्थात... तू तिथे कधीच परत जाऊ नकोस, तू इथे आनंदात राहशील.'

माझ्या उदाहरणाने प्रोत्साहित होऊन सँड्रा आणि ट्रेसी, दोघींनीही माझ्यानंतर घर सोडलं. घर सोडल्यानंतर मी आनंदात होते. आणि कालांतराने मी माझ्या आईलाही भेटू शकले, आणि तिच्याबरोबर माझं एक नवीन, प्रौढत्वाचं नातं निर्माण झालं. तरीपण आमचं नातं काही जिवाभावाचं या शब्दांत व्यक्त करता नाही येणार.!

माझा पहिला मित्र होता वॅटफोर्ड युनिव्हर्सिटीचा विद्यार्थी करीम. मी षोडषा होते आणि त्याने मला अक्षरश: एका दुसऱ्याच विश्वात नेलं. तो जॉर्डनचा होता आणि दिसायला फार देखणा. आमची प्रथम भेट झाली तेव्हापासूनच आम्ही एकमेकांना आवडलो. सत्तर-ऐंशीच्या दशकात बरीचशी अरब मुलं आणि तरुण इंग्लंडला शिक्षणासाठी येत होते आणि त्या सर्वांना इंग्लिश मुलींचं प्रणयाराधन करायचं होतं. त्यातले बरेचजण अशा संस्कृतीतून येत होते, ज्या संस्कृतीत वयाच्या बाराव्या वर्षानंतर मुली सर्वांग झाकून घ्यायच्या आणि नंतर एकदम एखाद्या योग्य तरुणाशी विवाह झाल्यावरच दृष्टीस पडायच्या. त्यातल्या फार थोड्याजणांनी इंग्लंडला येण्याआधी एखाद्या मुलींबरोबर 'डेटिंग' केलं असेल!

जेव्हा त्यांना कळलं की इंग्लिश मुली विवाह न करता देखील संबंध ठेवायला राजी असतात आणि प्रणयाराधनाच्या भेटीच्या वेळी त्यांच्या सोबतीला दुसरं कोणी नसतं, तेव्हा तर त्यांना अक्षरश: स्वर्गात उतरल्याचा आभास झाला असेल. जेव्हा एखाद्या मुलीबरोबर त्यांचे संबंध प्रस्थापित व्हायचे, तेव्हा त्यातल्या काहीजणांच्या मनात मात्र विवाहाचा विचार असायचा, कारण ते ज्या संस्कृतीत वाढायचे, त्या संस्कृतीची शिकवण अशी असायची, की जर तुम्ही एखाद्या मुलीबरोबर शरीरसंबंध ठेवलेत, तर लग्नही तिच्याबरोबरच केलं पाहिजे.

काही उदाहरणांत त्यांना ब्रिटनमध्ये राहण्यासाठी व्हिसाची गरज असायची, आणि इंग्लिश पत्नी असेल तर ते कितीही काळ तिथे राहू शकत होते. मी असंही धाडसानं म्हणू शकते, की त्यातले काही जण आपल्या कुटुंबीयांबरोबर काहीसा सूडात्मक बंडाचा पवित्रा घेऊन, त्यांना धक्का देण्यासाठी आणि पाश्चिमात्य मुलगी बायको म्हणून बरोबर नेऊन, वयस्कर नातेवाईकांसमोर मिरवण्यासाठी, त्यातला आनंद मिळवण्यासाठी इंग्लिश मुलींबरोबर मैत्री करायचे.

एकमेकांची भविष्यं एकत्र घडवण्याच्या दृष्टीने सुबुद्धपणे कोणते निर्णय घ्यावेत, हे मात्र एकमेकांच्या विभिन्न व्यक्तिमत्त्वाने प्रभावित होऊन जवळ आलेल्या इंग्लिश

मुलींना आणि सावळ्या, पण भारून टाकणाऱ्या अरब मुलांना वस्तुत: माहीत नसायचं.

कसं काय कळणार ते आम्हाला? आम्ही तर बोलून चालून लहान मुलंच, पण एका विशिष्ट वयातील लहान मुलांवर कधी कधी मोठ्यांच्या आयुष्यात येणाऱ्या प्रसंगाप्रमाणे प्रसंग येतात. काही मुली गरोदर व्हायच्या, तर काही तडफदार आकर्षक आणि निदान वरवर तरी श्रीमंत भासणाऱ्या मुलांशी लग्न करायला तयार व्हायच्या, तेही त्याच्यातून काय निष्पन्न होणार आहे याची काहीही कल्पना नसताना; बरेच वर्षांनंतर जेव्हा कळायचं की आपण चूक केली, तेव्हा फार उशीर झालेला असायचा, कारण आता त्यांना झालेल्या मुलांचाही प्रश्न असायचा.

मला करीम खरंच आवडला होता आणि जेव्हा त्यानं जॉर्डनला त्याच्या कुटुंबीयांना भेटायला जाण्याबद्दल सुचवलं, तेव्हा तर मला ती एक भन्नाट कल्पना वाटली. माझे इंग्लंडमध्ये काही बंध राहिले नव्हते, आणि मला नवीन अनुभव घ्यायची, नवीन ठिकाणं पाहायची ओढ लागली होती. त्या मुलांनी आत्मीयतेने वर्णन केलेली ठिकाणं मला बघायची होती आणि ते लोक इंग्लंडला यायच्या आधी कसे राहात होते हे जाणून घ्यायचं होतं. करीमसारखी मुलं ज्या संस्कृतीत वाढली आणि जी इंग्लंडच्या संस्कृतीपेक्षा वेगळी असणार होती, ती संस्कृती मला समजून घ्यायची होती. मला स्वत:च्या इथल्या मूळ आयुष्याविषयी काही विशेष ममत्व उरलं नव्हतं आणि काहीतरी चांगल्याच्या शोधात माझं कुटुंब सोडून जाण्यात मला आनंदच वाटला असता.

मला हे उमगलं, की करीम आणि मी बहुतेक लग्नबंधनात बांधले जाऊ आणि त्या विचाराने मला काही काळजी वाटत नसली, तरी मला काही घाई नव्हती. आमचे काहीही बांधिलकी आणि भविष्याचा विचार नसलेले संबंध मला तसेच आवडायचे. जेव्हा तो आमच्या संबंधांविषयी गंभीर व्हायचा, तेव्हा मी त्याला हसवायची आणि घाईघाईने लगेच विषय बदलायची. माझं उरलेलं आयुष्य त्याच्याबरोबर घालविण्याच्या प्रस्तावाला लगेच होकार न दिल्यानं, मी माझ्याबद्दलचं त्याचं आकर्षण अधिक वाढवतेय, असं मला जाणवलं, पण माझ्या प्रयत्नांनीदेखील तो निश्चितच शांत होत नव्हता.

जॉर्डनला विमानातून पाय खाली ठेवलेल्या क्षणापासून मला सगळं भुलवणारं भासलं, अगदी मी आशा केल्याप्रमाणे. विमानतळापासून गाडीने जाताना जाणवणारी उष्णता, सुवास आणि फुललेले रस्ते... सगळं मला उन्मादक वाटलं... लोक सगळी कामं उन्हात नाहीतर छत्र्यांच्या आणि ताडाच्या झाडांच्या सावलीत करीत होते. सगळं काही भुरळ पाडणारं होतं, आणि करीम, त्याचे कुटुंबीय माझ्याबरोबर दयाळूपणे आणि समजुतीने वागत होते. करीमच्या कुटुंबीयांची जमीन शहराच्या बाहेर होती.

त्याचं घर मला आत्तापर्यंत माहीत असलेल्या घरांपेक्षा पूर्णपणे वेगळं होतं. केवळ उष्णतेपासून बचाव करण्याच्या दृष्टीने बांधलेलं म्हणूनच नव्हे, किंवा विस्तारणाऱ्या कुटुंबाचा विचार करून बांधलेलं असल्यामुळेही नव्हे, तर ते घर एकमेकांबद्दल आस्था असणाऱ्या लोकांनी भरलेलं होतं. ते एकमेकांशी आदराने आणि प्रसन्नतेने बोलत होते. हे सगळं वातावरणच वेगळं होतं. मी बालपणापासून अनुभवलेल्या रुक्ष, नकारात्मक, सततची कुरकुर, राग आणि शारीरिक ताडनाचे वारंवार उद्‌भवणारे प्रसंग, ह्यांनी भरलेल्या आयुष्यापेक्षा वेगळं!

इथे कुणी कोणाला रागवत नव्हतं किंवा त्यांच्या पाठीमागे टीका करीत नव्हतं किंवा अंगावर ओरडतही नव्हतं. प्रत्येकजण हसतमुखाने, एकमेकांना आलिंगनं देत, स्वत:च्या वस्तूंत आणि भावभावनांत भागीदार करून घेत होतं. सगळ्या पिढ्या एकत्र जेवत होत्या आणि एकमेकांशी समानतेच्या एकाच पातळीवर वागत होत्या. हे जर मुस्लिम जीवन होतं, तर ते मला अधिक हवंहवंसं वाटत होतं, मी ठरवून टाकलं.

घर मोठं होतं आणि एका लहानशा वस्तीच्या, सुंदर, हिरव्या शेतजमिनीच्या मधोमध होतं. मैलोनमैल जवळपास काही नव्हतं. आजूबाजूची सगळी घरं त्यांच्या नातेवाईकांची होती. एक स्वयंपूर्ण कम्युनिटी रक्ताच्या आणि इतिहासाच्या नात्यांनी एकमेकांशी जोडलेली. या सगळ्या लोकांत अपरिचित कोण असतील तर माझ्यासारखे सन्माननीय पाहुणे. मी करीमच्या काकांच्या घरात राहात होते. ते घर त्याच समूहामध्ये होतं. पण मी बहुतेक वेळ मोठ्या घरातच असायचे, दुसऱ्या स्त्रियांना त्यांनी करू दिली तर कामात मदत करायला किंवा फक्त ऐकायला, बोलायला.

सगळं कुटुंबच माझ्याबरोबर इतकं छान वागत होतं; एवढं आदरातिथ्य, सुग्रास अन्न, आणि सकाळपासून रात्री उशीरापर्यंत सुगंधाचा दरवळ. मी त्या घरात पाय ठेवल्यापासूनच त्या वातावरणाने भारून गेले. माझ्या आयुष्यात पहिल्यांदाच मला त्या घरात प्रथमच स्वीकारवृत्ती जाणवली. करीम आता त्याच्या-माझ्या विवाहासंबंधी उघडपणे बोलायला लागला आणि त्याचे कुटुंबीय त्याला पाठिंबा देत होते. मी त्या घराची सून होणार, ही कल्पना त्यांना आवडली. मी त्यांच्या उत्साहाने हरखून गेले. पण अद्याप घाईघाईने काही करण्याची मला इच्छा नव्हती. मी अद्याप किती लहान, अननुभवी आहे हे मला ठाऊक होतं आणि त्यांच्या उत्साहाच्या लाटेत मी सहजपणे वाहून जाऊ शकते याची मला कल्पना होती.

मी अजूनही जग पाहिलेलं नव्हतं आणि स्थिर होण्यापूर्वी मला ते सर्व शोधायचं होतं. माझ्या आईबाबांच्या वैवाहिक आयुष्यामुळे मी खोलवर अस्वस्थ झाले होते आणि कुठलीही बांधिलकी स्वीकारण्याबद्दल साशंक होते. त्यांनी केलेल्या चुका मला पुन्हा करायच्या नव्हत्या.

तिथे असताना मी मुस्लिम धर्माचा गांभीर्याने अभ्यास करायला सुरुवात केली.

प्रत्येक गोष्टींकडे बघण्याचा माझा दृष्टिकोन आणि कल्पना यात फरक घडवत गेले. इस्लाम धर्माबद्दल वाचलेलं आणि ऐकलेलं मला सगळं योग्य वाटू लागलं. ज्या मुस्लिम लोकांना मी भेटले, त्यांचा जीवनाकडे बघण्याचा दृष्टिकोन मी लहान असताना माहीत असलेल्या ख्रिस्ती लोकांपेक्षा अधिक निरोगी आणि दयाळू आढळला.

मी करीमबरोबरच्या माझ्या वैवाहिक जीवनाची चित्रं रंगवू लागले, त्याच्या कुटुंबाचा एक भाग होऊन, एक पूर्णपणे आनंदी, तृप्त आयुष्य जगता येईल, ह्या विचाराने मग बांधिलकीची कल्पना तितकीशी खुपत नव्हती. जॉर्डनमध्ये मला अगदी घरच्यासारखं वाटत होतं. मी त्या सुंदर, मित्रत्वपूर्ण देशात, एकत्र कुटुंबात माझी मुलं वाढवण्याची कल्पना करू लागले.

एक बारीकसा आवाज मात्र मला थांबायला सांगत होता, सावधगिरीची सूचना देत होता की, अजून मी अशी बांधिलकी स्वीकारण्यासाठी वयाने लहान आहे, पण तो आवाज प्रत्येक सुखकारक महिन्याबरोबर क्षीण होत होता.

करीम आता माझ्यावर काही निर्णय घेण्याबाबतीत दबाव वाढवत होता. कारण तिथे राहून मला एक वर्ष झालं होतं. माझं वय फक्त सतरा होतं आणि मी होकार देण्याच्या बेतात होते. त्याचवेळी मला कळलं की करीमचा भाऊ ब्रिटनहून तिथे कुटुंबीयांना भेटायला येणार होता आणि त्याच्याबरोबर त्याची वेल्श पत्नीही असणार होती. मला आता नवीन चेहरे बघायची ओढ होती आणि जिने मी विचार करीत असलेलं पाऊल आधीच उचललं होतं, अशा दुसऱ्या स्त्रीला मला भेटता आलं असतं.

जेव्हा तिचं आगमन झालं, तेव्हा तिचं वागणं बघून मला धक्काच बसला. ती त्या संस्कृतीत वाढलेल्या इतर स्त्रियांप्रमाणे रुळलेली दिसत नव्हती. तिचा पोशाख तपकिरी रंगाचा होता, अंगावर सैलसर पुरुषी शर्ट आणि ती रंगभूषा किंवा अलंकारविरहित होती. ती हरलेली, बापुडवाणी आणि कष्टी दिसत होती. नवऱ्याबरोबरचं नातं देखील जसं मला अपेक्षित होतं तसं नव्हतं. सगळ्याचा केंद्रबिंदू तो होता आणि ती फक्त त्याच्या होला हो करीत होती. तो काही वाईट माणूस नव्हता, पण सगळ्यांनी असंच चालायचं हे स्वीकारलं होतं.

जरी मी करीमवर उत्कट प्रेम करीत होते, तरी माझ्या डोक्यात धोक्याच्या घंटा वाजायला लागल्या होत्या. *आमचं लग्न झाल्यावर माझ्याबाबतीत पण असंच घडेल का? एकदा त्याची बायको झाल्यावर त्याची माझ्याशी वागण्याची पद्धत बदलेल का? काही वर्षांत मीही त्याच्या भावाच्या बायकोसारखीच बापुडवाणी, दु:खीकष्टी दिसेन का?*

दुसऱ्या पर्यायांचा विचार करण्यात मी तासन्तास घालवले. एका बाजूला त्या सुरेख कुटुंबाशी नातं जोडण्याची आणि सुंदर वातावरणात राहण्याची माझी इच्छा

होती. पण दुसऱ्या बाजूला माझं स्वातंत्र्य एवढ्या लवकर, अजून काही जग पाहिलेलं नसताना गमावून बसण्याची माझी इच्छा नव्हती.

जॉर्डनला येऊन माझे डोळे विस्फारले होते, आणखीही अशी ठिकाणं असतील, जिथे मला अधिक रोमांचक, तृप्त करणारे अनुभव मिळण्याची शक्यता होती.

मला आता समजायला लागलं होतं, की एवढा टोकाचा निर्णय घेण्यासाठी मी अजून लहान आहे आणि लग्न करण्याचीही माझी तयारी नाही. मी बरीच उथळ होते आणि मला क्षुल्लक गोष्टी आवडत होत्या. हे सगळं सोडून एक गरीब बिचारी बायको आणि आई बनण्याची माझी अद्यापही तयारी नव्हती. नवऱ्याची गुलाम होऊन राहायचं असेल तर माझी कधी लग्न करायचीही इच्छा नव्हती.

एक वर्ष जॉर्डनमध्ये घालवल्यावर मी ठरवलं, की मला स्वत:बद्दल आणखी जाणून घ्यायला हवं, तसंच जगाबद्दलही; कोणत्याही गोष्टीबद्दल माझं मन तयार होण्यापूर्वी मी इंग्लंडला माझ्या घरी जाण्यासाठी विमान पकडलं. मी अशी हवा निर्माण केली, की सहज घरी भेटायला चाललेय. माझ्या अंतर्मनात मला पक्कं ठाऊक होतं, की मी काही परत जाणार नाही; पण मुस्लिम जीवनाबद्दलचे जे काही धडे मी गिरवले होते, ते माझ्या जागरूक मनावर खोलवर कोरले गेले होते आणि ते मला कधीच सोडून जाणार नव्हते.

मी कदाचित माझं भावी आयुष्य ज्या माणसाबरोबर व्यतीत करू इच्छित होते, तो पुरुष मला अद्याप भेटला नव्हता, पण मी स्वीकार करू इच्छित असलेला धर्म मात्र मी ठरवला होता.

माझ्या भावी मुलांचाही धर्म तोच असणार होता.

अविश्वासाच्या वातावरणात वाढल्यावर काहीतरी विश्वासार्ह असल्याची भावना सुखद होती. मी एक नवीन भाषाही शिकले होते आणि ती मला कधीच विसरता आली नसती. नंतरच्या काही वर्षांत मी जे काही केलं, ते अरेबिक भाषा शिकल्यामुळेच शक्य होणार होतं.

इंग्लंडला जाण्यापूर्वी मी जशी होते, त्यापेक्षा आता मी अधिक शहाणी आणि संतुलित अशी तरुणी झाले होते.

मी करीमच्या कुटुंबाला जरी सांगितलं होतं, की मी फक्त घरी भेटायला म्हणून जाऊन येतेय, तरी एकदा इंग्लंडला परत गेल्यावर मी करीमला कबुली दिली, की माझा त्याच्याशी विवाहबद्ध होण्याचा विचार नाही. तो अतिशय समजूतदार आणि क्षमाशीलपणे वागला आणि जेव्हा कधी तो इंग्लंडला येई त्यावेळी आम्ही एकमेकांशी संपर्क साधत असू. आम्हा दोघांपैकी एकालाही एकमेकांशी असलेलं नातं तोडून टाकणं शक्य होत नव्हतं, आणि हेही माहीत होतं की अशा पद्धतीने हे नातं चालू ठेवता येणार नाही आणि आपापले मार्ग शोधून नवीन लोकांचा मागोवा घ्यावा लागेल.

माझा तर्क आहे की त्याला ठाऊक होतं, त्याच्याशी लग्न करणं हे काही खरं म्हणजे माझ्या आयुष्याचं इतिकर्तव्य होऊ शकत नाही, तरीही काही काळपर्यंत तो त्याच आशेवर होता.

प्रवाहाबरोबर वाहत जाऊन, त्याच्याशी लग्न करून त्या कुटुंबातल्या इतर महिलांसारखं आयुष्य जगणं कदाचित अधिक सोपं होतं, पण मला मात्र ते योग्य वाटत नव्हतं.

जॉर्डनला माझ्या एका मोहिमेवर मी अलीकडे गेले होते, त्यावेळेला मी त्याच्या कुटुंबीयांना जाऊन भेटले. त्यांच्यात काहीच बदल नव्हता. तसेच होते ते, स्वागतोत्सुक, प्रेमळ, माझ्या आठवणीतले. करीमचं लग्न होऊन तो त्याच्या मुलांसह सुखी वैवाहिक आयुष्य जगत होता. मला माझ्या निर्णयाचा पश्चात्ताप होत नाही. संस्कारक्षम वयातलं माझं एक वर्ष एका सुंदर ठिकाणी मी घालवलं होतं, पण मी काही तिथे कायमची राहू शकले नसते. आयुष्याकडून मला काही फक्त निरामय शांततेची अपेक्षा नव्हती. त्या घरात मी जर आयुष्याची वीस वर्षं घालवली असती, तर आत्तापर्यंत बहुतेक माझं वजन वीस स्टोन असतं, आणि करीम जगातला एक सर्वाधिक बाईलवेडा नवरा झाला असता!

एवढी वर्षं लोटल्यावर देखील मी ते घर नकाशाशिवाय शोधून काढू शकले. एका दु:खीकष्टी, उदास घरातून आलेल्या, लहानग्या इंग्लिश मुलीचा जिथे पूर्ण कायापालट झाला आणि एक मुसलमान म्हणून तिने ज्या ठिकाणी आयुष्य सुरू केलं, ते ठिकाण शोधून काढल्यावर मला कुटुंबाची पाळंमुळं सापडल्यासारखं, अगदी घरी परतल्यासारखंच वाटलं.

■

माझं स्कार्लेट पिंपरनेल होणं....

लैलाला सोडवण्यासाठी मेरीला मदत करून जेव्हा मी इंग्लंडला परतले, तेव्हा मला आढळून आलं की, वेस्ट लंडनमधल्या मुस्लिम समाजात माझा असा बोलबाला झाला होता की ज्यांचा कोणी वाली नाही, अशा अडचणीत असणाऱ्या मातांना मदत करायला मी तयार आहे. मेरी निघून गेली होती, तरी मित्रमैत्रिणी, नातेवाईकांनी ही बातमी प्रसृत केलीच असणार, की लैला तिच्या आईबरोबर सुरक्षित परतलीय आणि तिची एका इंग्लिश मुस्लिम स्त्रीने या मदतीसाठी एकही पैसा न घेता सुटका केली.

त्यांची किंवा त्यांच्या मित्रमैत्रिणींची, नातेवाईकांची मुलं परत मिळवण्यासाठी मी मदत करावी, म्हणून वेगवेगळ्या स्त्रियांनी माझ्याकडे यायला सुरुवात केली. मी पळवल्या गेलेल्या मुलांची एवढी संख्या बघून भयंकर घाबरून गेले. असं वाटत होतं, की जगातल्या अर्ध्या जीवनसाथीदारांची निवड एकाच समान क्षणी चुकलेली आहे.

प्रत्येक वेळी या भांबावलेल्या स्त्रियांनी मला त्यांची कहाणी सांगितली, त्यावेळी मला एक समान पद्धत थोड्याफार फरकाने आढळून यायला लागली. बहुतेक त्या स्त्रिया मेरीसारख्या आपलं वैवाहिक आयुष्य सुरक्षित आणि निर्धोक आहे, या भ्रमात जगत होत्या, आणि मग एक दिवस त्यांचे नवरे मुलांना घेऊन गायब झाल्याचा धक्का सोशीत होत्या. या कथा अधिक शोकात्म होत्या; कारण त्या स्त्रियांना आपलं काय चुकलं होतं, याची मुळीच कल्पना नसायची आणि काही चुकलं असेलच, तर आलेलं संकट टाळण्यासाठी ते सुधारायची संधी त्यांना दिली गेली नव्हती. त्यांच्या नवऱ्यांनी त्यांना फक्त जर आधी सूचना दिली असती, तर यापैकी कित्येक स्त्रियांनी

आपली मुलं आणि वैवाहिक जीवन अभंग ठेवण्यासाठी त्यांच्याकडून अपेक्षित असलेलं काहीही केलं असतं. पण त्यांना कधी काही सांगितलंच गेलं नव्हतं. कदाचित त्या थोड्या अधिक जुळवून घेणाऱ्या आणि स्वीकारणाऱ्या असत्या तर हे घडलं नसतं, पण लोक त्यांचं वागणं बदलू शकत नाहीत.

त्यांचं वैवाहिक जीवन सुरळीत नाही हे इतरांना कळत होतं. ते दुभंगण्यात त्यांचाही काही दोष असेल, पण तशी फलनिष्पत्तीही त्यांना कधीच अपेक्षित नसेल, कारण त्या ज्या देशात वाढल्या, तिथे पतीपत्नी जर विभक्त झाले तर मुलांचा ताबा मातांनाच मिळतो. त्यापैकी काही स्त्रिया वाईट वागल्याही असतील, दारू पिणं, धूम्रपान करणं, नशेच्या गोळ्या घेणं, किंवा काही प्रकरणं करणं; मी त्यांच्या वर्तनाची बाजू घेणार नाही, पण म्हणून काय त्यांच्यापासून त्यांची मुलं हिरावून घ्यायची?

या स्त्रियांना जेव्हा मी प्रश्न विचारायला सुरुवात केली तेव्हा त्यांच्या कहाण्यांत मला सूचक खुणा आढळून आल्या; त्यांच्या वैवाहिक जीवनाबद्दल आणि त्यांच्या मुलांवर होणाऱ्या पश्चिमेच्या धोकादायक प्रभावामुळे, त्यांचे नवरे त्यांच्या इंग्लंडमधील आयुष्याबद्दल असमाधानी आहेत, अशी सावधगिरीची सूचना त्यांना मिळायला हवी होती.

जेव्हा हे पुरुष पित्याच्या भूमिकेत शिरतात, विशेषत: मुलींच्या, त्यावेळी त्यांच्या उदारमतवादी दृष्टिकोनात आमूलाग्र बदल होतो. एकेकाळी क्लबमध्ये मद्यप्राशन करणाऱ्या, धूम्रपान करणाऱ्या, तोकडे स्कर्ट घालणाऱ्या, सौंदर्यप्रसाधन करणाऱ्या तरुण मुलींना पाहून त्यांना आनंद झाला असेल; पण आता त्यांना त्यांच्या मुली अशा वागतील हा विचार रुचत नाही.

पाश्चिमात्य पुरुषांना त्यांच्या मुलांशी या विषयावर वादविवाद करण्यावाचून पर्याय नसतो, पण मुस्लिम संस्कृतीतले पुरुष मात्र त्यांच्या कन्यकांना, या भुरळ पाडणाऱ्या संस्कृतीपासून दुसऱ्या सुरक्षित आणि सावलीत वाढवणाऱ्या संस्कृतीत घेऊन जाण्याचा पर्याय स्वीकारू शकतात.

त्यांनाही त्यांच्या मुलींच्या बाबतीत हे करता यावं, अशी वेळोवेळी आशा करणारेही काही पाश्चिमात्य पिते असू शकतील.

काही उदाहरणात अरब पुरुष आणि त्याची इंग्लिश पत्नी यांच्यातील वैवाहिक नातं संपुष्टात आलेलं असतं. ज्यावेळेला मुलांना दूर नेलं जातं आणि त्या बाईने तिचा नवा सोबती निवडून त्याच्याबरोबर राहायला सुरुवात केलेली असते, अशा वेळेस त्या पुरुषाला आपलं मूल मुस्लिम नसलेल्या, बालसंगोपनाचे दृष्टिकोन वेगळे असलेल्या दुसऱ्या पुरुषाच्या देखरेखीखाली वाढावं, ही कल्पनाच अशक्य वाटते.

मी कल्पना करू शकते, की असे पुरुष निराश व अस्वस्थ होऊ शकतात. मला ठाऊक आहे त्यांना आपल्या मुलांना, ते स्वत: ज्या प्रेमळ वातावरणात वाढले,

तशाच वातावरणात वाढवायचं असतं, पण तरीही मी मात्र प्रत्येक वेळी स्त्रीचीच बाजू घेत आले.

अशा पुरुषांबद्दल मला जरी कितीही सहानुभूती असली, तरी माझा विश्वास आहे की, आईला मुलांना भेटूदेखील द्यायचं नाही अशी परिस्थिती असूच शकत नाही. आणि पुरुषांचे उद्देश कितीही चांगले असले, स्वभाव प्रेमळ असला तरी मुलं शेवटी आईबरोबरच अधिक चांगली राहतात, हे माझं ठाम मत आहे.

मातृ-पितृप्रेमाच्या या रस्सीखेचीत मी एक चॅम्पियन, स्त्रियांच्या बाजूने लढणारी, हे समाजात माहिती झालं आणि इतर समाजसेवी किंवा सद्हेतूने चालवलेल्या धर्मादायी संस्थांपेक्षा मी स्वत: जाऊन काहीतरी करू इच्छित होते, हेही कळलं. अशा संस्थांना आंतरराष्ट्रीय गुंतागुंतीच्या कायद्यांच्या चौकटीत राहूनच हे काम करायला पावलं टाकावी लागतात आणि स्त्रियांची बाजू जरी बरोबर असली, तरी ही मोहीम प्रत्यक्षात यशस्वीपणे राबवली जायला कित्येक महिने, काही वर्षं देखील लागू शकतात. कायदा संथ असला तरी कोणत्याही आईला इतका काळ मुलांपासून दूर राहाण्याची इच्छा नसते.

पण मी मात्र कृतीला आधी सुरुवात करीत होते आणि कोणत्या कायद्याचं उल्लंघन झालंय, याची चिंता नंतर!

लोकांच्या हेही कानावर गेलं होतं, की हे काम मी विनामूल्य करते आणि सेवानिवृत्त अधिकाऱ्यांनी स्थापन केलेल्या काही संस्था, हजारो पौंडांची रक्कम यशाची कुठलीही हमी न देता आकारत होत्या. ज्या महिला अशा प्रकारची रक्कम खर्च करू शकत होत्या, त्यांचे या संस्थांना दिलेले पैसे वाया गेले होते.

माझ्याकडे येणाऱ्या स्त्रिया बहुतेक सगळे उपाय करून निराश झालेल्या असायच्या. मिडियाकडेही त्यांनी त्यांचं गाऱ्हाणं गाऊन झालेलं असायचं आणि आता कोणाकडे जावं हे त्यांना ठाऊक नसायचं.

'मुलं हिसकावून घेणारी' ही माझी वाढत चाललेली प्रसिद्धी मला आणि माझ्या कुटुंबाला संकटात टाकू शकत होती आणि काही प्रतिबंधात्मक उपाय योजणं आवश्यक होतं.

अशा चिडलेल्या कोपित-क्रोधित बापांपैकी एखादा मध्यरात्री माझ्या घराच्या दरवाज्याशी येऊन ठेपू नये म्हणून मी अशी खात्री करून घेतली, की शक्य तितक्या कमी लोकांना माझं पूर्ण नाव, पत्ता माहीत असेल. माझ्याकडे येणाऱ्या लोकांना मी 'डी' या नावाने परिचित होते आणि मोबाईल फोनचा उपयोग करून, तसेच कमीत कमी लोकांना माझा नंबर देऊन, शक्यतो त्यांचे दूरध्वनी क्रमांक घेऊन काम करीत होते. म्हणजे माझी सुरक्षितता आणि खाजगीपणा मला अबाधित राखता येत होता.

एवढी सगळी खबरदारी घेऊन देखील डझनावारी स्त्रिया माझ्याशी संपर्क साधू

शकत होत्या. एकमेकांना परिचित असलेल्या मध्यस्थ मंडळींकडून त्या मला शोधून काढायच्या, नाहीतर रस्त्यात किंवा मी माझ्या मुलांची शाळेतून बाहेर येण्याची वाट बघत फाटकापाशी थांबलेली असताना, मला गाठून मदतीची याचना करायच्या. मी त्यांना फोन करण्याचं वचन देऊन, त्यांचे दूरध्वनी क्रमांक लिहून घ्यायची. माझं फोनचं बिलच प्रत्येक तिमाहीला चारशे पौंड यायचं. मी कोणालाही, कधीही, एकही पैसा आकारला नाही. फक्त त्यांना कराव्या लागणाऱ्या प्रवासासाठी विमानाची तिकिटं, टॅक्सी आणि हॉटेलची बिलं भागवण्यापुरते तरी पैसे निदान उभे करावे लागायचे.

माझा मुकाट्याने त्रास सोसणारा नवरा महमूद हा खूपच धीर देणारा होता; अन्यथा मला माझ्या कामापैकी काहीच करणं शक्य झालं नसतं. मी निश्चिंतपणे मुलांना त्याच्यावर सोपवून, बरेच वेळा कित्येक आठवडेच्या आठवडे जाऊ शकले नसते. त्याला एक कळून चुकलं होतं की मी अंगिकारलेल्या या सेवाव्रतापासून आता मला काहीही रोखू शकणार नव्हतं, कारण तो मला चांगलं ओळखत होता. मी जर या स्त्रियांना मदत केली नाही तर दुसरं कोण करणार होतं? उर्वरित आयुष्य मुलांच्या विरहातच त्यांना काढावं लागलं असतं आणि या गोष्टीकडे दुर्लक्ष करणं अन्याय्य होतं. मी त्यांच्याकडे कशी काय पाठ फिरवू शकले असते?

दुसरी सुटकेची मोहीम मी स्वीकारली ती मोरोक्कोची होती. मूल लैलाच्याच वयाचं. बहुतेक पाच ते सहा वर्षांच्या वयोगटातील मुलं या प्रकरणात बळी ठरतात; कारण त्यांचे बाप याच सुमाराला ती पाश्चात्त्य संस्कृतीच्या प्रभावाखाली वाढण्याच्या विचाराने धास्तावून जातात. काहीवेळा मी थोड्या मोठ्या वयाच्या मुलांनाही सोडवायला गेलेय, पण अद्याप एखादं बाळ सोडवून आणायला मला कोणी सांगितलं नाही आणि मला नाही वाटत ते शक्य होईल.

मुलं एवढी परावलंबी असताना त्यांना पळवण्याची त्यांच्या पित्यांची इच्छा नसते. या स्थितीत त्यांना स्त्रीकडे मुलाची जबाबदारी सोपवण्यात आनंद वाटतो. त्यांना दीर्घ कालावधीसाठी ती आई म्हणून योग्य नाही असा संशय असला, तरी एवढ्या लहान मुलांचं व्यवस्थापन करणं त्यांना अवघडच असतं.

विमानात चढताना, रडणारं मूल बरोबर असताना त्या गोष्टीकडे लोकांचं लक्ष वेधलं न गेलं तरच नवल.

प्रवास करताना मुलाचं सर्व साहित्य, म्हणजे बदलायला दुपटी, दुधाच्या बाटल्या, बेबी फूड, खेळणी वगैरे सगळंच बरोबर ठेवावं लागेल. हे कठीण होईल म्हणूनच ते प्रतीक्षा करतात. मुलं एवढी मोठी असतील जी कोणाचं लक्ष वेधून न घेता प्रवास करू शकतील आणि एवढी लहानही असतील, जी वडिलांबरोबर विश्वासाने त्यांच्या मागे मागे, जिथे त्यांना नेलं जाईल, तिथे जातील.

मुलं लहान असताना ती कुठल्या देशात वाढतायत याची या पित्यांना विशेष पर्वा नसते. एवढ्या लहान मुलांना त्यांच्या देशात, आईशिवाय वाढवणं देखील कठीणच होऊ शकतं. मुलांच्या आज्या त्यांची काळजी घ्यायला तयार असतात पण अगदी लहान मुलांची जबाबदारी घेण्याची त्यांची इच्छा नसते. लहान मुलांच्या आरोग्यव्यवस्थेच्या सोयी देखील पश्चिमेकडे अधिक चांगल्या आहेत.

मोरोक्कोच्या प्रवासासाठी माझ्याकडे आलेल्या मातेचं नाव होतं डेबी. एका मैत्रिणीकडून तिने माझ्याबद्दल माहिती मिळवली आणि माझ्यापर्यंत पोहोचणं जमवलं. तिने तिची कहाणी माझ्या नेहमीच्याच ठिकाणी, 'व्हिटलीज्'मध्ये कॉफी घेता घेता सांगितली.

लैलाप्रमाणेच तिच्याही मुलीचं अपहरण शाळेतूनच करण्यात आलं होतं. मेरीप्रमाणे डेबीकडे तिच्या नवऱ्याच्या मोरोक्कोच्या पिढीजात घराचा पत्ता मात्र नव्हता. एवढंच काय, मोरोक्कोच्या कुठल्या शहरात ते राहतात, हेही तिला ठाऊक नव्हतं. नवऱ्याच्या घरच्या लोकांना भेटायला त्या कधी गेल्या नसतील, तर गावांची आणि शहरांची अरेबिक नावं त्यांना अगम्य असतात आणि नवऱ्याची पार्श्वभूमी त्यांना एका मिटलेल्या पुस्तकाप्रमाणेच असते. कुठलेही प्रश्न न विचारता किंवा त्यांच्या 'आपण बरं आपलं घर बरं' अशा भूमिकेमुळे त्या कोणत्याही प्रकारे त्यांची पूर्वपीठिका जाणून घेण्यात रस दाखवत नाहीत.

काही वेळा नवरेच एक प्रकारचं रहस्यमय वातावरण तयार करतात आणि जाणूनबुजून माहिती दडवतात तरी किंवा मग मुद्दामहून चुकीची माहिती पुरवतात.

'शोधायला सुरुवात करण्यापूर्वी आपल्याला थोडीफार तरी कल्पना नको का, मुलीला कुठे शोधायचं त्याबद्दल?' मी डेबीला विचारलं.

'आपल्याला निदान त्या गावाचं किंवा शहराचं नाव कळायला हवं, म्हणजे आपण त्या कुटुंबाच्या नावाचा शोध घेऊ शकू किंवा अशा सगळ्या शाळांना भेट देऊ, जिथे त्या वयाची मुलं शिकतात. पण सुरुवात करण्यासाठीच आपल्याकडे काही धागा नाही आणि मोरोक्को तर एक मोठा देश आहे.' मी माझा मुद्दा स्पष्ट केला.

सुरुवातीला ती निराश झाली. तिला कदाचित असं वाटलं असेल, की इतरांसारखी मीही तिच्या तोंडाला पानं पुसते आहे. पण मी सतत तिच्या संपर्कात राहिले. फोनवर नियमितपणे तिच्याशी बोलून तिला काहीतरी 'क्लू' शोधण्याचा प्रयत्न करण्यासाठी मी प्रोत्साहन देत होते. मग एक दिवस नशिबाने एक चांगलं वळण मिळालं. तिने मला फोन केला तेव्हा ती एवढी उत्तेजित झाली होती, की तिला बोलायला शब्दच सापडत नव्हते.

'माझ्या एका मैत्रिणीने मला आत्ताच ती ज्या ठिकाणी सुटीसाठी गेलीय तिथून फोन केला,' धापा टाकत ती बोलली. 'ती त्या समुद्रकाठच्या रिसॉर्टमध्ये उतरली

होती आणि तिला खात्री आहे तिने अमिनाला समुद्रकिनाऱ्यावर एका कुटुंबाबरोबर पाहिलं.'

'मग आपल्याला शक्य तेवढ्या लवकरात लवकर तिथे पोहोचायला पाहिजे.' मी म्हटलं, 'तो जर सुटीचा शेवटचा दिवस असेल आणि ते जर घरी निघून गेले, तर आपण त्यांना कायमचे दुरावून बसू.'

गती हा कठीण प्रश्न नसतो. गरज पडली तर एका दिवसात मी इच्छित स्थळी पोहोचू शकते, फक्त त्या ठिकाणाहून सुटणारी विमानं बरीच असायला हवीत.

चोवीस तासानंतर, आम्ही ज्या ठिकाणी डेबीच्या मैत्रिणीला अमिना दिसली होती, त्या ठिकाणच्या समुद्रकाठच्या हॉटेलात उतरलो होतो. प्रथम उत्तेजनेमुळे जे घडत होतं, त्याच्या गतीमुळे आणि दुसरं, इतक्या महिन्यांच्या विरहानंतर ती तिच्या मुलीला पुन्हा बघणार होती या विचाराने डेबीचा स्वत:वर ताबा राहिला नव्हता. आम्ही दोघीही प्रवासाने दमून गेलो होतो; पण दिवसाचा वेळ झोपण्यात वाया घालवणं आम्हाला परवडण्यासारखं नव्हतं. प्रत्येक तासाला आम्हाला इतस्तत: बाहेर खेळणाऱ्या मुलांकडे शोधक नजरेनं पाहावं लागणार होतं. तो समुद्रकिनारा काही फार मोठा नव्हता, हॉटेलच्या आमच्या खोलीच्या बाल्कनीतून न्याहाळता येण्यासारखा होता.

डेबीच्या शेजारी कठड्याला रेलून आणि खालची गर्दी न्याहाळताना मला एक प्रकारचा विलक्षण हताशपणा जाणवला. अमिनाला आम्ही एवढ्या दुरून तिच्याच रंगाच्या एवढ्या मुलांत, कसं काय वेगळं ओळखू शकणार होतो?

डझनावारी काळ्या केसांची छोटी मुलं वाळूत बसली होती किंवा आनंदाने पाण्याच्या लाटांबरोबर आत बाहेर करण्याचा आनंद लुटत होती. हे म्हणजे कुठे आहे वॅली? या चित्रात बारकाईने न्याहाळून एका मोठ्या समूहात एक छोटीशी व्यक्ती शोधण्यासारखं होतं.

डेबी या सगळ्याचं बारकाईने निरीक्षण करीत होती. जणू काही तिच्या इच्छेप्रमाणे तिची मुलगी, तिच्या डोळ्यांसमोर प्रकटणार होती.

'आपण खाली जाऊन थोडं फिरलो तर? हे फारच दूर आहे तिला इथून टिपायला.' मी सुचवलं.

'नाही.' हट्टीपणाने मान हलवत ती उत्तरली, 'ती तिथे असेल तर मी तिला ओळखू शकेन.'

तिच्या आत्मविश्वासाचं मला कौतुक वाटलं, पण मला तेवढी खात्री वाटत नव्हती. तिचा हा 'मूड' बघून तिच्याशी वाद घालण्यात अर्थ नाही हे ओळखून मी सूर्यप्रकाश आणि खालच्या सुटीच्या वातावरणाचा आनंद लुटत, संयमाने तिच्या शेजारी बाल्कनीत उभी राहिले.

दुपार टळली आणि सूर्याची उष्णता थोडी कमी झाली, तशी अधिकाधिक कुटुंबं

त्यांच्या व्हिला आणि हॉटेलमधून बाहेर पडली. त्यांची मुलंही दुपारच्या डुलकीनंतर तरतरीत झाली होती.

डेबीने एखाद्या रडार अँटेनासारखं पुढे-मागे सूक्ष्म निरीक्षण करणं चालूच ठेवलं होतं.

'आपण जर लगेचच खाली गेलो नाही तर लवकरच प्रकाश नाहीसा होईल आणि आपल्याला मग सकाळपर्यंत थांबावं लागेल.' मी तिला सावध केलं.

'तिथे!' उत्तेजनेच्या भरात जवळजवळ कठड्यावरून उडी मारण्याच्याच बेतात ती ओरडली, 'ती अमिना आहे तिथे!'

'कुठे?' मी तिने दर्शवलेल्या दिशेने पाहिले, पण कोणाला ओळखू शकले नाही.

'तीन बायका आणि इतर मुलांबरोबर. त्या खुर्च्यांवर बसल्यायत आणि ती लाल रबर रिंग घेऊन पाण्याच्या दिशेने धावतेय, दिसलं?' डेबी उत्तेजित होऊन विचारत होती.

आता मला ती सुचवत असलेलं मूल दिसलं, पण त्याची चेहरेपट्टी कळण्याच्या दृष्टीने बरंच दूरवर होतं.

'तुला खात्री आहे ती अमिनाच आहे?' मी विचारलं.

'होय, चला आपल्याला तिथे खाली जाऊन तिला घ्यावं लागेल.' ती खोलीकडे पळत निघाली देखील होती आणि डोक्याला स्कार्फ गुंडाळत होती.

'थांब!' मी ओरडले, 'आपण जर आत्ताच खाली चाल करून गेलो, तर त्यांना कळेल आपण इथे आहोत ते आणि आपण सुटकेचा मार्ग अद्याप आखलेला नाही. त्यांना घाबरवलं तर ते नाहीसे होतील आणि पुन्हा आपल्या दृष्टीस पडणार नाहीत. जरा सबुरीने घे. तू पाठीमागे राहा, आणि मी त्या किती काळ इथं राहणार आहेत याबद्दल त्या बायकांबरोबर बोलणं सुरू करते; म्हणजे आपल्याला किती वेळ काम करायला मिळणार आहे ते कळेल.' मी तिला समजावून सांगितलं.

ती एक सेकंद थांबली आणि तिने माझ्याकडे डोळे मोठे करून बघितलं. निश्चितपणे तिला आता तिच्या हरवलेल्या मुलीबरोबरच्या पुनर्भेटीत काही विलंब नको होता.

मी काहीही बोलले नाही, फक्त तिच्याकडे टक लावून बघितलं आणि काही क्षणांनंतर ती थोडी शांत झाली.

'ओ.के., तुझं बरोबर आहे, मी मागेच राहते आणि माझा चेहरा झाकून घेते.' ती म्हणाली.

आम्ही खाली गेलो आणि समुद्राकडे जाणाऱ्या रस्त्याने, समुद्रकिनाऱ्यावर आम्हाला जेवढं शक्य होतं, तेवढ्या सहजपणे फिरू लागलो. डेबी त्या महिलांच्या मागे काही अंतरावर बसली आणि मी त्यांच्याजवळ पोहोचले. अमिनाला समुद्राच्या लाटांबरोबर

खेळताना न्याहाळण्यात मी काही मिनिटं घालवली. तिच्याबरोबर खेळत असलेली, तिच्यापेक्षा वयाने थोडी मोठी असलेली मुलं, बहुतेक तिची चुलत भावंडं असावीत, असा मी कयास केला. दुसरी मुलं तिच्याशी ममत्वाने वागत होती. ती त्या कुटुंबाची लाडावलेली मुलगी असल्यासारखी त्यांच्यावर हुकुमत गाजवत होती. अशा मुलींना ठाऊक असतं की सगळं लक्ष त्यांच्यावर केंद्रित झालेलं आहे. त्यातली एक स्त्री इतर दोघींपेक्षा वयाने मोठी होती आणि तिच्याकडे त्यांची जबाबदारी असल्याचं दिसत होतं. माझी त्या स्त्रीशी नजरानजर झाली आणि अमिनाच्या बाललीलांकडे बघत आम्ही दोघीही हसलो.

'सुंदर, छोटीशी मुलगी! तुमची मुलगी?' मी विचारलं.

'माझी नात.' अभिमानाने ती म्हणाली. 'तिला समुद्र फार आवडतो.'

'ती अगदी सहजगत्या वावरतेय. तुम्ही याच गावात राहता का?' मी संभाषण पुढे चालू ठेवलं.

'नाही, आम्ही इथे सुटी घालवायला आलोय. परवा परत चाललोय.' अमिनाच्या आजीने सांगितलं.

'तुला हा समुद्रकिनारा सोडताना नक्कीच वाईट वाटेल.' समुद्रकिनाऱ्यावरच्या वाळूत गोळा केलेला शंखशिंपल्यांचा अमूल्य खजिना तिच्या आजीला दाखवण्यासाठी पळत आलेल्या अमिनाला मी म्हटलं.

'आजी म्हणाली, की उद्या आम्ही सगळा दिवस इथे घालवला तरी चालेल.' तिची छोटीशी छाती फुलवून जणू काही आम्हाला आव्हान देण्याच्या आविर्भावात अमिनाने मला सांगितलं. 'म्हणा हे खोटं आहे', असाच तिचा सूर होता.

'होय, अमिना.' हसतच त्या वृद्ध स्त्रीने अमिनाचा वाळूने भरलेला हात प्रेमाने दाबला. 'आपण सगळा दिवस समुद्रकिनाऱ्यावर घालवूया.'

मी इतर स्त्रियांशी आणखी थोडा वेळ इकडचं तिकडचं बोलणं करून, मग त्या स्त्रीचा निरोप घेतला. रस्त्याकडे जेवढं सहजपणे फिरत जाता येईल तेवढं चालत मी परतले. काही मिनिटांनी डेबी माझ्यामागे आली. मी तोपर्यंत हॉटेलमध्ये पोहोचले होते. मला कळलं की ती रडत होती, पण ती दु:खी नव्हती तर अमिनाला कायमची गमावून बसण्याची तिला भीती वाटली होती. आणि ती पुन्हा सापडल्याने ती आनंदाने जवळजवळ उन्मुक्त अवस्थेत होती.

हॉटेल लॉबीत गेल्यावर तिने मला विचारलं, 'काय शोधलंस तू?'

'ते लोक उद्या समुद्रकिनाऱ्यावर असणार आहेत. पण परवा ते घरी परतणार आहेत. त्यामुळे आपल्याला जलद हालचाल करावी लागेल.'

'आपण काय करायचं?' डेबीने उत्सुकतेने विचारलं.

'एक गाडी आपल्यासाठी तयार आहे याची खात्री करावी लागेल आणि दुपारची

परतीची विमानाची तिकिटं आरक्षित करावी लागतील.' मी विचारपूर्वक म्हटलं.

दुसऱ्या दिवशी जवळ सावलीत बसलेल्या काही टॅक्सी ड्रायव्हरांशी मी हॉटेलच्या बाहेर पडून बोलणं केलं. त्यातला एक मला पसंत पडला आणि मी त्याला दुसऱ्या दिवशी मोकळं राहायला सांगितलं. तो आनंदाने तयार झाला आणि त्याने त्याचा फोन नंबर देऊन माझी तयारी झाल्यावर त्याला फोन करायला सांगितलं.

'मी फोन केल्यावर काही मिनिटांतच तुला इथे पोहोचता आलं पाहिजे.' मी त्याला तंबी दिली. 'खात्रीने!' तो आश्वासनात्मक हसत म्हणाला, 'काही अडचण नाही.'

डेबीने आणि मी नंतर आमच्या हॉटेलच्या रुमच्या बाल्कनीतून समुद्रकिनाऱ्यावर लक्ष ठेवलं. अमिना आणि तिचं कुटुंब तिथे येताच आम्ही खाली गेलो. डेबीने पुन्हा तिचं अंग झाकून घेतलं आणि काल ती जिथे बसली होती, तिथेच पुन्हा ती बसली. मी पण माझं अंग झाकलं आणि तिच्या आणि त्या कुटुंबाच्या मध्ये बसले, जेणेकरुन त्यांचा संवाद मला ऐकू येईल. कारण डेबीला अरेबिक येत नव्हतं. त्यांनी माझ्याकडे लक्ष दिलं नाही आणि संभाषणाचाही प्रयत्न केला नाही.

सकाळ छान गेली, मुलं खेळत होती आणि बायका आपापसात गप्पा मारत होत्या. नंतर काही वेळाने एकजण म्हणाली, की तिला भूक लागलीय. मग त्यांनी काय खायचं यावर चर्चा केली आणि मला त्यांच्या बोलण्यावरून समजलं की जवळच्या एका स्टॉलवर सँडविचेस खाण्याचा त्यांचा विचार चाललाय.

'त्या सँडविचेस घ्यायला जायच्या बेतात आहेत.' मी डेबीच्या दिशेने हलक्या स्वरात कुजबुजले. "जेव्हा त्यांचं लक्ष विचलित झालेलं असेल, अशी ही आपली सर्वांत चांगली संधी आहे."

माझ्या पोटात मला परिचित असं भीती आणि उत्तेजनेच्या भावनांचं संमिश्र ढवळणं सुरू झालं होतं. त्या बायका काय घ्यायचं ते ठरवत होत्या. छोट्या खेळण्याच्या बादलीत वाळू भरत, वाळूचे किल्ले बनवत अमिना अद्याप समुद्रकिनाऱ्यावरच होती. तिने ते बनवायची खोटी, समुद्राच्या लाटांनी ते पुन्हा भुईसपाट होत होते. तिच्याहून मोठी मुलं पाण्यात पोहत होती आणि त्यांना अमिनाची किंवा किनाऱ्यावरच्या कोणाचीच दखल नव्हती.

शेवटी एकदाच्या त्या स्त्रिया आल्या, पोशाखावरची वाळू झटकत किनाऱ्यापासून सुमारे वीस मीटर दूर असलेल्या स्नॅक्सबारकडे वळल्या आणि निघताना त्यांनी समुद्राच्या दिशेने एक नजर टाकून सर्व काही ठीक आहे ना याची खातरजमा करून घेतली.

'लौकर जा,' मी डेबीच्या दिशेने फुसफुसले, 'एकदाचं मी त्या बायका काय करतायत ते बघून तुला सावध केलं, की अमिनाला घेऊन आपल्या हॉटेलच्या

खोलीत जा आणि मग ड्रायव्हरला फोन करून सांग, की आम्ही जायला तयार आहोत.'

डेबीला हे दुसऱ्यांदा सांगायची गरज पडली नाही. ती अमिनाकडे धावत गेली आणि तिच्या चेहऱ्यावरचा रुमाल तिने दूर केला. छोट्या अमिनाने हातातली बादली खाली टाकली आणि आनंदाने किंचाळत तिने तिचे हात वर केले. डेबीने तिला उचलून घेऊन दृढ आलिंगन दिलं. मी मागे नजर टाकली. त्या बायकांनी काही पाहिलेलं नव्हतं. काऊंटरच्या मागे असलेल्या माणसाला त्यांना काय हवं-नको त्याबद्दल हातवारे करीत सूचना देण्यात त्या गढल्या होत्या.

पाण्यात एकमेकांवर पाणी उडवत खेळणारी इतर मुलंही एवढी रमली होती, की त्यांच्याही ध्यानात काहीच आलं नाही. डेबी एखाद्या छोट्याशा माकडाप्रमाणे तिला बिलगलेल्या अमिनाला घेऊन तिथून निघाली. अमिना खेळत असलेल्या जागेवर आता इतर मुलं खेळू लागली. जणू काही ती पूर्वी तिथे नव्हतीच.

मी एका गर्दीच्या ठिकाणी सटकले. म्हणजे मला पुढे काय होतंय हे बघता आलं असतं आणि मी कोणाचं लक्षही विशेष वेधून घेतलं नसतं. त्या स्त्रिया त्यांचं खाणं घेऊन परत फिरून आपापल्या गप्पा मारत चालायला लागल्या होत्या. तोपर्यंत डेबी हॉटेलच्या दिशेने शंभर यार्डांवर पोहोचली होती. पाठीमागून हे सांगणं कठीण होतं की तिच्या पोशाखाच्या सैलसर चुण्यात तिने एका मुलीला उचलून घेतलं होतं.

बायका खाली बसल्या आणि एकमेकांना खाणं देत त्यांनी खायला सुरुवात केली. त्यातल्या एकीने समुद्रात खेळणाऱ्या मुलांना हात वर करून खायला यायला सुचवलं. मग अमिनाच्या आजीने मोठ्या आवाजात विचारलं, 'अमिना कुठे आहे?' इतरांनी विशेष दखल न घेता वर पाहिलं. त्यांना सध्या खाण्यात अधिक रस होता. त्यांनी आधी किनाऱ्याच्या दिशेने नजर टाकली आणि नंतर उभ्या राहून डोळ्यांवर येणाऱ्या सूर्यकिरणांना प्रतिबंध करण्यासाठी हातांचा उपयोग करीत किनाऱ्याचं सूक्ष्म निरीक्षण केलं.

त्यांचे आवाज अधिक मोठे झाले आणि उद्विग्न होऊन त्या पाण्याच्या कडेला धावत गेल्या. इतर मुलांना त्वरेने बोलावत त्यांनी अमिनाला हाका मारल्या. मी अस्वस्थ होऊन मागे रस्त्याकडे नजर टाकली, पण डेबी दिसली नाही. ती सुरक्षितपणे हॉटेलात पोहोचली होती.

आता किनाऱ्यावर चांगलाच गोंधळ माजला होता. बायका समुद्राकडे बघत होत्या, अमिना बुडाली तर नाही ना असं त्यांना वाटत होतं. इतर मुलं पाण्यातून पोहत बाहेर आली होती आणि त्यांच्या लहान चुलत बहिणीची नीट काळजी न घेतल्याबद्दल त्यांना बोलणी बसत होती. किनाऱ्यावरचे इतर लोक हा कोलाहल ऐकत होते आणि पुढे काय करायचं, यासंबंधीच्या चर्चेत त्यांनाही ओढलं जात होतं.

मी बारकाईने त्यांचं बोलणं ऐकत होते, पण डेबीने त्या लहानगीला उचलून घेतल्याचं कोणी बघितलेलं दिसलं नाही. अमिनाच्या आजीने आता रडायला सुरुवात केली होती. मला तिच्याबद्दल फार वाईट वाटलं. निश्चितच ती अमिनावर प्रेम करीत होती आणि अमिना तिच्या आईकडे इंग्लंडमध्ये सुरक्षित आहे, हे तिला समजेपर्यंत काही काळ लोटला असता. तिच्या पंखाखाली असताना अमिना समुद्रात बुडाल्याच्या कल्पनेने तिला काय वाटत असेल याची मी कल्पना करू शकत होते. तिला सत्य उमगेल तेव्हाही अगदी तिच्या ताब्यातून अमिनाला डेबीने उचलून नेणं, या गोष्टीबद्दल ती स्वतःला जबाबदार धरेल. तिला सत्य सांगायला मला आवडलं असतं, पण तसं मी करू शकणार नाही हे मला माहीत होतं. आमच्या सगळ्या मोहिमेलाच धोका पोहोचला असता.

एक अवगुंठित, निनावी, मुलं बरोबर नसलेली स्त्री, या माझ्याबद्दलच्या कल्पनेने त्यांनी माझी दखल घेतली नाही, म्हणून मग मी तिथून सटकले; डेबी आणि अमिनाकडे हॉटेलच्या खोलीत गेले.

'ड्रायव्हर म्हणतोय, त्याला अर्धा तास लागेल.' डेबीने मला सांगितलं. मी हॉटेलच्या खोलीत प्रवेश केला त्यावेळी माझी अवस्था तणावपूर्ण होती. अमिना परत मिळाल्यामुळे उत्तेजनेची भावना त्यात मिसळली होती.

'या गतीने आपली फ्लाइट चुकेल.' मी अस्वस्थ होऊन म्हटलं.

'त्याला अर्धा तास लागणार आहे? मी त्याला आधीच सांगितलं होतं की पूर्ण दिवस तयारीत राहा.'

'मला वाटतं, त्याचा ग्रह आहे की अर्ध्या तासात येणं म्हणजेच तयारीत राहणं.' डेबी उत्तरली.

आम्ही दुसरं काय करू शकत होतो? ऐन वेळेला या मोहिमेसाठी विश्वासार्ह आणि सूज्ञ ड्रायव्हर मिळणं अवघड होतं. मी खाली लॉबीत सामानासकट जाऊन थांबले. डेबी आणि अमिनाला खोलीतच थांबवलं. कोणी तिथे हरवलेल्या मुलीची चौकशी करायला आलं तर?

मला दरवाज्यातून दिसत होतं की किनाऱ्यावर अजूनही बरंच काही घडत होतं. पोलिसांना पाचारण करण्यात आलं होतं आणि हातवारे करीत तेही त्या आरडाओरडा आणि गोंधळाच्या परिस्थितीत सामील झाले होते. लौकरच ते जवळपासच्या इमारतीत, रस्त्यावर शोध घेण्याची शक्यता होती. तिथून लवकर निसटण्याची गरज होती.

अर्धा तास गेला, पण अद्याप गाडी आली नव्हती. मी त्याने दिलेला नंबर फिरवला. एका बाईने फोन घेतला आणि मला सांगितलं, की *तो निघालाय, मी काळजी करू नये.* जेव्हा मी विचारलं, 'तो केव्हा पोहोचेल?' तेव्हा ती एवढंच म्हणाली, 'लौकरच.'

आमच्या विमानोड्डाणासाठी आता फक्त काही तास उरले होते. दुसऱ्या दिवशीच्या सकाळपर्यंत मग दुसरी फ्लाइट नव्हती. नाहीतर मग आम्हाला दुसऱ्या ठिकाणाहून फ्लाइट पकडावी लागली असती, पण तेवढे पैसेही आमच्याकडे नव्हते. आणि पॅरिस नाहीतर ॲमस्टरडॅमला ब्रिटिश पासपोर्टवर एका लहान मुलीला घेऊन उड्डाण करणं चमत्कारिकच दिसलं असतं.

शक्यता अशीही होती की दुसऱ्या दिवशी सकाळी पोलिसांनी अमिनाचं छायाचित्र विमानतळावर प्रसारित केलं असतं; ती बुडाली नाही याची त्यांना बहुतेक खात्री पटली असती तर, आणि तशी पटण्याची शक्यताही होती; त्यांना अमिनाची आई इंग्लिश होती हेही समजलं असतं. दोन अधिक दोन चारचं गणित मांडायला पोलिसांना फार वेळ लागला नसता. हे सगळे विचार माझ्या डोक्यात पिंगा घालू लागले आणि सरळ विचार करणं मला कठीण झालं. मी दरवाज्याकडे आणि पुन्हा मागे, अशा येरझाऱ्या घालू लागले.

अजूनही गाडीचा पत्ता नव्हता आणि मी विचार करीत होते की रस्त्यावर जाऊन दुसरी गाडी शोधावी की काय. *पण समजा त्या गाडीचा चालक त्यावेळी समुद्र किनाऱ्यावर असल्यास त्याला एक लहान मूल हरवल्याची माहिती असली तर?* छे, हा काही पर्याय नव्हता.

तासाभरात जेव्हा आम्ही खोलीवर परत गेलो, तेव्हा ड्रायव्हरचं आगमन झालं. अशा आविर्भावात, जणू काही त्याला काहीच पर्वा नव्हती. जेव्हा मी त्याला जरा सुनावलं, तेव्हा त्याने खांदे उडवले आणि बाहेरच्या रहदारीकडे उडता हात दाखवला; मला तर रहदारी अगदी सर्वसाधारण पद्धतीने होताना दिसली.

मी त्याला सामान गाडीत चढवायला सांगितलं आणि *हॉटेलच्या मुख्य प्रवेशद्वाराच्या समोरच गाडीत थांब*, म्हणून सूचना दिली. कारण मी हॉटेलचं बिल अगोदरच भरून टाकलं होतं आणि सामानही गाडीत पोहोचतं झालं होतं. डेबी आणि अमिना खाली उतरल्यावर आम्ही कुणाचंही विशेष लक्ष वेधून न घेता गाडीकडे सरळ जाऊ शकलो असतो.

'कृपा करून तुला जेवढं लौकरात लौकर आम्हाला विमानतळावर नेता येईल, तेवढं त्वरित ने.' मी ड्रायव्हरला सांगितलं.

अमिना तिच्या आईच्या मांडीवर डोकं टेकून अंगाची वळकटी करून पडली, म्हणजे जाणाऱ्या-येणाऱ्या लोकांना ती दिसली नसती. समुद्रकिनाऱ्यावर अजूनही काही पोलिसांच्या गाड्या थांबलेल्या होत्या, पण गर्दी आता विरळ व्हायला लागली होती. ड्रायव्हरने आमच्याकडे बघून एक रुंद आणि मोहक हास्य केलं, जणू काही आम्हाला आनंद होईल असं त्याला शक्य असणारं करायला तो अधीर होता. आम्ही धीम्या गतीने निघालो.

‘किती वेळ लागेल विमानतळावर पोहोचायला?’ मी विचारलं.

‘तास, दीड तास, वाहतुकीवर अवलंबून आहे ते.’ त्याने पुन्हा खांदे उडवले.

‘आम्हाला यापेक्षा लौकर तिथे पोहोचावं लागेल. आम्हाला फ्लाइट पकडायची आहे.’ मी म्हटलं.

‘माझ्यावर सोडा ते.’ त्याने ॲक्सिलरेटरवर पाय दाबत उत्तर दिलं.

वळणांवर आणि शहरांतून मर्यादेच्या दुप्पट वेगाने आम्ही निघालो आणि मला आमच्यामागे पोलिसांच्या गाडीचा भोंगा ऐकू येण्याची भीती वाटत राहिली. पण फ्लाइट चुकण्याची भीती अधिक असल्याने मी गप्प बसले.

शेवटी एकदाचे आम्ही विमानतळाच्या बाहेर येऊन थांबलो तेव्हा विमान सुटण्याआधी आमच्याकडे फक्त पंचेचाळीस मिनिटं शिल्लक होती. चेक-इन काऊंटर बंद होता होता आम्ही तिथे पळतच पोहोचलो. आमचे सोपस्कार पूर्ण करण्याची त्यांना एवढी घाई होती की त्यांनी डेबी आणि अमिनाचे पासपोर्ट नीट निरखून पाहिलेच नाहीत आणि ते एक प्रकारे बरंच होतं. कारण मुळात ते पासपोर्ट त्यांचे नव्हतेच! दरवाजे बंद होता होता आम्हाला विमानापर्यंत नेण्यात आलं.

मी त्या सगळ्या मानसिक, शारीरिक ताणामुळे आणि अस्वस्थ मन:स्थितीमुळे थकून जाऊन थरथरत होते. त्याचवेळी विमानाने उड्डाण केलं आणि आम्हाला खालचा समुद्र दिसू लागला. अमिना हवाई सुंदरीशी आनंदाने गप्पा मारत होती आणि डेबी तिच्याकडे मातृसुलभ अभिमानाने, सुटकेचं स्मितहास्य चेहऱ्यावर खेळवत पाहत होती. ही भावना मी प्रथमच पाहत होते. काही मिनिटांत जणू काही तिच्या वयाची दहा वर्षं कमी झाली होती.

आसनावर मागे झुकून बसताना आणि काही दीर्घ श्वास घेताना माझ्या धमन्यांतून उत्तेजक ॲड्रेनलिन प्रवाहित झालं होतं. मी दुसरी यशस्वी सुटका मोहीम करू शकले होते. मला अठराव्या शतकातल्या उच्चभ्रू फ्रेंच लोकांना गिलोटिनपासून वाचवणाऱ्या, आणि त्यांना सुरक्षितपणे इंग्लंडमध्ये पोहोचविणाऱ्या स्कार्लेट पिंपरनेलसारखं अजिंक्य असल्याचा भास झाला.

■

माझी स्वतःची पहिली सुटका

पंधराव्या वर्षी घर सोडल्यावर मी माझ्या भविष्याची जबाबदारी स्वतःवर घेतली होती. माझ्या आईबरोबरचं माझं नातं पुष्कळच सुधारलं. दोघींपैकी एकीलाही ज्या गोष्टी बोलल्या गेल्या होत्या किंवा जी कृती घडली होती, त्याबद्दल विसरणं किंवा क्षमा करणं हे शक्य नव्हतं, तरीही आता आम्ही एकत्र वेळ घालवू शकत होतो किंवा वेळप्रसंगी अगदी मैत्रिणींसारखं सुटी घालवायलाही जात होतो.

आम्ही जेव्हा समुद्रकिनाऱ्यावर सुटी घालवायला ट्युनिशियाला गेलो होतो, तेव्हा मी करीमच्या कुटुंबाबरोबर जॉर्डनमध्ये एक वर्ष घालवून परत आल्याला विशेष अवधी लोटलेला नव्हता. त्याचवेळी मला अहमद भेटला.

प्रत्येकजण तुम्हाला सुटीच्या वेळी घडणाऱ्या प्रणयाबद्दल सावध करतो, पण त्यामुळे त्याचं आकर्षण कमी होत नाही. आराम आणि मजा करत जेव्हा तुम्ही एका उन्मादक परदेशात असता, तेव्हा आयुष्य वेगळंच भासतं आणि तुमची सारासार विचारशक्ती दोलायमान होते. तुम्ही असे निर्णय घेता, जे तुम्ही तुमच्या घराच्या चार भिंतींत घेतले नसते. अशी मैत्री करता, जी एरवी तुम्ही केली नसती, कारण तुम्ही तुमच्या स्वतःच्या आयुष्याचे विचलित करणारे प्रश्न सोडवण्यात मग्न असता.

अहमदचे वडील कतारचे होते आणि आई ट्युनिसच्या एका मोठ्या शेतकरी कुटुंबाची. तो एक बारीक अंगकाठीचा, किरकोळ माणूस होता, पण त्याने माझं लक्ष वेधून घेतलं खरं. मी एकोणीस वर्षांची होते आणि अजूनही मला करीमबद्दल मृदू भावना होत्या. त्याला मी लंडनमध्ये परतल्यावर बरेच वेळा भेटले होते. मी अजूनही सावरत होते. ही एक परावर्तित परिस्थिती होती की नाही, हे सांगता येणार नाही; पण

माझ्या स्वत:च्या भावनांबद्दल माझ्या मनात संभ्रम होता. मला मनाला येईल तसं वागायचं होतं की कोणाबरोबर तरी नातं निर्माण करून कौटुंबिक आयुष्य जगायचं होतं? कधी हे, तर कधी ते खरं आहे अशा परस्परविरोधी भावनांचे तरंग एखाद्या एकोणीस वर्षांच्या मुलीच्या मनात उमटणं स्वाभाविक असलं, तरी त्यामुळे प्रश्न निर्माण होतात, विशेषत:, तुमच्या आईच्या मताला तुम्ही मान देत नसाल, तर तिचा उपदेश ऐकण्याकडे तुमचा कल नसतो.

माझी मानसिक स्थिती कशीही असली, तरी जेव्हा अहमदने मला लग्नाबद्दल विचारलं तेव्हा मी होकार देऊन टाकला, आणि स्वत:च्या मनाची समजूत घालत राहिले, की मला हेच पाहिजे. कदाचित त्याचं कारण ट्युनिशिअन रात्रीच्या हवेत भरून राहिलेला, डोक्यात भिनणारा मोगऱ्याच्या फुलांचा सुगंध असेल, किंवा सौक्स किनाऱ्यावरच्या उंटाच्या पाठीवरच्या प्रणयी सफरी असतील, जे काही असेल!

माझी आई खूष होती. मला प्रोत्साहित करीत होती. एक प्रकारे एकदाचा करीम प्रकरणाचा निकाल लागण्याच्या दृष्टीने तिला हे स्वागतार्ह वाटत होतं. कारण तिला ठामपणे वाटत होतं, एक चांगला नवरा होण्याइतका करीम काही श्रीमंत नाही. त्याच्याऐवजी ज्याच्याकडे अधिक माया असेल असा कोणी करीमची जागा घेऊ शकला, तर अधिक उत्तम हा तिचा दृष्टिकोन होता.

अहमद ट्युनिसमध्ये एका मोठ्या घरात राहात होता आणि बीएमडब्ल्यू गाडीतून फिरत होता. माझ्या आईला तिच्या जावयात असावेसे वाटणारे सगळे गुण अहमदमध्ये एकवटले होते. अहमदचे कुटुंबीय देखील या विवाहाला अनुकूल होते. त्यामुळे माझ्या मनाच्या कोपऱ्यात कुठेतरी एखाद्या निवांत क्षणी कुरतडू लागणारे संशय, मी कोणाकडे बोलून दाखवणार होते? कसे व्यक्त करणार होते?

मला आणि आईला दोघींनाही औपचारिक लग्नसमारंभाची कल्पना नेहमीच आवडली होती. अहमदच्या कुटुंबीयांनी विवाहाच्या आधीची एक भव्य मेजवानी ट्युनिशिअन स्टाईलमध्ये त्यांच्या खर्चाने आनंदाने दिली. आईने लंडनच्या ब्रेकटेक्समधून एक परिपूर्ण वधूवेष मागवला. माझी बहीण सँड्रा आणि माझी आई तो घेऊन ट्युनिसला आल्या. मिरवणुकीची सगळी तयारी सुरू झाली होती आणि या वेळेला मी त्यात सामील होणार असं दिसत होतं.

मला अधिकाधिक नर्व्हस वाटायला लागलं होतं, पण मी समजून घेतलं की प्रत्येक नववधूला जसजसा लग्नाचा दिवस जवळ येतो, तेव्हा असंच वाटत असणार. *तुला आज ना उद्या बांधिलकी स्वीकारायला लागणार आहे;* पण खरं म्हणजे मी स्वत:ला बजावायला हवं होतं, *'तू फक्त एकोणीस वर्षांची आहेस. कृपा करून तुला कोणाशी बांधिलकी नको असेल, तर ती केली नाही तरी चालेल.'*

आयुष्याच्या प्रवाहाबरोबर वाहत जाणं एकवेळ सोपं आहे, पण परिस्थितीवर

नियंत्रण ठेवणं मात्र कठीण. मला असं वाटतं की पुष्कळ इंग्लिश मुली ज्या मध्यपूर्वेच्या किंवा उत्तर आफ्रिकेच्या मुस्लिम पुरुषांशी विवाहबद्ध होतात, त्यांच्याबाबतीत असंच घडतं. बहुतेक त्यांना, त्या काय करतायत त्यासंबंधीचा संभ्रम वाटत असतो, पण एकदा का गोष्टींना गती मिळाली, की त्या थांबवणं कठीण असतं. कदाचित काही मुलींना त्यांच्या मित्रमैत्रिणी किंवा नातेवाईकांकडून त्या जे करणार आहेत, त्याबद्दलच्या धोक्याच्या सूचना मिळाल्यादेखील असतील. पण त्या अशा निश्चयाने बंड करुन पुढे जातात की त्यांना सल्ला देणारे लोक अनभिज्ञ, जातीयवादी किंवा संकुचित मनाचे आहेत. हा निश्चय त्यांच्या मनाच्या एका कोपऱ्यात उमटणारे अस्वस्थतेचे किंवा संभ्रमाचे आवाज बाद करून टाकतो. प्रेमाखातर त्यांनी स्वीकारलेल्या भूमिकेशी त्यांना चिकटून राहणं भाग पडतं, मग काही का होईना!

विवाहाच्या दिवशी लग्नाचे विधी सुरू होण्यापूर्वी दिल्या जाणाऱ्या शानदार मेजवानीसाठी जेव्हा पाहुणेमंडळी एकत्र जमली, तेव्हा माझ्या डोक्यातल्या घोंगावणाऱ्या विचारांनी कळस गाठला आणि त्या ताणतणावाने मला एखाद्या आजाऱ्यासारखं वाटायला लागलं. सकृत्दर्शनी मी एखाद्या चित्रांच्या पुस्तकातल्या नववधूसारखी दिसत असले, तरी अंतर्यामी मात्र पार गोंधळून गेले होते. भोवताली काय चाललंय, यावर लक्ष केंद्रित करणं मला कठीण होऊ लागलं होतं.

शेकडो लोक भोवताली वावरत होते आणि मी त्यांच्यामध्ये माझा तो सुंदर, शुभ्र वधूवेष आणि दागदागिने घालून बसले होते, एखाद्या 'अंकल'कडून गालावर चुंबन, किंवा दुसऱ्या एखाद्या 'आंटी'कडून अश्रूभरल्या नेत्रांचं तिचं आलिंगन स्वीकारत. ते सगळेजण इतके गोड, दयाळू आणि स्वागतार्ह होते आणि पार्टीचा आनंद लुटत होते, की त्यांच्यापैकी कोणालाही काय म्हणावं, तेच मला सुचत नव्हतं.

मला चक्कर आल्यासारखं व्हायला लागलं आणि आता त्या खोलीत आणखी एकही अधिक माणूस मावणार नाही, असं भासत असतानाच मी वळले आणि मला लग्नासाठी नटून सजून तयार असलेल्या नवऱ्या मुलाची झलक दिसली. मी पुन्हा नीट निरखून पाहिलं. मी त्याला ओळखू शकले नव्हते आणि एक क्षणभर मला का ते कळेना. मग मला उमगलं, या समारंभासाठी त्याने त्याचे केस सरळ करून घेतले होते. तो जर आधी बावळट दिसत होता, तर आता नक्कीच चमत्कारिक दिसत होता. माझ्या मनात रेंगाळणारे सगळे संशय आता उसळून पुढे आले. त्या बिचाऱ्या अधीर, छोट्याशा बावळट प्राण्याच्या दर्शनाने मला गदागदा हलवून टाकलं आणि मला कळून चुकलं की मी एक गंभीर चूक करणार होते.

मला त्वरित निर्णय घ्यायला हवा होता, नाहीतर मी अशा एका माणसाबरोबर लग्न करून बसले असते, जो लग्नाच्या दिवशीच एवढा हास्यास्पद दिसत होता; ज्याचा विचार करताना हसू आल्याशिवाय किंवा शक्यता आहे की रडू आल्याशिवाय

राहवलं नसतं. हे पुढे चालू ठेवणं अशक्य होतं, पण ते थांबवायचं कसं हे मला ठाऊक नव्हतं. उभं राहून मी जमलेल्या लोकांपुढे जाहीर करू का? ते बहुतेक मला तिथेच बडवतील. अहमदकडे जाऊन मी माझं हृदय उघडं करू का? पण तो माझं मन वळविण्यासाठी याचना करेल. शेवटी चाललेल्या पार्टीचा विरस करण्याचं मला धैर्य झालं नाही आणि एखाद्या झोपेत चालणाऱ्या व्यक्तीप्रमाणे मी वावरत राहिले. *'मी किती सुंदर दिसतेय, अहमद कसा नशीबवान आहे, माझा वधूवेष किती छान आहे,'* इत्यादी शेरे ऐकत, त्यांची प्रेमालिंगनं आणि त्यांच्या शुभेच्छांना स्वीकारत. पूर्वी कधी न भेटलेल्या अहमदच्या काही नातेवाईकांशी माझा परिचय करून देण्यात आला. मी त्या खोलीतून पुढे जाताना त्यांनी मला ट्युनिसला येतानाचा प्रवास कसा झाला ते औपचारिकपणे विचारलं, पण मी काय उत्तरं दिली, तेही मला आठवत नाही.

हा सर्व वेळ मी एखाद्या स्वप्नात असल्याप्रमाणे माझा भावी नवरा ज्या दरवाज्यातून आत आला होता, त्या दिशेने चालत होते. माझ्या आयुष्यातले ते सर्वांत अधिक चालणं होतं आणि वाटेत अहमद समोर आला असता तर, लग्न होणार म्हणून तो किती आनंदी आहे, हे बघितल्यावर त्याचा विरस करायचं धाडस मला झालं नसतं.

मी दरवाज्यापर्यंत पोहोचले, तो उघडला आणि बाहेर गेले. कोणी काही बोललं नाही किंवा मला थांबवण्याचा त्यांनी प्रयत्न केला नाही. कदाचित त्यांना वाटलं असेल की मी थोडं मोकळ्या हवेत श्वास घेण्यासाठी बाहेर जातेय. काही बायकांनी एकमेकींकडे अर्थपूर्ण कटाक्ष टाकलेही असतील, त्यांच्या स्वत:च्या विवाहाच्या दिवशी त्या किती नर्व्हस होत्या ते आठवून.

मी माझ्यामागे दरवाजा बंद केला आणि पार्टीचा गोंधळ गडबडीचा आवाज अचानक बंद झाला. माझा पहिला विचार होता तिथून त्वरित निघून जायचं. कोणी मला काय बिघडलंय हे विचारायला यायच्या आधीच. पण कोणाला उत्तरं देत बसायचा मला 'मूड' नव्हता. तिथून जाणाऱ्या एका टॅक्सीला मी हात केला आणि माझा वधूवेष सावरत मागच्या आसनावर बसले. टॅक्सीच्या खिडक्यांत भाग्य खुलावं म्हणून सगळीकडे वेगवेगळे ताईत वगैरे लटकत होते.

जिथे मला खोली मिळण्याची खात्री होती, अशा दुसऱ्या गावात असलेल्या एका साधारण हॉटेलचं नाव मी ड्रायव्हरला सांगितलं. मी वधूवेषात होते, माझ्याकडे काही सामानसुमान नव्हतं आणि पैसेही नव्हते. माझ्याकडे काही दागिने होते, ज्यातले काही मी ड्रायव्हरला त्याच्या भाड्याची आगाऊ रक्कम म्हणून दिले. अहमद आणि त्यांचे कुटुंबीय काय घडलंय त्याची कल्पना येऊन मला शोधायला येण्यापूर्वी, मी त्या ठिकाणापासून शक्य तेवढ्या दूर लौकरात लौकर जायला बेचैन होते. मला बरं नाही असा त्यांचा ग्रह होईल आणि माझ्या अस्वस्थतेचं स्पष्टीकरण देण्याची संधी मला न देता ते समारंभ पुढे चालू ठेवण्याची गडबड करतील.

तिथून टॅक्सी निघताना मी तिरकस नजर दरवाज्याकडे टाकली, पण तो दरवाजा अद्याप बंद होता. मी तिथून निघून गेलेय हे उमगायला कदाचित थोडा वेळ लागेल. मला अहमदबद्दल वाईट वाटलं. तो माझ्याशी चांगुलपणाने वागला होता आणि मी त्याला अत्यंत दुःखी करणार होते, त्याच्या मित्रमैत्रिणी आणि नातेवाईकांसमोर त्याला शरमेने मान खाली घालायची नौबत आणणार होते.

मी हॉटेलच्या एका खोलीत उतरले. कोणीही माझ्या वधूवेषात असण्याबद्दल काही बोललं नाही. एकदा खोलीत गेल्यावर मी त्या देशातील माझ्या काही मित्रमैत्रिणींना त्यांचे मित्रत्वपूर्ण आवाज ऐकण्यासाठी फोन केले. काही तासांनी मी आईलाही तिच्या हॉटेलमध्ये फोन केला. मी काय केलंय ते सांगायची मला विलक्षण भीती वाटत होती, पण माझ्या अपेक्षेपेक्षा तिने मला पुष्कळच समजून घेतलं.

'माझा पासपोर्ट माझ्याकडे नाही,' मी रडक्या आवाजात तिला सांगितलं, 'तो माझ्या इतर वस्तूंबरोबर अहमदच्या घरी आहे.'

'काळजी करू नकोस. आपण काहीतरी मार्ग काढू. हा प्रश्न सोडवू.' तिची मला सावरून घेण्याची वृत्ती बघून मला गलबललं, पण हा सगळा गडबडगुंडा ती कसा काय निस्तरणार होती ते मला कळेना.

'मला तिथे परत जायचं नाही, मला लंडनला परत जायचंय.' मी म्हणाले.

'ठीक आहे.' माझं सांत्वन करण्याचा प्रयत्न करत ती म्हणाली, 'माझे ट्युनिसमध्ये काही पॅलेस्टिनियन मित्र आहेत. ते तुला दुसरा पासपोर्ट देण्याची व्यवस्था करतील.' मला खरं म्हणजे हे कधीच कळलं नव्हतं की तिला एवढे पॅलेस्टिनी मित्र का होते. आणि यापूर्वी तिने कधी त्यांचा उल्लेख केला की मी तो विषय उडवून लावायची, पण आता मला जर कोणी या परिस्थितीबद्दल मार्ग दाखवला असता, तर मी त्यांच्याशी अतिशय कृतज्ञ राहिले असते. मी अस्वस्थपणे चळवळत झोपले. मला थोडंफार त्या नको असलेल्या विवाहाच्या लचांडातून सुटल्यासारखं वाटत होतं आणि अहमदबरोबरचं वागणं, केवळ विचार न करता त्या गोष्टी पुढे वाढवल्याने, काहीसं अपराधीही.

दुसऱ्या दिवशी माझी आई हॉटेलमध्ये आली आणि बरेचसे संशयास्पद दिसणारे लोकही आले, जे आमच्यासाठी थोडे पैसे आणि मला इंग्लंडला जाण्यासाठी पासपोर्ट ठेवून गेले. आम्ही काही दिवसांनी गुपचूप त्या देशाच्या बाहेर सटकलो.

बिचाऱ्या अहमदकडून किंवा त्याच्या कुटुंबीयांकडून मला नंतर काहीच खबरबात कळली नाही. मला आशा आहे, की एखाद्या छानशा मुलीशी लग्न जमवून तो किमान शंभर मुलांचा बाप झाला असेल! मला खात्री आहे की मी काही त्याच्यासाठी एक चांगली पत्नी होऊ शकले नसते. समजा, विवाहसमारंभ पार पडला असता तरी आत्तापर्यंत मी त्याला सोडून दिलं असतं. केवळ विवाहविधी पार पडले, म्हणून

लग्नाच्या बंधनात अडकून राहणं मला रुचलं नसतं आणि मग तो अधिकच दुःखी झाला असता. मला आशा आहे की माझी जेवढी काठोकाठ सुटका झाली, तेवढीच त्या दिवशी त्याचीही झाली.

एकदा इंग्लंडला सुरक्षित परतल्यावरही मला अरब जीवनपद्धतीबद्दल प्रचंड आकर्षण होतं. सूर्यप्रकाशाचा आणि तिथल्या माणसांचा उबदारपणा माझ्या स्मृतींत भिनून राहिला होता आणि त्यामुळे मला लंडन निस्तेज आणि करड्या छटेचं भासू लागलं होतं. पुढल्या काही वर्षांत मी मध्यपूर्वेला किंवा उत्तर आफ्रिकेला सुटीनिमित्त जाण्याची एकही संधी वाया घालवली नाही आणि माझे बरेचसे नवीन मित्र जगाच्या त्या भागातले होते.

माझा येत्या काही वर्षांत जो एक सर्वाधिक विश्वासार्ह आणि सच्चा मित्र बनणार होता, असा मोहम्मद मला कुवैतला भेटला. आमच्यात काही घडलं नाही, पण तो नेहमीच म्हणायचा की मी त्याच्याशी लग्न करायला हवं होतं. कधी कधी मला वाटतं की त्याचं बरोबर होतं, पण आम्ही अधिक पुढे गेलो असतो तर आमची मैत्री गढुळली असती.

अरब पुरुष त्यांच्या स्वतःबद्दल आणि कुटुंबाबद्दल कोणत्या प्रकारे विचार करतात, हे मी मोहम्मदसारख्या पुरुष मित्रांकडून शिकले. पश्चिमेकडच्या देशात एक चुकीची धारणा आहे की अरब पुरुष स्त्रियांचा आदर करीत नाहीत. या धारणेला खतपाणी घातलं जातं ते अफगाणिस्तानमध्ये तालिबानने स्त्रियांना दिलेल्या वागणुकीच्या भयकथांमुळे; पण इस्लामच्या कायदेकानूंमध्ये स्त्रियांना पवित्र मानलं जातं; पुरुषांपेक्षाही अधिक, त्यांच्या मुलांना जन्म देण्याच्या क्षमतेमुळे. आयुष्य त्यापैकी बऱ्याच जणींसाठी कठीण असतं, पण काही पुरुषांसाठीही ते तेवढंच अवघड असतं. काहीजणींना दलितांसारखी वागणूक, दुय्यम दर्जाचे नागरिक असाव्यात अशा पद्धतीने वागवलं जातं, पण मला अशा बऱ्याचजणी पश्चिमेकडच्या देशातही आढळल्या, ज्यांना हे वर्णन चपखल बसेल. पुरुष त्यांच्या आईची, आजीची जवळपास भक्तीच करतात आणि प्रौढ स्त्रियांना त्यांच्या कुटुंबात फार मोठा दर्जा असतो. तुम्हाला पश्चिमेकडे तो क्वचितच आढळतो. तिथे वृद्ध लोक म्हणजे एक तापदायक जबाबदारी, असंही समजलं जातं.

अरब पुरुष त्यांच्या बहिणींचाही आदर करतात. बायका-मुलींचंही वागणं जर सामंजस्याचं, लाघवी असेल, तर ते त्यांनाही आदरानेच वागवतील. पण काही पाश्चिमात्य स्त्रिया जेव्हा स्वतःबद्दलदेखील आदर नसलेल्या आढळतात, तेव्हा ते संभ्रमित तर होतातच, पण क्रुद्धही होतात.

प्राथमिक लैंगिक आकर्षण मंदावल्यावर, मग या स्त्रियांच्या वागणुकीतल्या चुका दाखवून द्यायला सुरुवात होते. त्यांच्या आईबहिणींसारखं अधिक 'मोठेपणाच्या'

नात्यानं वागायला सांगण्यात येतं. आग्रही वृत्तीच्या पाश्चिमात्य स्त्रियांना काय करायचं, कसं वागायचं हे सांगितलं गेल्यावर त्या अर्थातच आक्षेप घेतात. कारण पाश्चिमात्य संस्कृतीत त्यांना कधीच वेशभूषा, रंगभूषा कोणती करावी, कुठे जावं-यावं, कोणाशी मैत्री करावी, यावर व्याख्यानं ऐकावी लागलेली नसतात. या काळात संस्कृतींमधली भिन्नता एक अशी दरी होते, ज्यात मुलं गुंतून पडू शकतात. ∎

वाईट वागणारी एक मुलगी

आपण जेव्हा तरुण असतो, तेव्हा कधी कधी गुंतू नये अशा नात्यांत गुंततो आणि करू नये अशा गोष्टी करतो– निदान मी त्या केल्या. विशेषत: जेव्हा लोक लवकर लग्न करतात, किंवा मुलंही लवकर होतात, तेव्हा याचे परिणाम कधी कधी दुर्दैवी ठरतात. पण ते अटळ असतं. मोठं होण्याच्या प्रक्रियेचा हा एक भाग असतो– तुम्ही कोण आहात, तुमच्या मर्यादा काय आहेत, हे शिकण्याचा एक भाग.

कुवैतमधल्या माझ्या सुटीनंतर, माझी धाकटी बहीण ट्रेसी मला एका भेटीनंतर लंडनच्या मध्य भागात गाडीने घेऊन जात होती. माझी आईही गाडीत होती. मला चॉकलेट खावंसं वाटलं, म्हणून मी ट्रेसीला एका कार सर्व्हिस झोनमध्ये गाडी वळवायला सांगितली. नेहमीप्रमाणे गाडीत थोडीफार कुरबूर चालूच होती, कशावरून ते आता आठवत नाही, पेट्रोलचा आणि एक्झॉस्ट फ्यूम्सचा वास वातावरणात भरलेला असला, तरीही गाडीच्या बाहेर उतरून मोकळ्या हवेत यायला मला आनंद वाटला.

मी लख्ख प्रकाशित केलेल्या सर्व्हिस स्टेशनच्या दुकानाकडे मोर्चा वळवला, माझी चॉकलेटं निवडली आणि बिल देण्याच्या काऊंटरवर लागलेल्या रांगेकडे गेले. पैसे देताना माझ्या हातून एक नाणं जमिनीवर पडलं. मी बिल भरण्याची प्रक्रिया चालूच ठेवली आणि खाली पडलेल्या नाण्याकडे दुर्लक्ष केलं.

'एस्क्यूज मी,' माझ्या मागून एका पुरुषाचा आवाज आला, 'तुमचे काही पैसे खाली पडले आहेत.'

तो हसला आणि पैसे उचलण्यासाठी खाली वाकला. जेव्हा त्याने पुन्हा सरळ

होऊन नाणं माझ्या हातात दिलं, तेव्हा मी त्याच्या चेहऱ्याकडे पाहिलं. छान दिसला. काही फार देखणा नव्हे, पण चांगला, मित्रत्वपूर्ण. चेहऱ्याला दाट, कुरळ्या, काळ्या केसांची महिरप. त्याचे ट्राऊझर्स फार लांब होते, व्ही कट गळ्याचा जंपर आणि शर्ट त्याने घातला होता. तो अरब असावा असा मी तर्क केला आणि त्याच क्षणी मला त्याच्यात इंटरेस्ट निर्माण झाला. माझी बहीण माझ्या मागे आली होती, बहुतेक आईच्या आवाजापासून काही मिनिटं दूर राहण्यासाठी ती माझ्या शेजारीच उभी होती. त्या माणसाबरोबर माझं काय चाललंय याकडे तिचं अर्थातच दुर्लक्ष झालं होतं; तिची बडबड चालू होती. *ती मला एवढं अंतर गाडी चालवून घरापर्यंत सोडू शकणार नाही, किंवा मग कदाचित मला ती रेल्वे स्टेशनपर्यंत सोडेल, कारण तिला दुसरीकडे कुठेतरी जायचं होतं.*

मला तिचं वागणं असह्य व्हायला लागलं होतं.

'ठीक आहे.' तिचं बोलणं अर्धवटच ऐकत मी म्हटलं. मी त्या माणसाकडे वळून विचारलं, 'तुम्ही लंडनला चाललाय का?'

'होय.' त्याने सभ्यपणे उत्तर दिलं.

'तुम्ही मला तुमच्या गाडीत लिफ्ट द्याल का? प्लीज?'

'निश्चित!' तो हसला आणि लंडनमध्ये मला कुठे जायचंय हे विचारण्याचीही त्याने तसदी घेतली नाही.

मी आणि माझी बहीण सर्व्हिस स्टेशनच्या पुढच्या आवारात गेलो. जेव्हा माझा दयाळू मित्र पेट्रोलचे पैसे देत होता, तेव्हा तिच्या गाडीतून मी माझं सामान काढून आणलं. माझी प्रवासी बॅग आवळून धरत मी त्याच्या गाडीसाठी आसपास नजर टाकली. मला एक जुनी बँगर गाडी जवळच उभी केलेली दिसली. तिच्या मालकाच्या प्रतीक्षेत. मी तर्क केला ती बहुतेक त्याचीच असावी. मी आईला हात हलवून 'बाय' केलं आणि गाडीच्या जवळ गेले. त्याचवेळी तो गॅरेजमधून बाहेर आला आणि मला पाठीमागे येण्याची खूण करत दुसऱ्या दिशेकडे वळला. मी तो ज्या दिशेने चालला होता तिथे नजर टाकली. एक मोठी सुरेख लॅम्बोरगिनी गाडी, सर्व्हिस स्टेशनच्या प्रकाशात तिच्या सुंदर रंगाने चमचमणारी. मला हसूच आलं आणि योगायोगाचं आश्चर्यही वाटलं.

एखाद्या आदबशीर पुरुषासारखा त्याने माझ्यासाठी स्त्रीदाक्षिण्य दाखवत गाडीचा दरवाजा उघडून धरला आणि मी पांढऱ्या लेदरने मढवलेल्या आसनावर स्थानापन्न झाले. तो मग वळून दुसऱ्या बाजूने येऊन दरवाजा उघडून माझ्या शेजारी बसला. मी माझ्या आईला आणि बहिणीला गाडीने जाताना पाहिलं. आयुष्यभर ती मला आणि माझ्या बहिणीला श्रीमंत पुरुषांशी लग्न करण्याबद्दल सांगत आली होती. आम्ही त्यांच्या गाडीला मागे टाकून वेगाने पुढे गेलो, तेव्हा तिच्या डोक्यात पैशाच्या

हिशेबाची आतषबाजी चालू झाली असणार, कारण आमच्या गाडीची वेगवान लाल टर्बो तिच्या नजरेत नक्कीच भरली असावी.

माझ्या अपेक्षेपेक्षा बरेच लौकर आम्ही लंडनच्या पूर्व भागात आलो, तेव्हा मी अलीकडेच वेट्रेस म्हणून काम केलेल्या एका उपाहारगृहाच्या जवळच असलेल्या एका पर्शियन गालिच्यांच्या दुकानावरून आमची गाडी चालली होती. त्या दुकानावरून मी कितीतरी वेळा गेले होते. तिथल्या गालिच्यांच्या सुंदर नक्षीची मनोमन प्रशंसा करीत मी लॅम्बोरगिनी गाडीतून जाताना, माझ्या त्या दयाळू मित्राला ते दुकान दाखवलं. रहदारीमुळे गाडीचा वेग कमी झाला होता. त्याने गाडी वाहनतळाकडे वळवून उभी केली.

'मला दाखव ते दुकान.' तो म्हणाला आणि आम्ही गाडीतून उतरलो.

एवढा उशीर झाला होता, तरी दुकान अद्याप उघडं होतं. मालकाने डझनावारी गालिचे आम्हाला बघण्यासाठी उघडले. शेवटी माझ्या नवीन मित्राने एक छोट्या पक्ष्यांच्या नक्षीची कशिदाकारी केलेली अतिशय सुंदर भेट माझ्यासाठी खरेदी केली; त्याच्या त्या मोहून घेणाऱ्या कृतीने मी खुलून गेले.

अप्पर ग्रॉसव्हेनॉर स्ट्रीटवर, मेफेअरच्या अंतर्भागात असलेलं त्याचं अपार्टमेंट दाखवायला तो मला घेऊन गेला. जाताना वाटेत भव्य हॉटेलं असलेली पार्क लेन आणि ग्रॉसव्हेनॉर स्क्वेअर लागला. तिथे अमेरिकन एम्बॅसीचं कार्यालय होतं आणि लंडनच्या काही फार सुंदर, गच्ची असलेल्या इमारती होत्या.

आमची गट्टी लवकरच जमली आणि आम्ही नियमित भेटू लागलो. त्यावेळेस मी माझ्या आईबरोबर बुशी भागात राहात होते आणि ते राहणं म्हणजे एक संकटच होतं; कारण एक मिनिटदेखील आम्हा दोघींना एकमेकींशी धडपणे वागणं कठीण झालं होतं; मी लहान असताना जसं होतं तसंच. लवकरच मी माझ्या मित्राला घरची परिस्थिती सांगितली आणि मी किती अस्वस्थ आहे, तेही सांगितलं.

'एवढी वाईट परिस्थिती आहे, तर तू तिथून बाहेर का पडत नाहीस?' त्याने गोंधळून, प्रामाणिकपणे विचारलं.

'नाही पडू शकत.' मी हसतहसत म्हटलं, 'माझ्याकडे काहीच पैसे नाहीत.'

तुम्हाला पाहिजे तेव्हा जे करायचं असेलं त्यासाठी तुमच्याकडे पुरेसे पैसे नसणं, ही कल्पना त्याला परकी होती. त्याने खांदे उडवले. जणू काही त्याचं उत्तर एवढं स्पष्ट असून आम्ही दोघांनी त्याचा अद्याप विचार कसा केला नव्हता?

'मी तुला कुठेतरी राहण्यासाठी घर घेऊन देतो.' तो म्हणाला आणि शब्दाला जागून त्याने माझ्या आईच्या घराच्या मागचं घर विकत घेतलं, ज्याला बहात्तर हजार पौंड लागले. तो भाग मला परिचित होता आणि मला तिथे छान वाटत होतं. माझ्या आईच्या घरापुढची बागही मला माझ्या बाल्कनीतून दिसू शकत होती. माझी आई

उन्मळून गेली होती आणि त्यामुळे मला अधिकच समाधान वाटत होतं.

सुंदर बाग असलेल्या त्या घरात मी आनंदाने राहिले आणि माझे त्या श्रीमंत सौदी तरुणाबरोबरचे संबंध बहरत राहिले. मी जरा लाडावले आणि सुखावलेही. मला एकटं वाटू नये म्हणून त्याने मला एक पाळीव पर्शियन मांजर दिलं आणि ज्यावेळी मला संकेत मीलनाच्या भेटीसाठी बाहेर न्यायचं असेल, त्यावेळी तो स्वत: गाडी चालवत लंडनला यायचा.

त्याच्या खर्चाने मी सगळं घर फरशीपासून छतापर्यंत महागड्या फर्निशिंगने सजवलं, पण त्याने त्याची पापणी देखील फडकवली नाही. त्याने मला काही सुंदर ठिकाणी नेलं, जिथे फक्त श्रीमंत लोक मजा करायला जातात. जणू काही मी त्याच्या आयुष्यातली मुख्य व्यक्ती होते. मला सुरुवातीस आयुष्य जगण्यासाठी जे काही पाहिजे होतं, ते सगळं काही उपलब्ध झालं होतं, पण मला अधिक हवं होतं, मी लोभी बनत चालले होते.

'मी सौदी अरेबियाला माझ्या घरी जातोय' तो एक दिवस मला म्हणाला, 'तू पण माझ्याबरोबर येऊन माझ्या कुटुंबीयांना भेटलीस तर मला आवडेल.'

मला खूप आनंद झाला. अरब कुटुंबांना भेटायला मला नेहमीच आवडायचं, काही वेळा त्या ओळखी दु:खद तऱ्हेने झाल्या होत्या, पण बहुतेक आठवणी त्यांच्या दयाळू आणि अगत्यशील आदरातिथ्याच्या होत्या आणि असे काही नवीन अनुभव गोळा करायच्या अपेक्षेने मी उत्सुक होते. भरपूर पैसे गाठीशी असलेल्या आणि त्यासाठी काही काम करावं लागत नसलेल्या त्या पुरुषाबद्दल अधिक जाणून घ्यायचीही मला इच्छा होती.

त्याने एकदा उल्लेख केला होता, की त्याच्या कुटुंबीयांची इच्छा होती, की त्याने त्याच्यापेक्षा पंधरा वर्षांनी मोठ्या असलेल्या त्याच्या चुलत बहिणीशी लग्न करावं; ती घटस्फोटित होती आणि दोन मुलांची आई. मला वाटलं, की त्याच्याबरोबर जाण्याचं आमंत्रण म्हणजे त्याच्या कुटुंबीयांना या वस्तुस्थितीशी सामना करायला लागणं, की त्याला माझ्याबरोबर लग्न करायचं होतं. मला वाटतं, की मी अहमद किंवा करीमशी लग्न करण्याबाबत जेवढी निश्चित नव्हते, तेवढीच याच्याशी विवाहबद्ध होण्याच्या बाबतीतही नव्हते. पण मला ही कल्पना आवडली होती. एका दुसऱ्या शक्तिमान, न पाहिलेल्या शत्रूला गिळंकृत करायचं होतं. मला तो आवडत होता आणि म्हणून हे नातं पुढे चालू राहावं असंही मला वाटत होतं.

आम्ही जेगरमध्ये जाऊन प्रवासासाठी आवश्यक कपड्यांची आणि ते ठेवण्यासाठी लागणाऱ्या बॅगांचीही खरेदी केली. या नवीन साहसासाठी मी 'मूड'मध्ये यायला लागले होते. आमची सौदीला जायची जय्यत तयारी झाली होती, त्याचवेळी त्याच्यासाठी तिथून फोन आला.

फोनवरचं बोलणं संपल्यावर तो म्हणाला, 'मी दिलगीर आहे, माझ्या आईला हृदयविकाराचा झटका आलाय. मला एकट्यालाच जावं लागेल, ही वेळ तुझा कुटुंबाशी परिचय करून द्यायला योग्य नाही, आय होप, यू अंडरस्टँड?'

मी समजून घेतलं खरं, पण त्याच्या आईचं नेमकं दुर्दैवाने त्याच वेळी आजारी पडणं... मला हे कळत होतं, की त्यावेळी त्याचं एकट्यानं जाणं योग्य होतं. माझी निराशा झाली होती आणि त्याची अनुपस्थिती मला सलणार होती, हेही तितकंच खरं होतं. त्याची आई नाजुक परिस्थितीत असताना आणि तिची त्याने दुसऱ्या मुलीशी विवाह करावा ही इच्छा असताना, मला तिथे नेऊन माझा परिचय तिला करून देणं नक्कीच उचित नव्हतं.

मी किती निराश झालेय, हे ओळखून त्याची तीव्रता कमी करण्यासाठी त्याने मला वेस्टएंडमधल्या एका बुटिकमध्ये खुलं खातं उघडून दिलं आणि अमेरिकन एक्स्प्रेस कार्डचा एक नंबरही दिला, म्हणजे मला तो नसताना जी पाहिजे ती खरेदी करता येणार होती. त्याने मला माझा पहिला मोबाईल फोनही घेऊन दिला. मला सगळं काही मिळालं होतं आणि मी तात्पुरती शांत झाले होते.

सुरुवातीला सगळं ठीक चाललं. तो परतायची वाट पाहत मी घरीच थांबले. प्रत्येक संध्याकाळी तो फोनवर गप्पा मारायचा. मी कुठे आहे, कोणाबरोबर आहे, याची खबरबात त्याला नेहमीच लागायची. मी मित्रांबरोबर जाणं किंवा कोणाला भेटणं त्याला नको होतं. एकाएकी तो स्वामित्व गाजवणारा आणि मत्सरी झाला होता. मला ते आवडलं नाही, पण तो एवढ्या दूरवर आहे ही वस्तुस्थिती त्याला कारण असेल असं मला वाटलं. मी स्वत:ला बजावलं, *तुला फुलारून जायला हवं, तो तुझी एवढी काळजी करतोय.*

पण बरेच आठवडे उलटले आणि घरात बसून त्याची वाट बघण्याचा मला कंटाळा आला. मला दुसरे पुरुष मित्र होते, मोहम्मदसारखे, जे मला पार्टीला, क्लबमध्ये, रेस्टॉरंटमध्ये खुषीने घेऊन जात होते आणि मी त्यांची आमंत्रणं स्वीकारत होते, परिणामांची पर्वा न करता, जर त्याला नंतर कळलं तर तो किती अपसेट होईल याचा विचार न करता. कदाचित मला असं देखील वाटलं असेल, की मी त्याला मत्सरी होण्यासाठी आणि त्याबद्दल काहीतरी करण्यासाठी कारण देतेय.

नंतर त्याने मला फोन केला आणि सांगितलं की त्याची आई वारली आणि त्याच्या स्वरावरून मी ओळखलं, की परिस्थितीत बदल झालाय. इतर बऱ्याच अरब पुरुषांप्रमाणे तोही आपल्या आईची किती भक्ती करत असेल हे मला ठाऊक होतं. त्याच्या चुलत बहिणीशी त्याने लग्न करावं म्हणून तिने त्याच्यावर दबाव वाढवायला सुरुवात केली होती आणि आईच्या इच्छेला मान देऊन तिची शेवटची इच्छा पूर्ण करणं भाग आहे, असं त्याला वाटत असणार, हेही मी ओळखलं होतं.

घरातलं वडीलधारं माणूस गेल्यावर आता भविष्याकडे लक्ष देणं आणि स्वत:च्या कुटुंबाची मालमत्ता अधिक संपन्न करणं, हे आता त्याचं इतिकर्तव्य असणार होतं. माझ्याशी लग्न करण्याने काही कोणाची आर्थिक सुबत्ता द्विगुणित होणार नव्हती. संपत्ती वाढवण्यापेक्षा, तिच्यात भर घालण्यापेक्षा मी खर्च करून टाकण्याचीच शक्यता अधिक होती. ज्या पद्धतीने गोष्टी घडत होत्या, त्यामुळे माझ्या मनात अस्वस्थतेची भावना मूळ धरू लागली होती.

माझी आई, तिच्या मुलीचे एका श्रीमंत मुलाबरोबर लग्न होण्याची शक्यता धुळीला मिळण्याच्या कल्पनेने चिंतित होऊन, त्याला फोनवरून मी कोणाबरोबर जातेय, कोणाला भेटतेय, याच्या बातम्या द्यायला लागली होती. तिच्या त्या खोडसाळपणाला तो आवर घालू शकत नव्हता आणि ती जे जे सांगेल ते ते त्याला सर्व काही खरंच वाटत होतं.

दिवस जसजसे उलटत होते, तशी मी घरी बसून त्याची नुसतीच वाट बघत राहायला त्रासून गेले होते. तो ज्या पद्धतीने मला वागवत होता, तेही मला रुचत नव्हतं. काहीतरी गंमत स्वत:च कशी करता येईल, त्याचे मार्ग कोणते यावर विचार करायला मी सुरुवात केली. मला उमगलं, की ते कार्ड मी बुटिकखेरीज अन्य ठिकाणी देखील वापरू शकत होते. दागदागिन्यांच्या दुकानात आणि गाड्यांच्या शोरूममध्ये ते कार्ड चालत होतं. मेल ऑर्डरने मी काहीही मागवू शकत होते आणि माझ्या क्रेडिटवर कोणीही प्रश्न उठवत नव्हतं. मी आता अधिकच कल्पक झाले आणि डेव्हिड मॉरीसकडून मी एक कटलरी सेट मागवला, ज्याला पंचेचाळीस हजार पौंड लागले, त्याच्यावर मी आम्हा दोघांची मिस्टर आणि मिसेस, अशी अक्षरं कोरून घेतली आणि तो सौदी अरेबियाला पाठवून दिला.

डेव्हिड मॉरीसमध्ये मला वस्तू मिळायला काहीच अडचण आली नाही, कारण आम्ही दोघं एकत्र त्या दुकानात गेलो होतो; तो सौदीला जाण्यापूर्वी त्याने आम्हा दोघांसाठी तिथून आठ हजार पौंडांच्या हिऱ्यांच्या अंगठ्या खरेदी केल्या होत्या. आमची नावंही अंगठ्यांच्या आत कोरून घेतली होती. त्यांचा ग्रह झाला होता की आम्ही जोडीदार आहोत. मी जणू काही त्याच्यावर इतका काळ दूर राहिल्याबद्दल सूड उगवत होते. मला एक मालमत्ता असल्यासारखं वागवल्याबद्दलदेखील; एखाद्या कपाटात मला ठेवल्यासारखं, म्हणजे परत आल्यावर तो माझ्याबरोबर खेळू शकेल.

अमेरिकन एक्स्प्रेसमध्ये शेवटी धोक्याच्या घंटा वाजायला सुरुवात झाली असणार, कारण त्यांनी त्यांचं फ्रॉड पथक मला भेटायला पाठवलं. लोक चांगले होते. दारावर टकटक करून 'आत प्रवेश करू का' म्हणून विचारून, काही गोष्टींची चर्चा करणारे. त्यांना माहीत करून घ्यायचं होतं, की मी त्यांचं कार्ड का वापरत होते. मला त्यांच्यामुळे नर्व्हस वाटण्यापेक्षा, त्यांनाच माझ्यामुळे चाचरायला होत होतं. मला

६२ । हिरॉईन ऑफ द डेझर्ट

वाटतं कर्ज एवढं फुगण्याआधीच त्यांनी ते चेक करायला हवं होतं. त्यांना काळजी वाटत होती, की जर असं निष्पन्न झालं की एवढी उधारी करण्याची मला ॲथॉरिटी नव्हती, तर ते बिल त्यांना भरावं लागलं असतं.

'तो माझा नवरा आहे' मी थाप मारली, 'आमचं इस्लामी पद्धतीने लग्न झालंय.' जेव्हा मी ते कार्ड बेफिकीरीने वापरल्याबद्दल त्यांनी प्रश्न विचारले, तेव्हा मी सांगितलं.

त्यांना काहीच करता येण्यासारखं नव्हतं. काय बोलणार ते? काय सिद्ध करू शकणार होते? आले होते तेव्हा जेवढे चिंतित होते, त्यापेक्षाही ते निघताना अधिक चिंताग्रस्त झाले होते.

शेवटी माझ्या सद्सद्विवेकबुद्धीने माझ्यावर मात केली आणि मी ठरवलं की दुसरं कोणीतरी त्याला कळवायच्या आधी मीच जबाबदारी स्वीकारलेली चांगलं. तो सौदीहून इजिप्तला काही कामासाठी गेला होता आणि मी त्याने दिलेल्या दूरध्वनी क्रमांकावर त्याला फोन केला. माझी बहीण सँड्रा माझ्याबरोबर बसली होती. मला घाम सुटला होता. याची निष्पत्ती काय होणार आहे, काही सांगता येत नव्हतं. माझी अशी भावना झाली होती की माझ्या खोडसाळपणाची किंमत मला चुकवावी लागणार होती.

'ऐक, मी तुझं क्रेडिटकार्ड थोडंफार वापरत होते.' मी त्याला फोनवर सांगितलं.

'ओ.के.' तो हसला, 'किती खर्च केलास?'

'सात किंवा आठ.' मी म्हणाले.

'हजार?'

'तूच त्यांना फोन करून खात्री कर. मला वाटतं, मी सुमारे ७५०,००० पौंड खर्च केले आहेत.'

ही बातमी त्याने फारच चांगल्या तऱ्हेने पचवली, पण त्यानंतर त्याने माझ्याशी कधीच संपर्क साधला नाही. माझ्याकडे मी खरेदी केलेल्या वस्तूंची किंमत मागायला किंवा त्या परत घ्यायलाही कोणी आलं नाही. सगळं शांत झालं होतं. नंतर मला समजलं, की त्याने त्याच्या त्या वयाने मोठ्या चुलत बहिणीशी लग्न केलं. मी तिचं छायाचित्र पाहिलं आणि आश्चर्य म्हणजे ती कुरूप होती. तो स्वत: काही फार देखणा होता अशातला भाग नव्हता, पण त्याला तिच्यापेक्षा बरी बायको नक्कीच मिळू शकली असती. या लग्नात काही आर्थिक हितसंबंध गुंतले होते, जे कुटुंबाच्या बाहेर असण्याची कधीच शक्यता नव्हती. मी त्याच्यासाठी एक 'टेरिबल' पत्नी ठरले असते. त्याला अशीच बायको हवी होती, जी हिशेबी, कौटुंबिक आणि व्यवहारात माझ्यासारखी नसावी; तिला जे वाटेल ते बोलून मोकळी होणारी. तिने त्याला काहीच त्रास दिला नसेल आणि मी बराच दिला असता. पण काही काळ मजेत गेला असता. करीम, अहमदसारखी त्याचीही निसटती, सुदैवी सुटका झाली होती.

मी बुशीमधलं घर विकून टाकलं आणि लंडनच्या मध्यवर्ती भागात स्थलांतर केलं. माएदा वेलमध्ये मी एक चांगला फ्लॅट भाड्याने घेतला. तो एक टुमदार ब्लॉक होता. मी स्वत:बद्दल बरंच जाणलं होतं, ज्यातलं सगळं काही चांगलं नव्हतं, त्यामुळे हे आणखी एक साहस होतं. अरब पुरुष आधुनिक संमिश्र जगात कसे जगतात, त्याचीही चुणूक मला मिळाली होती.

■

मी आई होताना....

सुरुवातीच्या त्या चुकीच्या प्रकरणानंतर शेवटी मी काही वर्षांनी सायप्रसमध्ये थिओ नावाच्या पुरुषाशी विवाहबद्ध झाले. अहमदसारखीच त्याची माझी भेट एका हॉटेलमध्ये झाली. मी त्या बेटावर सुट्या घालवायला एका मैत्रिणीबरोबर गेले होते. तो पाहताक्षणीच माझ्या प्रेमात पडला.

मी काय म्हणणार? त्या काळात मी दिसायला सुंदर होते आणि पुरुष तरुण, सुंदर चेहऱ्यांच्या प्रेमात सहज पडतात. मानवी परिस्थितीचा कठोरपणा यातच आहे, आपण प्रेमात पडतो, त्या क्षणी योग्य वाटणाऱ्या कारणांसाठी लग्न करतो आणि मग सगळं काही बदलून जातं.

मला तो खूप आवडायचा आणि त्याच्या सायप्रसमधल्या आयुष्यात मला मोहून टाकणारी एक प्रसन्नता, सहजता होती. ज्या दुसऱ्या पुरुषांशी माझा संबंध आला होता, त्यांच्या विस्तारित कुटुंबासारखं वातावरण इथे नव्हतं, कारण थिओ एकुलता एक मुलगा होता. त्याची आई फ्लोरा एक सुंदर, प्रेमळ आणि अगत्यशील स्त्री होती. ती लहानखुरी, मजबूत बांध्याची आणि निरर्थक बडबड न करणारी होती. मला ते आवडलं; कारण माझ्या आईची न संपणारी बाष्कळ बडबड मी इतकी वर्षं ऐकत आले होते.

फ्लोराला तिच्या लहानशा कुत्र्याला समुद्रकिनाऱ्यावर फिरायला नेणं, नाहीतर सर्वांसाठी जेवण बनवणं आवडायचं. घरी असताना अंगावर पिनोफोर चढवून ती घरकामात मग्न असायची. थिओचे वडील पण दयाळू, गोड स्वभावाचे आणि सरळसाधे गृहस्थ होते. आमचा प्रणय छान रंगला होता आणि सुट्या संपल्या.

माझ्यावर निर्णय सोपवला गेला असता, तर आम्ही पुनश्च एकमेकांना भेटलो असतो की नाही, ते नाही माहीत, पण थिओच्या डोक्यात दुसऱ्या कल्पना होत्या.

मी जेव्हा सुट्या संपल्यावर इंग्लंडला परतले, तेव्हा तो मला दररोज फोन करायचा. त्याचं फोन करणं मला स्वागतार्ह होतं, पण मी अजून त्याचा माझा होऊ शकणारा जोडीदार म्हणून विचार केला नव्हता.

तो दुसरा एक श्रीमंत माणूस होता, अर्धा सायप्रसचा, अर्धा सौदी; पण महत्त्वाचं म्हणजे तो इतर कोणाहीपेक्षा माझ्याशी अधिक दयाळूपणाने वागत होता. मला जे वाटेल ते करायची त्याने मुभा दिली होती. तो समजूतदार होता आणि स्वामित्व गाजवायची वृत्ती त्याच्यात बिलकुल नव्हती. मी त्याच्याशी एवढी कृतज्ञ होते, की मी स्वत:ला पटवलं, त्याच्याशी लग्न करून उरलेलं आयुष्य त्याच्याबरोबर घालवायचं. मी नंतर त्याला अधिक चांगलं समजावून घ्यायला, माझ्या त्याच्याबद्दलच्या भावना नीट पारखून घ्यायला आणि माझा निश्चित निर्णय होण्यासाठी बरेच वेळा सायप्रसला गेले.

नेहमीप्रमाणे मी कुंपणावर बसून ठोस निर्णय घ्यायला बहुतेक टाळाटाळ केली असती, पण मी माझ्या एका भेटीच्या वेळी गरोदर राहिले आणि त्यामुळे गोष्टींना वेगळंच परिमाण आलं.

एकदा ते घडल्यावर, मातृत्वाची आस जागवणाऱ्या हॉर्मोन्सनी काम चालू केलं. मला उमगलं, की मी त्याच्याशी लग्न करण्याच्या आणि त्या बेटावर कायमचं जाऊन राहण्याच्या कल्पनेवर खूष होते. मला आई होण्याची आवड होती, माझ्या मुलांना एका चांगल्या प्रकारे वाढवण्याची इच्छा होती, माझ्या आईने आम्हाला वाढवलं होतं, त्यापेक्षा वेगळ्या प्रकारे. माझं जे नातं माझ्या पालकांबरोबर निर्माण होऊ शकलं नव्हतं, ते मला माझ्या मुलांबरोबर विकसित करायचं होतं. मी स्वत:ची अशीही समजूत घातली, की मला सायप्रसच्या शांत, आरामदायी वातावरणात कुटुंब वाढवायला आवडलं असतं.

बड्या समारंभाचा आग्रह धरणारी अशी वधू-वर पक्षांची काही फार मोठी कुटुंबं नव्हती, म्हणून पाफोसच्या गावात सिव्हिल पद्धतीने लग्न करायचं ठरलं होतं. मला 'नर्व्हस' वाटत होतं. *पुन्हा एकदा त्या शुभ्र वधूवेषात काही फियास्को तर होणार नाही ना?*

लग्नाच्या वेळी मला मी योग्य ते करतेय या निश्चितपणामुळे खूप छान वाटलं. नंतरही आई होण्याची कल्पना मला प्रिय वाटली, पण जेवढ्या पटकन मी थिओच्या प्रेमात पडले होते, तेवढ्याच त्वरेने लग्नविधीच्या आणाभाका घेऊन झाल्यावर, एकाच व्यक्तीबरोबर संपूर्ण आयुष्य बांधून घेण्याच्या कल्पनेने मला भयभीत केलं. जे सायप्रस मला छोट्या सहलींसाठी शांत, आरामदायक वाटत होतं, तेच आता नीरस

आणि मर्यादित वाटू लागलं. खूप उशीर व्हायच्या आधीच यातून सुटका करून घेण्यासाठी मी कासावीस झाले.

आमच्या घरापासून वीस मिनिटांच्या गाडीने पोहोचण्याच्या अंतरावर राहाणारी फ्लोरा एक फारच छान, खंबीर सासू होती आणि मी त्याबद्दल तिची कृतज्ञ आहे. जेव्हा माझी आई मला भेटायला आली, तेव्हा मात्र कोणत्याही बाबतीत दोघींचं पटणार नाही हे अटळ, उघड, सरळ होतं. नेहमी आनंदी असणाऱ्या आणि सहजतेने वावरणाऱ्या फ्लोरात झालेला बदल मला जाणवत होता. माझ्या आईने स्वत:ला इतरांनी लक्ष केंद्रित करावं म्हणून केंद्रबिंदू समजून रात्री क्लबला जाणं आणि अनोळखी, अयोग्य, पॅलेस्टिनी पुरुषांबरोबर रात्री-बेरात्री परतणं सुरू केलं होतं. तिच्या या वागण्याबद्दलची तीव्र नाराजी फ्लोराच्या वागण्यातून प्रतीत होत होती. तिची अशी अपेक्षा असावी की स्वत:च्या मुलीच्या सासरच्या मंडळींना भेटायला तिने स्वत:च्या नवऱ्याबरोबर यायला पाहिजे होतं आणि तिचा हा दृष्टिकोन समजून घेणं काही कठीण नव्हतं.

एकदाची माझी आई परत गेली आणि माझ्या थिओबरोबरच्या भविष्याच्या आशंका अधिकच गडद झाल्या. माझ्या पोटाचा घेर आता लक्षात येण्यासारखा वाढत चालला होता आणि मुलाच्या जन्माआधीच तिथून सटकायला हवं होतं; कारण नंतर ते कठीण होऊन बसलं असतं.

आणखी एक धोका असा होता, की एकदा मूल झाल्यावर थिओ त्या मुलावर हक्क सांगेल आणि मला आधीच माहीत होतं, की माझं बाळ मागे ठेवून जाणं मला कुठल्याही कारणाने शक्य होणारं नव्हतं. फार मोठं युद्ध झालं असतं ते आणि प्रत्येकजण त्यामुळे दुखावला असता, मुलाला देखील त्याचे परिणाम भोगावे लागले असते.

स्वत: आई होण्याच्या प्रक्रियेने मला प्रथम दाखवून दिलं की आई आणि मुलामधला नात्याचा धागा किती महत्त्वाचा आहे ते. अपवादात्मक परिस्थिती वगळता, सामान्यत: मुलं नेहमीच त्यांच्या वडिलांपेक्षा आईबरोबरच असायला हवीत, याबद्दल माझी खात्री तेव्हापासूनच पटलेली आहे. जोडीदारांमध्ये हजार कारणांमुळे बेबनाव होऊ शकतो; पण आई आणि मुलामधला दुवा मात्र अनंत काळचा असतो. काही अगदी तुरळक अपवाद वगळता. माझी ही तत्त्वं हृदय विदीर्ण करून टाकणाऱ्या पद्धतीनं मला लवकरच प्रत्यक्ष कसोटीला लावावी लागली.

वरवर पाहता सगळं व्यवस्थित दिसत होतं. लग्नानंतर एखाद्या परिकथेतल्यासारख्या भासणाऱ्या, संत्र्यांची बाग शेजारीच असलेल्या एका सुंदर घरात आम्ही राहायला गेलो. माझ्यासाठी श्रीलंकेची ॲना नावाची एक मेड होती, जी माझी जिवलग मैत्रीण आणि विश्वासू सखी बनली. माझ्या शांत, आदर्श, आरामदायी जीवनपद्धतीशी मी

जमवून घेत होते. थिओ एक दयाळू नवरा होता. मला अडकल्यासारखं वाटत होतं आणि सुटका करून घ्यायला मी उतावीळ झाले होते.

एकुलता एक मुलगा असल्याने थिओला त्याच्या आईवडिलांखेरीज जास्त नातेवाईक नव्हते. माझी पण विशेष मित्रमंडळी त्या परिसरात नव्हती. त्यामुळे जेव्हा थिओ कामाला किंवा गावात गेलेला असायचा, त्यावेळी घरात फक्त गर्भभाराने अवघडलेली, वैतागून गेलेली, कंटाळा आलेली मी, आणि ॲना दोघीच असायचो. अनपेक्षितपणे कॉफी प्यायला घरी येणारं कोणी नव्हतं, किंवा कोणासाठी स्वयंपाक करावा लागत नव्हता, की गप्पा मारायलाही कोणी नव्हतं. फक्त एकांतात घालविण्यासाठी रिकामे अनंत तास होते.

तीच तीच दृश्ये न्याहाळत बसायची आणि त्याच आरामशीर खोल्यांमध्ये बसून राहायचं हे माझ्या पूर्ण आयुष्याचं चित्र मला दिसत होतं. मला आणखी मुलं झाली असती आणि ती कल्पना छान होती; पण माझ्या आयुष्यात फक्त तेवढीच महत्त्वाकांक्षा पुरेशी नव्हती. मी गांगरून गेले आणि माझ्या पलायनाची योजना आखू लागले. ॲनाला मी माझी साथीदारीण म्हणून ठरवलं.

मला थिओशी या बाबतीत बोलणं शक्य नव्हतं, ते अगदी अतार्किक दिसलं असतं. लग्न झाल्यानंतर काही महिन्यात त्याला सोडून देण्याचा माझा विचार समजावून सांगणं अशक्य होतं. मला निर्णयात्मक पद्धतीने लौकरात लौकर काहीतरी हालचाल करणं भाग होतं. कारण जसजसे माझे दिवस भरत चालले होते, तशा अवस्थेत कोणतीही विमानसेवा मला विमानात चढू द्यायला धजावली नसती.

ज्या दिवशी शेवटी मी जायचं म्हटलं, त्या दिवशी मी एका सामान हलवणाऱ्या शिपिंग कंपनीला फोन करून बोलावून घेतलं. तेही अतिशय वेगानं आले. माझ्या मालकीच्या सगळ्या वस्तू एका कंटेनरमध्ये भरून माझ्या नावाने स्टोरेजमध्ये टाकून मी घेऊन जायला सांगितलं. ते त्यांचं काम करीत असताना मी त्यांना सारखी भुणभुण करून घाई करीत होते, कारण मला थिओ येण्यापूर्वी घरापासून दूर जाण्याची निकड होती. तेवढ्यात थिओ आला असता, तर सगळा डावच उधळला गेला असता.

शेवटी एकदाचा तो कंटेनर खडखडत संत्र्याच्या झाडांच्या राईतून दिसेनासा झाला, तेव्हा मी आणि ॲनाने थांबवून ठेवलेल्या टॅक्सीत अक्षरश: उडीच घेतली. आणि वेगाने विमानतळाकडे निघालो. तीन वाजता दुपारची फ्लाइट पकडून सायप्रसमधून आम्ही निघालो, आणि इंग्लंडला पोहोचलो. तिथे मी माझ्या पहिल्या बाळाला, मार्लनला जन्म दिला. ॲना माझ्याबरोबर माझ्या मदतीसाठी थांबली.

माझा माएदा वेलमधला फ्लॅट अजूनही होता. सतत उन्हं असलेल्या त्या शांत संत्र्याच्या बागेच्या जागी उत्तर-पश्चिम लंडनमधले ते रहदारीचे रस्ते आणि निळसर करडं आकाश हा आरामदायक बदल होता. त्यातच माझी विस्तारित सुटी शेवटी

संपली. अरब लोक जेव्हा प्रथमच पश्चिमेकडे येतात, तेव्हा जी चूक करतात, नेमकी तीच चूक मीही केली होती आणि आता त्याची भयंकर किंमत थिओ, मी आणि मार्लनला चुकवावी लागणार होती.

आश्चर्य म्हणजे थिओ क्षमाशील होता. अनपेक्षितपणे त्याला सोडून देखील तो गोंधळून गेला नाही. इतर लोक गोंधळले असते बहुतेक अशा परिस्थितीत. मी अपेक्षा केली होती की तो चिडेल, धुसफुसेल आणि गंभीर परिणामांची धमकी देईल. पण तो शांत राहिला, समजूतदारपणे वागला आणि तरीही मला समजावण्याचा प्रयत्न त्याने चालू ठेवला, की *मी या विवाहाला योग्य तेवढा वेळ दिलेला नाही, सायप्रसला मी परत यावं, माझी इच्छा असल्यास घरही बदलता येईल,* असा त्याचा प्रस्ताव होता. त्याचे विवादात्मक मुद्दे पटणारे, आर्जवी आणि प्रगल्भ होते.

त्याने मला आश्वासन दिलं, की लवकरच मला त्या बेटावर मित्रमैत्रिणींचं एक कोंडाळं तयार करता येईल. विशेषत: मार्लनची इतर मुलांशी मैत्री होईल, तेव्हा पर्यायाने त्यांच्या आयांशी माझाही परिचय होईल आणि मग माझं आयुष्य अधिक सुसह्य बनेल. आयुष्य आकर्षक बनवण्यासाठी काहीही करण्याची तयारी असल्याचं त्याने मला सांगितलं. मीही त्याच्या प्रस्तावावर विचार करण्याचं मान्य केलं. शेवटी मार्लन एका मोडलेल्या वैवाहिक जीवनाची निष्पत्ती ठरू नये, असं मलाही वाटत होतं.

एकदा माझ्या प्रसूतीच्या अवस्थेतून बाहेर येऊन मुलाचं संगोपन करण्याच्या स्थितीत आल्यावर माझ्या वैवाहिक जीवनाला आणखी एक संधी देणं योग्य होतं. थिओ कदाचित बरोबर सांगत होता. मार्लनला घेऊन मी आणि ॲनाने बऱ्याच फेऱ्या केल्या आणि थिओ माझ्याशी नेहमीच छान वागला, मला लंडनला परत जाऊ न देण्याचा त्याने कधीच हट्ट केला नाही.

माएदा वेलचा फ्लॅट मी सोडला नाही, ते माझं हक्काचं घर होतं. जर कधी मी गोंधळून गेले, तर तेव्हा माझा तोच एक आसरा असेल अशी माझी धारणा होती. काही चांगल्या क्षणी मला वाटायचं, की सायप्रसमध्येच स्थिर होऊन आणखी काही मुलांना जन्म द्यावा, पण जेव्हा ते प्रत्यक्षात उतरवण्याची वेळ यायची, तेव्हा मी ते करू शकत नव्हते.

मार्लनला त्या बेटावरच्या एका शिशुवर्गात दाखल करायचा मी निर्णय घेतला, पण एकदा तो सकाळच्या वेळेला तिथे जाऊ लागल्यावर, जेव्हा पाहिजे तेव्हा लंडनला जायला निघणं मला कठीण झालं. माझ्या छोट्या मुलाबरोबर आणि ॲनाबरोबर अस्वस्थ, असमाधानी अवस्थेत मी पुन्हा एकटी पडले आणि नव्या अस्वस्थतेच्या लहरी निर्माण झाल्या. थिओ पूर्णपणे शांत, समजूतदार होता.

मला लंडनहून तिथे परत गेल्यानंतर फ्ल्यूचा ताप येत होता. थिओचं आता

त्याच्या मुलाबरोबर जिव्हाळ्याचं नातं तयार झालं होतं आणि जर मी लंडनमध्ये राहिले तर त्याचा विरह थिओला अधिकच तीव्रतेने जाणवला असता. पण हे कारण मला माझ्या योजनेपासून विचलित करायला पुरेसं नव्हतं.

मला माहीत होतं, माझी अपराधीपणाची भावना आता निश्चितच अधिक गडद असणार होती; कारण ते दोघं एकमेकांच्या जवळ आल्यावर मी त्यांना दूर करणार होते. पण आमच्या उर्वरित आयुष्यावर परिणाम करणारा निर्णय घ्यायला ते कारण पुरेसं नव्हतं.

मला आता अगदी नेमकं कळत होतं, इतके अरब पुरुष त्यांच्या पश्चिमेकडच्या जोडीदारांबरोबर जास्त काळ राहण्याचा विचार का करू शकत नाहीत ते; कारण मीही चुकीच्या जागी अडकल्याचा अनुभव घेत होते. त्यांच्या स्वतःच्या देशात आणि परिचित संस्कृतीत परतण्याच्या त्यांच्या निर्णयाबद्दल मी त्यांना कधीच दोष देणार नाही. स्वतःच्याच घरात आयुष्यातला प्रत्येक दिवस परकेपणानं राहणं हा तरुण पालक असण्यातल्या ताणातला सर्वांत भयानक ताण होता. आई आणि मुलांमधले वात्सल्याचे संबंध तोडून मुलांना स्वतःबरोबर नेणाऱ्या पुरुषांनी घेतलेल्या निर्णयाबद्दल फक्त माझा आक्षेप होता. आयुष्यात मी बऱ्याच व्यक्तींना दुखावलंय; त्या गोष्टीची मला क्लेशदायक जाणीव आहे, पण जाणूनबुजून मी माझ्या मुलांना मात्र कधीच दुखावलं नाही.

शेवटी जेव्हा मी थिओला सांगितलं, की मला आता सायप्रसमध्ये राहता येणार नाही आणि त्याच्याबरोबर मला इथून पुढे राहायचं नाही, तेव्हा थिओने माझं मन वळवण्याचा शर्थीचा प्रयत्न केला. माझा निर्णय बदलणार नाही हे जेव्हा स्पष्ट झालं, तेव्हा त्याने वाद घातला, की मार्लनने सायप्रसमध्येच राहावं, कारण तो आता तिथे रुळलाय आणि आनंदात आहे. पण मला माहीत होतं की मी जर तिथून निघून गेले तर मार्लन फार काळ आनंदी राहणार नाही. एक आजी म्हणून फ्लोरा कितीही छान असली तरी एका लहान मुलाची ती पर्यायी आई कशी होऊ शकेल? मी थिओला सोडायला अधीर होते हे आणि दुसरं म्हणजे माझ्याबरोबर मार्लनही त्याला सोडून जाणार! थिओला ते फारच कठीण भासत होतं, हे मला जाणवत होतं. मी जेवढं शक्य होतं तेवढं माझं जाणं पुढं ढकलण्याचा प्रयत्न केला. पण मी तिथून निघाले नसते तर मला वेड लागलं असतं. माझ्या आईसारखं मला आयुष्यात कडवट आणि निराश व्हायचं नव्हतं. त्यामुळे सगळ्या कुटुंबालाच दुःखाच्या खाईत लोटलं जातं, हे मला माहीत होतं.

येत्या काही वर्षांत इंग्लंडमधल्या अनेक पित्यांनी आपल्या मुलांना कसं पळवलं याच्या कथा मी ऐकणार होते, त्याचप्रमाणे मी ज्या दिवशी जायचं ठरवलं, त्या दिवशी सकाळी दहाला मार्लनला शाळेतून बरोबर घेतलं. मला हे काम गुप्ततेने

करायचं होतं, नाहीतर थिओने ऐनवेळेला मार्लनच्या समोर तमाशा केला असता. माझ्याकडे स्वत:चे पैसे नव्हते म्हणून मी मोहम्मदला, लंडनच्या माझ्या मित्राला फोन केला आणि माझी हिथ्रोला परत जाण्याची तिकिटं काढायला सांगितली. त्याने ती काढली. मी आणि ॲनाने त्या दिवशी दुपारी प्रयाण केलं. मोहम्मद आम्हाला भेटायला लंडनच्या विमानतळावर आला. या वेळेला मला माहीत होतं की पुनश्च मागे फिरायचं नाही.

काय झालं ते कळल्यावर, थिओने माझ्यानंतरची लंडनला जाणारी फ्लाइट पकडली असणार. कारण तो सरळ माएदा वेलच्या फ्लॅटवर आला, अतिशय संतप्त अवस्थेत. माझ्यावर त्याने त्याला आणि शाळेला वाईट तऱ्हेने फसवल्याचे आरोप केले. माझ्यावर ओरडून बोलण्याची ही त्याची पहिलीच वेळ होती. त्याला प्रिय असलेलं सगळं त्याच्यापासून हिरावून, या दयाळू, शांत माणसाचा तोल ढळण्यासाठी मी कारण ठरले होते. तो नेहमीच माझ्याशी मृदुपणाने वागला होता आणि मी मात्र त्याला अतिशय दुखावलं होतं.

मला त्याला अद्याप समजावून सांगायचं होतं, की माझं आता त्याच्यावर प्रेम नव्हतं आणि मला त्याच्याबरोबर राहायचं नव्हतं. शेवटी मी काय म्हणतेय ते त्याच्या डोक्यात एकदाचं शिरल्याचं दिसलं. त्याच्या विनवण्यांचा, सहनशीलतेचा आणि दयाळूपणाचा इथून पुढे उपयोग होणार नाही हे कळून चुकल्यावर तो हादरून गेला.

एका शेवटच्या, निष्फळ, धैर्याच्या प्रदर्शनात तो ओरडला, 'तू माझा मुलगा माझ्यापासून कधीच हिरावून घेणार नाहीस.'

त्याच्या डोळ्यात अश्रू दाटून आले होते.

'मी घेईन.' मी उत्तरले.

'माझ्या प्रेतावरून घेशील?'

'शक्य आहे.' मी म्हटलं आणि माझ्या शब्दांच्या धक्क्याने तो स्तंभित झाला. त्याला कळून चुकलं असावं की या खेपेला मी माझं मन बदलणार नाही. आम्ही दोघं एकमेकांकडे रोखून पाहत असताना मार्लन खोलीत आला. थिओने ज्या प्रेमाने त्याच्याकडे पाहिलं, ते मला सहन होईना. मी त्याची नजर टाळली. या गोष्टीला जे वळण लागलं होतं, त्याचं मला दु:ख होत होतं, पण दुसरं काही वेगळं करता येण्यासारखं नव्हतं.

मार्लनला गुडघ्यांवर बसवून जवळ घेत थिओ म्हणाला, 'तुझं माझ्यावर प्रेम नसेल तर तुला माझ्याबरोबर राहण्याची सक्ती मी करू शकत नाही. मी माझी पत्नी आणि मुलगा, दोघांनाही गमावलं आहे. पुढे काय करायचं काय ठाऊक.'

त्या दिवशी त्याने परिस्थितीचा ज्या पद्धतीने स्वीकार केला, त्याबद्दल मला खरोखरच त्याचा आदर वाटतो. मी त्याला एवढं दु:खी केल्यावरदेखील तो माझ्याशी

बिलकूल वाईट वागला नाही. मला मार्लनपासून वेगळं करण्याचाही त्याने प्रयत्न केला नाही. मार्लनला त्याने नेहमीच आधार दिला.

मला असं कधीच वाटलं नाही, की सगळे पुरुष स्त्रियांपेक्षा कमी प्रतीचे पालक असतात. काही उदाहरणात ते स्त्रियांपेक्षा चांगले पालक असू शकतात. मूल थोडं मोठं असेल, तर वडिलांकडेही अधिक चांगलं राहू शकतं. पण या गोष्टी अगदी तुरळक आढळतात. बऱ्याच उदाहरणात दोन्ही बाजूंना मुलांबद्दल सारखंच प्रेम असतं आणि प्रेमाची रस्सीखेच हा शब्दप्रयोग भयानक पद्धतीने खरा ठरतो.

ही रस्सीखेचेची परिस्थिती कशी उद्‌भवते हे पाहणं सोपं आहे. अरब पार्श्वभूमी असलेले तरुण जेव्हा इंग्लंडला येतात तेव्हा त्यांना त्यांच्या कामाच्या किंवा अभ्यासाच्या ठिकाणी भेटणाऱ्या स्त्रियांबद्दल भीतीयुक्त आदर असतो. त्यांच्या आयुष्यातल्या आतापर्यंत भेटलेल्या स्त्रिया बाराव्या वर्षांपासून सुरक्षित वातावरणात वाढलेल्या असतात. एखाद्या ओळखीच्या मुलीबरोबर जर त्यांनी काही भानगड केली, तर त्यांना तिचे वडील, भाऊ आणि कुटुंबातील इतर पुरुषांचा रोष ओढवून घ्यायची पाळी येते. पण जेव्हा ते इंग्लंडसारख्या देशात येतात, तेव्हा तोकड्या कपड्यातील मुली वर्तमानपत्रांत आणि मासिकात खुले शरीरप्रदर्शन करत असल्याचं पाहतात. मग त्यांना कळतं, की ते एखाद्या मुलीबरोबर झोपूही शकतात आणि तरीही कुणी त्यांच्यावर नाराज होत नाही. या वेगळ्या जगात त्यांचं डोकं ठिकाणावर राहात नाही. शांत वातावरणात जो शहाणपणाचा निर्णय त्यांनी विचारपूर्वक घेतला असता, तो यामध्ये दिसत नाही. स्वत:च्या पाळामुळांपासून दूर असल्यानं आणि योग्य सल्ला देणाऱ्या वडिलधाऱ्या मंडळींच्या अनुपस्थितीमुळे, ते भलतेच निर्णय घ्यायला उद्युक्त होतात.

बरेचदा ते ज्या स्त्रियांना क्लब किंवा पबमध्ये भेटतात, त्या स्त्रिया त्यांच्या स्वत:च्या कुटुंबाच्या सामाजिक स्थानापेक्षा वेगळ्या असतात. दोघांच्या सामाजिक, सांस्कृतिक स्थानातील ही दरी, मुलं होईपर्यंत त्यांच्या लक्षात येत नाही. मुलांच्या भवितव्याबद्दल जेव्हा ती मोठी होऊ लागतात, तेव्हा हे पुरुष विचार करू लागतात, त्यावेळी ही तफावत अधिकच प्रकर्षाने जाणवते. या सुमारासच मुलांना पश्चिमेकडच्या देशातून अपहृत करण्याचे प्रकार अधिक घडतात. बऱ्याचशा उदाहरणात मुलांच्या संगोपनाबद्दलच्या पुरुषांच्या कल्पना, स्त्रियांपेक्षा वेगळ्या असण्याचा मुद्दा गौण असतो. स्त्रिया परिपूर्ण मातेची भूमिका समर्थपणे पार पाडत असतात आणि मुलांना त्यांच्या विचाराप्रमाणे वाढवण्याचा त्यांना पुरेपूर हक्क असतो. इतर काही उदाहरणांत मात्र स्त्रिया आईची भूमिका पार पाडायला असमर्थ असतात, आणि मुलांना स्वत:च्या कुटुंबीयांकडे त्यांच्या संगोपनासाठी घेऊन जाण्याचा त्यांच्या पित्यांचा निर्णय उचितच असतो.

जेव्हा मी माझ्याकडे मदतीसाठी येणाऱ्या स्त्रियांच्या मुलांची सुटका करायला सुरुवात केली, तेव्हा मला हे सत्य उमगलं नव्हतं. माझ्या नजरेत सगळं कृष्णधवल

होतं. सगळ्या माता चांगल्या आणि सगळे पिते वाईट. मी गृहित धरलं होतं की आईपासून मुलांना दूर करणारे पुरुष मुलांचे हितशत्रू होते आणि मुलांना आईकडे निर्विवादपणे परत देणं उचित ठरलं असतं.

सगळं काही एवढं सरळसोट नसतं. ही वस्तुस्थिती मला इजिप्तच्या भेटीत कळली. एका महिलेच्या छोट्या मुलाला सोडवायला गेलेले असताना मला तो अनुभव आला. त्या महिलेमध्ये असं काही होतं ज्यामुळे मला सुरुवातीपासूनच फारसं अनुकूल वाटत नव्हतं, मी डेबीशिवाय मोरोक्कोची ती ट्रीप उगीचच केली होती. डेबीनेही त्यावेळीच मला सांगितलं होतं, की तिच्याकडे फक्त एकाच तिकिटाचे पैसे आहेत. ह्यावेळीही मला सांगण्यात आलं, की तिच्याकडे एकाच तिकिटाचे पैसे आहेत, पण माझा त्या गोष्टीवर फारसा विश्वास बसला नव्हता. दुसऱ्या तिकिटाचे पैसे मी उभे करू शकले असते, पण का कोण जाणे, माझ्या डोक्यात विचार आला, की त्या बाईला या मोहिमेत गुंतवायच्या आधी, मी एकटीने जाऊन परिस्थितीचा अंदाज घेतलेला बरा. त्या मुलाचं वय बारा वर्षं होतं, मी आतापर्यंत हाताळलेल्या प्रकरणातील मुलांपेक्षा अधिक. मला वाटलं की तो मुलगा जर त्याच्या वडिलांबरोबर खूष नसेल, तर त्याची समजूत घालून त्याला परत आणता येईल.

कैरोमध्ये माझा एका ड्रायव्हरशी परिचय होता. माझ्या आधीच्या काही मोहिमांत मला त्याची मदत झाली होती. महागड्या हॉटेलात उतरण्यापेक्षा त्याने माझी त्याच्या कुटुंबीयांच्या घरातील एका खोलीत राहण्याची व्यवस्था केली. एकट्याने प्रवास करताना अशा ठिकाणी राहणं अधिक श्रेयस्कर असतं.

माझ्या बऱ्याच मोहिमांत मला अशा लोकांकडून त्यांच्या घरात राहण्याचा प्रस्ताव यायचे, भले त्यांची घरं साधीसुधी असली, तरीही. एका चांगल्या कामासाठी आपलीही काहीतरी मदत होईल, ही भावना त्यामागे असायची. स्वत: गैरसोय सोसूनही चांगला यजमान म्हणून पाहुणचार करण्याची प्रवृत्ती जगाच्या त्या भागात प्रामुख्याने आढळली.

दुसऱ्या दिवशी आम्ही ते घर शोधून काढलं. तो मुलगा, त्याचे वडील, आजी आणि इतर नातेवाईकांबरोबर राहात होता. त्यांच्या हालचाली आम्ही आदल्या दिवसापर्यंत न्याहाळल्या. पूर्वीही मी हेच केलं होतं. इतर प्रकरणात त्या मुलाच्या आयुष्यात प्रत्येक नातेवाईकाची भूमिका काय आहे, याचा मला अंदाज घ्यायचा होता. त्याला रस्त्यावरून उचलून नेण्याइतपत तो मोठा होता. त्याच्या जवळ जाणं गरजेचं होतं, त्याच्याशी संवाद साधण्यासाठी आणि त्याला समजावून सांगण्यासाठी; त्याला हे समजावून सांगायचं होतं की त्याच्या आईला त्याची फार आठवण येत आहे आणि त्याने तिच्याकडे परत जावं, अशी तिची फार इच्छा आहे. दुसरा पर्याय म्हणजे त्याच्या आईशी त्याची भेट करून देणं. पण परिस्थितीचं आकलन झाल्याखेरीज मला

कोणताही निर्णय घेता येत नव्हता. त्या कुटुंबाचा विश्वास संपादन करण्याचा मार्ग मला शोधायचा होता.

कैरोच्या त्या घराची दिनचर्या मला त्याच्या आईने थोडीफार समजावून सांगितली होती. तिच्या मुलाबरोबर तिची ताटातूट झाल्यानंतरच्या सुरुवातीच्या काळात, त्याच्या आलेल्या पत्रांवरून तिला ती समजली होती. आठवड्यातल्या एखाद्या दिवशी ते कुटुंब क्लबमध्ये मनोरंजनाचा एखादा कार्यक्रम बघायला आणि जेवायला जायचं. कदाचित त्या कुटुंबाशी संवाद साधण्यासाठी त्या क्लबची मला मदत होऊ शकली असती. अशा प्रकारचे क्लब ही छान ठिकाणं असतात. ब्रिटिश क्लबची इजिप्शियन आवृत्ती! जादूगार, गायक, विनोदवीर... सगळे जेवायला येणाऱ्यांचं मनोरंजन करायला सज्ज असतात. काही वेळा हे कार्यक्रम मोकळ्या मैदानात केले जातात, पण मग गवतातले डास तुमच्या पावलांना चावत राहतात. हा क्लब मात्र बंदिस्त होता.

मी आणि ड्रायव्हर, त्या क्लबच्या ठिकाणी संध्याकाळच्या सुमारास पोहोचलो. रस्त्याच्या पलीकडे गाडी उभी करून आम्ही त्या मुलाच्या गाडीची प्रतीक्षा करू लागलो. हळूहळू लोक कार्यक्रमाला यायला सुरुवात झाली होती. दरवाज्यावर सुरक्षा रक्षक लक्ष ठेवून होते. दुपारची डुलकी काढून लोक आता रस्त्यावर फिरायला बाहेर पडू लागले होते. आम्ही कोणाच्या नजरेत भरण्याची त्या गर्दीत एवढी भीती नव्हती.

तासाभराने त्या कुटुंबाची गाडी क्लबच्या दरवाज्याबाहेर येऊन थांबली. तो मुलगा त्याची आजी आणि इतर काही महिला नातेवाईकांबरोबर क्लबच्या आत गेला. ड्रायव्हर आणि मीही थोडा वेळ बाहेर थांबून नंतर आत शिरलो. कोणालाही वाटलं असतं की एक जोडी संध्याकाळ मजेत घालवायला आलीय.

दरवाज्यावरच्या कर्मचाऱ्यांनी आमच्याकडे विशेष लक्ष दिलं नाही. त्यांच्या दृष्टीने, फक्त दोन गिऱ्हाइकांचे स्वागत करून त्यांच्या खाण्याची व्यवस्था करायची होती. आतमध्ये गर्दी होती, अंधार होता आणि मला तर प्रथम तो मुलगा कोणत्या टेबलाजवळ बसलाय, तेही दिसेना. लोक आपापसात बोलत होते. ड्रिंक्स, जेवणाची ऑर्डर देत होते आणि मनोरंजनाचा कार्यक्रम सुरू होण्याची प्रतीक्षा करीत होते. बाहेरच्या वातावरणापेक्षा आतमध्ये वातानुकूलित यंत्रणेमुळे अधिक छान वाटत होतं. वेटर्स ड्रिंक्सचे बर्फ टाकलेले ग्लास ट्रेमध्ये ठेवून टेबलापाशी जात येत होते. एका वेटरने आम्हाला विशिष्ट टेबल दाखवायचा प्रयत्न केला, पण मी त्याला उडवून लावलं. मला त्या कुटुंबाच्या जवळच्या टेबलापाशी आसनस्थ व्हायचं होतं, म्हणजे त्यांचं बोलणं ऐकता तर आलंच असतं, कदाचित त्यांच्याशी संभाषणही सुरू करण्याची संधी मिळाली असती.

माझे डोळे आतल्या अंधाऱ्या वातावरणाला सरावल्यावर मला दिसलं की ते कुटुंब स्टेजच्या समोरच एका टेबलाजवळ बसलं होतं. त्याची आजी आपल्या नातवाने

मागवलेले पदार्थ त्याला मिळतायत की नाही, याबद्दल कुरबूर करत होती. त्यांच्या आपापसातल्या संभाषणातच ते गर्क होते. आजूबाजूला त्यांचं अजिबात लक्ष नव्हतं. त्यांच्यामागेच असलेलं एक रिकामं टेबल माझ्या दृष्टीस पडलं आणि मी ड्रायव्हरसह गर्दीतून वाट काढत, वेटर्सकडे दुर्लक्ष करत त्या टेबलाजवळ निश्चयाने पोहोचले. मी त्या मुलाच्या मागेच, एका आसनावर बसले. मला आढळलं की त्याच्या आजीबरोबर तो अगदी आरामात होता आणि तीही त्याच्यावर आपलं सगळं लक्ष केंद्रित करत होती.

तो एक देखणा मुलगा होता. मोठमोठे, शांत, तपकिरी डोळे आणि त्याच्याशी बोलणाऱ्या व्यक्तीसाठी चेहऱ्यावर सहज स्मित. त्याच्या आईबद्दल माझं मत मात्र तेवढं चांगलं झालं नव्हतं. ती काही फार मनमिळाऊ किंवा प्रेमळ वाटली नव्हती. त्या मुलाला त्याची आजी जेवढं प्रेमानं वागवत होती, तेवढं तिने वागवलं असेल की नाही, याबद्दल मला शंका वाटली. त्याच्या आईने लंडनमध्ये त्या मुलाचं जे चित्र माझ्यापुढे रंगवलं होतं, तसा तो बिलकुल दुःखी दिसत नव्हता. तिने मला सांगितलं होतं, की फोनवर तो तिच्याशी हुंदके देत बोलला होता आणि तिथले लोक त्याला दुष्टपणे वागवत असल्याचंही त्याने तिला सांगितलं होतं. त्याला घरी परत यायचंय, असं तो म्हणाला होता. तिथल्या कष्टप्रद वातावरणाचा आणि वाईट वर्तणुकीचा हवाला देणारी, त्याची चोरून लिहिलेली पत्रं, यांचाही त्याच्या आईने उल्लेख केला होता.

हा लाडावलेला, खाऊन पिऊन गुबगुबीत, आनंदी मुलगा असं काही करण्याची शक्यता दिसत नव्हती. त्याच्या आईने जरी अतिशयोक्तिपूर्ण वर्णनांनी माझी दिशाभूल केलेली असली, तरीही दुसरं काही नाही, तर निदान त्याच्याशी नियमितपणे बातचीत करण्याचा हक्क तिला निश्चितच होता.

काही मिनिटांनी मला त्याच्या आजीबरोबर संभाषण सुरू करण्याचं निमित्त सापडलं. तिने मागवलेल्या खाद्यपदार्थाचा विषय घेऊन मी तिच्याशी बोलणं सुरू केलं. तिला माझ्याशी बोलण्यात आनंद वाटत असल्याचं दिसलं. ती एक मोकळ्या स्वभावाची, मनमिळाऊ बाई होती. तिने विचारल्यावर, मी इंग्लंडची आहे म्हणून तिला सांगितलं.

'माझी आई इंग्लिश आहे.' तो मुलगा मधेच म्हणाला. त्याच्या आजीने त्याचे केस प्रेमाने थोपटले.

मी अनभिज्ञपणाचा आव आणून विचारलं, 'मग आज तुझी आई कुठे आहे?'

'ती इंग्लंडमध्ये आहे, मी माझ्या वडिलांबरोबर कैरोला राहतो.' तो मुलगा उत्तरला.

'तुला तुझ्या आईची आठवण येत असेल.' मी चाचपणी केली.

'नाही.' मान हलवत तो उद्गारला, 'मला इथे माझ्या वडिलांबरोबर राहायला आवडतं.'

मी आई होताना.... । ७५

'उगीच म्हणतोयस तू.' मी त्याला चिडवलं, 'कारण तुझं आजीवर खूप प्रेम आहे. तुझ्या आईची तुला थोडी तरी उणीव भासत असेलच.'

'नाही,' त्याने ठासून सांगितलं, 'माझी मम्मी माझ्याशी वाईट वागायची. मला इथे आवडतं.'

'मला खात्री आहे तुझ्या बोलण्याचा हा अर्थ नाही.' मी निषेध केला, मला वाटत होतं, बहुतेक त्याच्या डोक्यात त्याची आई वाईट आहे असे विचार भरवले गेले असावेत. पण दुसरीकडे असंही वाटत होतं की कशावरून तो मुलगा खरं बोलत नसावा?

'हे पाहा,' त्याच्या आजीने त्या मुलाच्या शर्टाची बाही वर केली आणि मला जुने सिगारेटचे चटके दिल्याचे डाग दिसले. 'हे तिने केलंय, तिच्या स्वत:च्या मुलाला! फार वाईट बाई.'

'तिला पुन्हा कधीही भेटण्याचीदेखील माझी इच्छा नाही,' तो मुलगा ठामपणे म्हणाला, आणि मला त्याचं बोलणं पटल्यासारखी मान डोलवावी लागली.

त्या मुलाची अधिक उलटतपासणी घेण्यात अर्थ नव्हता. सर्व काही सरळ होतं. करमणुकीचा कार्यक्रम बघताना जेवणादरम्यान आम्ही गप्पा सुरू ठेवल्या आणि शेवटी माझ्या ध्यानात आलं, की ते चांगले, प्रामाणिक लोक होते. त्या मुलाच्या वडिलांची त्याच्या आईशी लग्न करण्यात, तिला नीट न पारखण्यात जी चूक झाली होती, तिचं आता मुलाशी चांगलं वागून परिमार्जन करण्याचा त्यांचा प्रयत्न होता. त्या कुटुंबाची शांती भंग करण्याची माझी अजिबात इच्छा नव्हती. त्याच्या आईला तिच्या मुलाला भेटता येईल का, हे विचारण्याची देखील माझी तयारी नव्हती. त्या मुलाला त्याच्या इच्छेविरुद्ध माझ्याबरोबर इंग्लंडला न्यायला मी भाग पाडलं नसतं. मला जाणवलं, की तो मुलगा आता स्वत:च्या हिताचे निर्णय घेऊ शकेल, अशा वयाचा झाला होता. जाणीवपूर्वक त्याला दुखवणाऱ्या आईशी काहीही नातं ठेवायची त्याची जर तयारी नसेल, *तर मग मी कोण होते मधे ढवळाढवळ करणारी?*

त्या रात्री माझं सगळं धैर्य एकवटून मी इंग्लंडला त्याच्या आईला फोन केला आणि सांगितलं की *''मी त्या मुलाला तिच्याकडे परत आणणार नाही.''* ती रागाने वेडी झाली. मला उद्देशून अपशब्द वापरत तिने मला सुनावलं, की *मी तिला फसवतेय,* तिने माझं भाडं दिलंय याचीही तिने बोचरी आठवण करुन दिली.

'मी तुझं भाडं परत करेन, पण त्या मुलाला तुझ्याकडे परत आणणार नाही.' मी सरळ सांगून टाकलं.

मी एकटीच परतले, माझ्या शब्दाला जागून. मला नंतर ती टोचणी उरात घेऊन जगायचं नव्हतं. तिच्या पै न् पै ची मी परतफेड करून टाकली. मी पैशासाठी हे करतेय असं कोणी लोकांत सांगत फिरू नये; गरीब बायकांना नाडणारे असे बरेच

बेरकी लोक बाजारात होते. त्या बाईची स्वत:ची चूक असली, तरी मला तिच्याबद्दल वाईट वाटलं, कारण तिचा मुलगा तिच्यापासून दुरावला होता. म्हणून मला तिच्याबद्दल वाईट वाटत होतं.

कैरोचा ड्रायव्हर हा मला आतिथ्यशीलतेने वागवणारा एकटाच माणूस नव्हता. मध्यपूर्व आणि उत्तर आफ्रिकेत मला मदत करणारं एक जाळंच तयार झालं होतं. मुलं त्यांच्या आईकडे राहावी या माझ्या विचारांना योग्य समजणारे लोक ठिकठिकाणी होते आणि त्यांच्यावर मी विश्वास टाकू शकत होते. सरकारी अधिकारी आणि राजकीय शिष्टाचार खात्यांतले उच्चपदस्थ यांच्याकडेही मी बरेचदा त्यांचा सल्ला घेण्यासाठी जात असे. ज्यांची मुलं दुरावली होती, त्या माता अननुभवीपणामुळे कुठे सुरुवात करावी, हेच माहीत नसलेल्या होत्या. फोनवर देखील मी बरीच माहिती मिळवायचे.

मला खरोखरच आश्चर्य वाटतं, की माझ्या मोहिमेत मदत करायला कितीतरी पुरुष तयार असायचे. त्या सर्वांत प्रामुख्याने मोहम्मद-अल्-फायेदचं नाव घ्यावं लागेल. हेरॉड्सचा मालक आणि दोडीचा पिता, प्रिन्सेस डायनाबरोबर ज्याचा करूण अंत झाला. तोच दोडी. माध्यमांकडून त्यांच्या स्पष्टवक्तेपणाबद्दल सातत्याने टीका झाली, प्रस्थापितांकडूनही. पण मला तो नेहमीच उदार आणि मदत करणारा आढळला.

त्याचं नाव मी प्रथम ऐकलं, ते टी.व्ही.वर एका बाईची मुलाखत बघताना. त्या बाईची दोन मुलं तिच्या इजिप्शियन नवऱ्याने नेली होती. ती बाई टी.व्ही.वर अल्-फायेदला मदत करण्यासाठी विनवत होती. मी टी.व्ही. स्टेशनला फोन करून ग्रीनरूममध्ये माझा फोन नंबर दिला. त्या बाईला जर माझ्या मदतीची गरज असेल, तर तिने मला फोन करावा, असाही निरोप दिला. काही दिवसांनी त्या बाईचा मला फोन आला. तिचा मुलगा यू.के.तच राहात होता, पण दक्षिणेकडे प्रवास करण्याइतके तिच्याकडे पैसे नव्हते.

'तिला खरोखरच तुम्ही मदत करावी असं वाटतंय.' तिच्या आईने मला सांगितलं, 'तिची परिस्थिती फार बिकट आहे आणि तुम्हीच फक्त तिची आशा आहात.'

मी तिला रेल्वेचं भाडं पाठवलं आणि ती लंडनला आल्यावर तिची भेट घेतली. ती आमच्याकडे तीन महिने राहिली. त्या कालावधीत आम्ही तिच्यासाठी काय करता येईल, याची आखणी केली. घरात आणखी एक बाई ठेवून घेणं सोपं नव्हतं. पण काय करणार, तिला कुठे जाण्याचं ठिकाण नव्हतं आणि नाही म्हणण्याचा मला धीर झाला नाही.

तिची मोहम्मद-अल्-फायेदला मदतीसाठी भेटायची कल्पना मला चांगली वाटली. त्या देशातला तो एक प्रमुख इजिप्शियन होता. त्याची वैयक्तिक भेट घ्यावी असं मी ठरवलं. त्याने सकाळी टेलिव्हिजनवर तिची मदतीची याचना ऐकली असेल, हे मला तेवढं शक्य वाटलं नाही, म्हणून मी त्याच्या सेक्रेटरीला फोन केला आणि विचारलं

की मी मुलाच्या आईला त्यांच्या ऑफिसमध्ये घेऊन आले, तर ते आम्हाला भेटायला तयार असतील का? मला सांगितलं गेलं की सेक्रेटरी मला त्याबद्दल नंतर कळवेल. त्याच दिवशी मला तिचा फोन आला की त्यांना आम्हाला भेटण्यात आनंद होईल. आम्ही दोघी मिळून त्यांना भेटायला गेलो. इतर महिलांना मी त्यांची मुलं परत मिळवून द्यायला कशी मदत केली ते मी त्यांना वर्णन करुन सांगितलं आणि ही स्त्री देखील मदतीसाठी योग्य आहे हे पटवून द्यायचा प्रयत्न केला. पण तिच्याकडे कैरोला जाण्याइतके पुरेसे पैसे नाहीत, हा मुद्दा स्पष्ट केला.

आमचं म्हणणं ऐकून घेतल्यावर त्यांनी विचारलं, 'आपण या महिलेबरोबर जाऊन तिला तिची मुलं परत आणायला मदत करू इच्छिता?'

'होय, पण मला त्या कामाचे पैसे नकोत, फक्त आमची विमानाची तिकिटं आणि तिथे पोहोचल्यावर येणाऱ्या खर्चासाठी काही रक्कम हवी आहे.' मी उत्तर दिलं.

पुढचा मागचा काहीही विचार न करता फायेदने सगळ्या गोष्टींना सहमती दिली. आमची विमानप्रवासाची व्यवस्था करून कैरोच्या आलिशान हिल्टन हॉटेलात उतरण्याची सोय केली. पण जेव्हा माझ्याबरोबर आलेल्या महिलेने मला न विचारताच, इजिप्तला आल्या आल्या मुलांच्या वडिलांशी संपर्क साधला, तेव्हा सगळं गणित चुकायला लागलं. मला ते कळलं तेव्हा माझा विश्वासच बसेना. आता आमच्याकडे चकित करण्यासारखं काही राहिलं नव्हतं. मुलांच्या वडिलांना कळलं होतं, की आम्ही त्यांच्या देशात आलो होतो आणि निश्चितच त्यांनी तर्क केला असणार, की मुलांना परत न्यायचा आम्ही विचार करत असणार.

मुलांचे वडील आम्हाला हॉटेलवर येऊन भेटले. वैचारिक पातळीवर कसलीही चर्चा करण्याची त्यांची इच्छा दिसली नाही. मुलांच्या आईला मुलांना भेटू देण्याचीही शक्यता त्यांनी स्पष्टपणे फेटाळून लावली. अशा परिस्थितीत पुढे कशी काय प्रगती होणार, ते मला कळेना. आश्चर्य म्हणजे इथे आल्यावर त्या बाईला मुलांना भेटण्याऐवजी आपल्या दुरावलेल्या नवऱ्याबरोबर पुन्हा एकत्र येण्यातच, दुसऱ्या कोणत्याही गोष्टीपेक्षा अधिक रस दिसला.

मुलांचे वडील हॉटेलमधून निघताना मी त्यांना एका बाजूला घेऊन विचारलं, की मी एकटी येऊन त्यांच्या कुटुंबीयांशी बोललं तर चालेल का? मला असं वाटत होतं की मुलांच्या आईव्यतिरिक्त तिथे मी एकटं जाणं अधिक श्रेयस्कर होतं. आश्चर्य म्हणजे त्यांनी ते मानलं, आणि मला मुलांच्या आजोबांना भेटण्यासाठी नेण्यात आलं. अरब संस्कृतीत घरातल्या वडीलधाऱ्या मंडळींचा प्रभाव फार मोठा असतो. त्यांची मुलं जरी मध्यमवयीन असली तरी त्यांना मिळणारा मान हा त्या कुटुंबाचा एक स्थिर पाया असतो. पश्चिमेकडच्या कुटुंबांनीही हा कित्ता गिरवायला हरकत नाही.

दोन्ही पित्यांशी मला बोलणी करावी लागणार होती. तिथे पोहोचल्यावर ते लोक

माझ्याशी फारच छान वागले. माझ्याकडे एक शत्रू म्हणून ते पाहत नव्हते. उलट मी त्यांना काहीतरी मदत करेन अशीच त्यांची धारणा होती. मला अत्यंत आदराने वागवण्यात आलं आणि आतिथ्यशीलतेने त्यांनी माझा पाहुणचार केला.

प्राथमिक औपचारिकपणा संपल्यावर आजोबा म्हणाले, 'आम्ही काही मुलांना चोरून आणलेलं नाही; त्यांच्या आईने त्यांची नीट काळजी घेतली नाही. त्यांचं संगोपन व्हायला ते एक चांगलं ठिकाण नव्हतं.'

'पण तरीही तिला तिच्या मुलांना भेटता आलं पाहिजे. तिने काहीही केलेलं असो, मुलांना भेटण्याचा आणि बोलण्याचा तिला हक्क आहे.' मी युक्तिवाद केला.

'अर्थात.' ते वयोवृद्ध आजोबा म्हणाले. "यू.के."ला भेट देण्याचा माझ्या मुलाचा विचार आहे, पण त्याच्या व्हिसाची मुदत संपलीय. व्हिसा पुन्हा वाढवून मिळण्याची तो वाट बघतोय. मुलांच्या आईला मुलांपासून दूर ठेवण्याची आमची इच्छा नसली तरी मुलांचं हित आम्हाला प्रथम पाहावं लागेल.'

माझा थोडा गोंधळ उडाला, पण प्रत्येकजण एवढ्या मित्रत्वपूर्ण पद्धतीने वागत असल्याने मी माझं म्हणणं कायदेशीरपणे पुढे दामटायचं ठरवलं.

'पण ती बदललीय.' मी त्यांची खात्री पटवण्यासाठी म्हटलं, 'गेले काही महिने ती माझ्या घरी राहिली होती. दारू किंवा अंमली गोळ्यांचा कधी प्रश्न उद्भवला नाही. ती त्या पुरुषाच्या बरोबरही आता नाही. तिचं तिच्या मुलांवर प्रेम आहे. बघा ती त्यांना भेटण्यासाठी किती तळमळीने प्रयत्न करतेय! तिला दुसरी संधी द्यायला पाहिजे. मुलांना यू.के.ला परत जाऊ देत आणि मी तुमच्या मुलाला त्यांना भेटता येईल याची खात्री देते. मी शब्द देते. मुलं शक्यतो त्यांच्या आईकडे राहावीत असा माझा विश्वास आहे.'

आम्ही बोलत राहिलो आणि मुलांचे आजोबा माझ्याबरोबर खुलायला लागले. मी त्यांच्या नातवंडांसाठी जे काही करत होते, त्याबद्दल त्यांचे आभार व्यक्त करण्यासाठी त्यांनी मला एक सोन्याची अंगठी दिली. शेवटी माझ्या प्रस्तावाला त्यांनी मान्यता दिली.

'उत्तम! तुम्ही आम्हाला तुमचा मुद्दा पटवून देण्यात यशस्वी झाला आहात. जा घेऊन मुलांना त्यांच्या आईबरोबर. दुसरी एक संधी देतो तिला.' ते अखेर माझ्या प्रस्तावाला संमती देत म्हणाले.

माझ्या चांगल्या नशीबावर माझा विश्वासच बसेना. इतका पूर्णपणे क्रांतिकारक 'यू टर्न' देणारं कुटुंब मला अद्याप भेटलं नव्हतं. मी रोमांचित झाले होते; पण हे सगळं नक्की खरं आहे की नाही, याबद्दल अस्वस्थही. मी हॉटेलवर परतले आणि मुलांच्या आईला ही चांगली बातमी सांगितली, 'मी परत जात नाही.' तिने जाहीर केलं, 'इथेच राहून मी माझ्या नवऱ्याचा व्हिसा मिळविण्याच्या प्रयत्नात त्याची मदत करणार आहे.'

'नाही!' मी जवळजवळ किंचाळलेच, 'तू असं करू शकत नाहीस. त्याला कालांतराने त्याचा व्हिसा मिळेलच. ते मुलांना द्यायला तयार आहेत. तेव्हा मुलांनाच घेऊन जाणं श्रेयस्कर आहे, त्यांची मतं पुन्हा बदलली तर?'

पण मी काहीही सांगितलं तरी ती तिचा हट्ट सोडत नव्हती. सगळा हट्ट होता तो मुलांच्या वडिलांचा व्हिसा मिळवून त्यांना इंग्लंडला परत नेणं. नवरा परत मिळत असेल, तरच तिला मुलं हवी होती. नवऱ्याला बरोबर घेतल्याशिवाय ती इजिप्त सोडायला तयार नव्हती. त्या चर्चेनंतर मला समजून चुकलं, की मी चूक केलीय. मोहम्मल-अल्-फायेदला मी लंडनमध्ये फोन केला आणि काय झालंय याची त्यांना कल्पना दिली.

'काळजी करू नकोस, डोन्या, तू तुझ्या परीने सर्वांत चांगला प्रयत्न केला आहेस. इजिप्तमधून निघ आणि लंडनला तुझ्या मुलांकडे परत जा.' त्यांनी सांगितले.

मी त्या बाईला तिच्या नवऱ्याबरोबर सोडलं आणि विमानाने घरी परतले. मोहम्मद-अल्-फायेदला जरी माझ्यामुळे चुकीचा संदेश मिळाला होता, तरी त्याने माझ्याबद्दल मनात कोणताही आकस ठेवला नाही. माझीही त्याच्याइतकीच फसगत झाली होती, याची त्याला जाणीव होती. आम्ही एकमेकांशी संपर्क ठेवला होता. माझ्या मुलांच्या शाळेतल्या वीस मुलांना त्याने हॅरॉड्सच्या भेटीच्या आमंत्रणाची परवानगी तर दिलीच, त्यांना अगदी व्ही.आय.पी.सारखं वागवलं. मध्यपूर्वेतील देशात जाऊन त्यांच्या मुलांना भेटण्यासाठी ज्या मातांना आर्थिक साहाय्य देण्याची मी त्याला विनंती केली, ती प्रत्येक वेळी त्याने मंजूर केली.

मला आता कळलं होतं की या जगात आपल्या मुलांपासून दुरावलेल्या मातांसाठी काही लोकांच्या सद्भावना आहेत. मोहम्मद-अल्-फायेदचं जे चित्र एक राक्षस म्हणून रंगवण्यात आलं होतं, तसा तो मुळीच नव्हता आणि ज्या माता मुलं ही त्यांच्या आयुष्यात सर्वाधिक महत्त्वपूर्ण आहेत असं सांगत होत्या, त्यांचे आंतरिक हेतू आणि पुढची आखणी काही वेगळीच होती. प्रत्येक मोहिमेबरोबर माझ्या शहाणपणात भर पडतेय असं मला वाटत होतं.

माझा सर्वांत मोठा सहकारी आणि मदतनीस होता माझा दुसरा नवरा महमूद. मी सायप्रसहून मार्लनला घेऊन इंग्लंडला अखेरची परतले होते. महमूद इराकी होता आणि जिथे अरब उपाहारगृहं अधिक आहेत, अशा एजवेअर रोडवरच्या एका रेस्टॉरंटमध्ये काम करीत होता. आमची भेट वेगळ्याच प्रकारे झाली. एकदा मी रेस्टॉरंटमध्ये जेवण घरी पोहोचवण्याची मागणी फोनवरून नोंदवली. जेवणाचं पार्सल आणायला माझा एक मित्र गेला. ते पार्सल आल्यावर मी बघते, तर चुकीचे पदार्थ होते. मी रेस्टॉरंटमध्ये तक्रार करण्यासाठी फोन केला. तो महमूदने घेतला.

नंतर तो म्हणाला की फोनवर बोलणाऱ्या स्त्रीला भेटावं असं त्याला वाटलं,

आणि म्हणून तो स्वत: जेवणाचं पार्सल घेऊन आला. त्याला बहुतेक मी आवडले आणि आमच्या सांकेतिक भेटीगाठींना सुरुवात झाली. तो मार्लनशी पण छान वागत होता. अगदी त्याच्या वडिलांसारखं! मार्लनही महमूदवर खूष होता. मी विचार केला की महमूदशी लग्न केलं तर लंडनमध्ये स्थिर होता येईल. कुठल्यातरी दुर्गम ठिकाणी माझ्या मित्रमैत्रिणी आणि कुटुंबीयांपासून दूर जाऊन राहावं लागणार नाही. माझ्या आयुष्यात बदल घडवून आणायच्या ऐवजी तो त्याला एक परिमाण देईल.

मी एक कट्टर मुस्लिम होते आणि मला मुस्लिम पुरुषाशीच लग्न करायचं होतं; पण तो विश्वासार्ह असावा, मला माझ्या आयुष्यात जे काही करायचं असेल, त्यात त्याने मदत करावी, असंही वाटत होतं. अर्थात मी पुढे काही वर्षांनी काय करणार आहे, याची आम्हा दोघांना स्वप्नातदेखील कल्पना आली नव्हती.

आम्ही विवाहसमारंभ थाटात साजरा केला. मित्रमंडळी पिऊ शकतील तेवढी मुबलक शॅम्पेन आणि जे काही त्यांना खायला प्यायला लागेल ते मागवण्याची मुभा. लग्न जरी मेरीबोनच्या रजिस्ट्री ऑफिसमध्ये झालं, तरी आम्ही स्वागतसमारंभ हाइड पार्क कॉर्नरवरच्या मार्बल आर्च येथील एका इटालियन रेस्टॉरंटमध्ये केला होता. मी एक मोती जडवलेला सुंदर रेशमी वेष परिधान केला होता. आम्हाला आमचं लग्न चांगलं दणक्यात साजरं करायचं होतं.

माझी आई लग्नाला आली नाही, कारण मी माझ्या वडिलांना कन्यादान करण्यासाठी बोलावलं होतं. त्यावेळी ते दोघं एकमेकांशी बोलत नव्हते. डॅडी तोपर्यंत निवृत्त झाले होते आणि आता विमानांऐवजी मोटरसायकलींचे भाग सुटे करून पुन्हा ते जोडण्यात व्यस्त होते, त्याच झपाटलेपणाने, उत्साहाने आणि कौशल्याने. सँटा क्लॉजशी साधर्म्य असलेल्या माझ्या वडिलांना महमूदने समारंभासाठी सूट खरेदी करून दिला. मला त्याचा अभिमान वाटला.

साधारणपणे एका वर्षानंतर मी खालिदला जन्म दिला, माझा दुसरा मुलगा. माझी सगळी मुलं सीझेरीयन सेक्शनने जन्माला आली. खालिद एक हुशार, छान मुलगा होता, पण त्याची तब्येत कधीच चांगली राहिली नाही. त्याचं पोट बिघडायचं आणि त्याच्याकडे सारखं लक्ष द्यावं लागायचं. बरेच वेळा त्याच्याबरोबर हॉस्पिटलमध्येही राहावं लागायचं.

त्यानंतर एका वर्षाने अमिराचा, आमच्या मुलीचा जन्म झाला. छोटीशी, कुरळ्या केसांची, एखाद्या देवदूतासारखी भासणारी मुलगी. आणि मग एका वर्षाने अल्लाचा जन्म झाला. सगळ्या मुलांत चलाख आणि मोठ्या आवाजाचा.

त्याच्या जन्माच्या वेळी मला बराच त्रास झाला. काही अडचणी निर्माण झाल्या होत्या. आणि मला तर असं वाटत होतं की मी यातून निभावणार नाही. माझ्यावर तातडीने गर्भाशय काढून टाकण्याची शस्त्रक्रिया करावी लागली. म्हणजेच अल्ला

आमचं शेवटचं मूल असणार होता. मला तर असं वाटतं, की ती शस्त्रक्रिया झाली नसती, तर रजोनिवृत्ती होईपर्यंत मी दरवर्षी एका मुलाला जन्म दिला असता. मला मुलं म्हणजे या पृथ्वीवरची फार छान गोष्ट वाटते. आहेत ती पुरेशी पडत नाहीत.

अल्लाचा जन्म व्हायच्या आदल्या दिवशी मी महमूदला सांगितलं, की मला वाटतंय मी दुसऱ्या दिवशी मरणार आहे. का कोणास ठाऊक, मला असं का वाटलं. महमूदने एक मूर्खपणा म्हणून ती शंका उडवून लावली. पण शस्त्रक्रियेच्या वेळी सगळं काही सुरळीत चाललं नव्हतं आणि क्षणभर तर असंच भासलं की मी त्यातून सुखरूप सुटते की नाही. डॉक्टरांनी तर महमूदला सुचवलं, की माझ्या जवळच्या नातेवाईकांना तिला अखेरचा गुडबाय करण्यासाठी बोलावून घ्यावं.

मला आठवतंय मी अतिदक्षता विभागात होते आणि माझ्या शेजारी माझी आई आणि सँड्रा उभ्या होत्या. त्या काय बोलतायत, ते मला ऐकू येत होतं; पण त्यांना उत्तर द्यायची ताकद मात्र नव्हती. मला आठवतंय माझी आई महमूदला सांगत होती, की माझं पार्थिव त्याला सायप्रसला दफनविधीसाठी पाठवण्याची व्यवस्था करावी लागेल. त्याच्या पत्नीच्या मृत्युशय्येशेजारी तो उभा असताना देखील ती त्याला चिडवण्याचा प्रयत्न करीत होती.

हे सांगायची अर्थातच गरज नाही, की मी मृत्यु पावले नाही आणि महमूदबरोबर आमचा वंश वाढवत राहिले. आई-बाबा म्हणून आमची भूमिका निभावायला आम्हाला खूपच आवडत होतं आणि मुलांपासून दूर राहणं आम्हाला सहन व्हायचं नाही. जेव्हा त्यांना नर्सरी स्कूलमध्ये दाखल केलं, तेव्हा एवढा वेळ त्यांच्या व्यतिरिक्त काढणं आम्हाला कठीण व्हायचं. काहीतरी निमित्ताने मग आम्ही त्यांच्या नर्सरी स्कूलमध्ये जायचो आणि त्यांना कुंपणाच्या पलीकडून मैदानात खेळताना पाहायचो. त्यांना बघायला कारणं शोधून शाळेत गेल्यावर, तिथल्या शिक्षिका आम्हाला तिथून घालवून द्यायच्या. नंतर मोठ्या शाळेत ती जाऊ लागल्यावर, मी त्या शाळेत निवडणुकीत उभी राहून शहाऐंशी टक्के मतांनी निवडून येऊन पालक-अधीक्षक झाले, ज्याचा मला सार्थ अभिमान वाटला. माझी भूमिका मी समर्थपणे, शाळेच्या व्यवस्थापनात कृतिशील राहून पार पाडली. त्यामुळे मला माझ्या मुलांनाही जेव्हा पाहिजे तेव्हा बघता येत होतं.

मेरीला क्वीन्सवे बसस्टॉपवर मी जेव्हा भेटले आणि माझ्या साहसांना सुरुवात केली, तेव्हा महमूदचा मला पूर्णपणे पाठिंबा होता. येणाऱ्या काही वर्षांत त्याची सहनशीलता आणि दयाळूपणा कसोटीला लागणार होता. पण त्याने मला कधीच तोंडघशी पाडलं नाही. मी नेहेमीच त्यांची ऋणी राहीन.

■

इराकमधून बाहेर

प्रत्येक मोहीम फार वेगळी असते. याचाच अर्थ काय करायचं यासंबंधी कोणतेही लिखित नियम नसतात, प्रत्येक वेळी मोहीम सुरू करताना मला माहीत असायचं की ऐनवेळेलाच सगळं सुचेल तसं करायचंय. जेव्हा मी त्याला आणायला गेले, तेव्हा युसूफ सहा वर्षांचा होता. आमच्याच कुटुंबाचा एक हिस्सा होता तो आणि म्हणून सगळं कुटुंब तसं पाहिलं तर आमच्याच बाजूनं. ज्या पद्धतींचा वापर मी युसूफला इराकमधून बाहेर काढून ब्रिटनमध्ये आणण्यासाठी केला होता, त्यामुळे जर आम्ही पकडले गेलो असतो, तर भयंकरच शिक्षा झाली असती.

युसूफची आई इबिटाल, महमूदची, माझ्या नवऱ्याची बहीण. ज्या वेळेला ती सुटकेची मोहीम मी आखली, तेव्हा ती तिच्या दुसऱ्या मुलाबरोबर इंग्लंडमध्ये राहात होती. युसूफ त्याच्या वडिलांबरोबर इराकमध्ये होता. सगळ्या कुटुंबाचा विचार त्याला भेटायला जाण्याचा होता, पण त्याला व्हिसा मिळायला फारच उशीर होत होता. त्यामुळे युसूफ इबिटालबरोबर राहू शकत नव्हता.

माझा या गोष्टीवर ठाम विश्वास होता, की कागदाच्या कपट्यांवर काय लिहिलंय, ह्यापेक्षा एवढी लहान मुलं आपल्या आईबरोबरच असावीत. हा एक साधा मानवतेचा मुद्दा आहे. नोकरशाहीबरोबरच्या संथ निर्णय घेण्याच्या पद्धतीवर अवलंबून राहण्याइतका मला संयम नाही. कायदे आवश्यक आहेत हे मान्य, पण असा काहीतरी मार्ग शोधायला हवा, ज्यायोगे मुलं पटकन त्यांच्या आईबरोबर पुन्हा एकत्र येतील. अर्जांवर शिक्के मारून सह्या होईपर्यंत थांबण्याची वेळ त्यांच्यावर येऊ नये; ती अगदी दयाळू आणि प्रेमळ लोकांबरोबर राहात असली, तरीही. त्यांच्या आईची मिठी पुन्हा एकदा

त्यांना अनुभवता यावी आणि त्यांना रात्री बिछान्यात नीट गुरगटून झोपवण्यासाठी आई मिळावी.

इतर हातघाईला आलेल्या स्त्रियांप्रमाणेच इबिटाल आणि तिच्या कुटुंबीयांनी युसूफला ब्रिटनमध्ये लौकरात लौकर आणण्यासाठी शक्य असलेले सर्व मार्ग चोखाळले होते. काही संस्थांनी हॉलंडमार्गे युसूफ आणि त्याच्या वडिलांना इंग्लंडमध्ये आणण्याचा प्रस्ताव दिला होता, ज्यासाठी ते दहा हजार पौंडांची मागणी करीत होते. युसूफच्या वडिलांची एवढी मोठी रक्कम उभी करण्याची ताकद नव्हती आणि जरी एवढे पैसे जमलेच, तरी त्या मोहिमेत यश मिळेल याचीही शाश्वती नव्हती. प्रवासात काय घडेल यावर कुटुंबीयांचा काहीही कंट्रोल राहिला नसता, दुसरा काहीतरी मार्ग शोधणं गरजेचं होतं. मी प्रत्येक वेळी जेव्हा इबिटालला भेटायचे, तेव्हा ती तिच्या धाकट्या मुलाच्या विरहाने खंतावलेली असायची. तिचा मोठा मुलगा इंग्लंडमध्ये तिच्याबरोबर होता, तरीही.

एकदा आम्ही सगळेजण एकत्र बसून या अडचणीवर चर्चा करीत असताना माझ्या तोंडून उत्स्फूर्तपणे, उत्साहाने उद्गार निघाले, '*मी त्याला तुझ्याकडे घेऊन येईन!*' अगदी त्याच पद्धतीने, जेव्हा मी प्रथम मेरीला मदत करायचा प्रस्ताव मांडला होता तेव्हा तिलाही सांगितलं होतं, तसंच. एकदा ते शब्द माझ्या तोंडातून निघाल्यावर मला ते उत्तरच भासलं. मी जर अक्षरश: अपरिचित लोकांसाठी ते केलं होतं, तर माझ्या स्वत:च्या कुटुंबातल्या निकटवर्ती नातलगांसाठी का करू शकणार नाही?

'त्याच्या कागदपत्रांचं काय?' नेहमीप्रमाणे 'डेव्हिल्स ॲडव्होकेट'ची भूमिका पार पाडत महमूद म्हणाला. 'त्याच्याकडे ब्रिटिश पासपोर्ट नाही.' तो पुढे म्हणाला.

'तो खालिदच्या पासपोर्टवर प्रवास करू शकेल, ते दोघंही साधारण एकाच वयाचे आहेत.' मी उत्तरले.

'हास्यास्पद!' महमूद हसत म्हणाला, 'खालिदचे केस सोनेरी आहेत आणि डोळे निळे, युसूफचे केस काळे आणि डोळे तपकिरी. तू कशी काय निसटशील यातून? कोणीही अर्धवट झोपेत असलेला कर्मचारी देखील हा फरक ओळखेल आणि तू जेलमध्ये जाशील.'

'आपण युसूफचे केस रंगवू शकतो.' मी म्हटलं. *जणू काही एखाद्या जातिवंत इराकी मुलाला ब्लाँड इंग्लिश मुलासारखं दाखवणं, ही जगातली एक सर्वांत सोपी गोष्ट होती!*

'तुला नाही वाटत एक छोटासा इराकी मुलगा, त्याचे केस ब्लाँड मुलासारखे रंगवले तर, वेगळाच दिसेल?' महमूदने हसत विचारलं. मला त्याच्या प्रश्नांची आणि आक्षेपांची आता चीड यायला लागली होती. माझी पद्धत होती प्रवाहाबरोबर वाहत जाऊन मनाला सुचेल तशी सुटकेची मोहीम राबवायची आणि बारीकसारीक

तपशीलाचा विचार नंतर करायचा. पण महमूदच्या शंकांमुळे मला माझ्या काही अचाट कल्पनांचा फेरविचार करावा लागायचा, हे मला मान्य केलंच पाहिजे आणि मूर्खपणाने मी काहीतरी करून बसण्याआधी त्याला आळा घालण्याचं काम महमूदच्या शंकांमुळे व्हायचं. माझं लक्ष केंद्रित होण्यासाठीही त्याचा उपयोग व्हायचा.

'ओ.के.' मी एक मिनिट शांतपणे विचार केला. 'मग आपण त्याचं डोकं भादरूया, त्याला कॅन्सर झालाय असं आपण सांगू शकतो.' त्यामुळे आपल्याला जास्त चौकस अधिकाऱ्यांची सहानुभूतीही मिळेल. केमोथेरपी घ्यावी लागणाऱ्या एका लहान मुलाच्या बाबतीत मग ते अधिक प्रश्न विचारून त्रास देणार नाहीत, नाही का?' मी माझी भूमिका मांडली.

'त्याच्या डोळ्यांचं काय?' काही क्षण विचार करून महमूदने विचारलं. मी हळूहळू त्याला माझ्या कल्पनेशी सहमत करण्यात यशस्वी होत होते.

'त्याला डोळे बंद ठेवावे लागतील.' मी म्हटलं.

"एवढ्या तासांच्या प्रवासात डोळे बंद ठेवायला तू त्याला कसं काय समजावणार आहेस?" त्याने थोडं अधिकच विजयी सुरात विचारलं.

मला मान्य करावं लागलं की हा एक चांगला मुद्दा होता. माझ्या अनुभवावरून मला माहीत होतं की प्रवासात लहान मुलांना शांत बसवणं किती कठीण असतं आणि त्यातून डोळे बंद ठेवणं? छे!

'आपल्याला त्याला झोपेच्या गोळ्या द्याव्या लागतील.' मी शेवटी म्हटलं, 'व्हॅलियमच्या गोळ्यांचा उपयोग होईल. प्रत्येक पासपोर्ट चेकिंगच्या वेळी त्याचे डोळे बंद असावे लागतील; ते ठीक होईल.'

महमूदने हात हवेत उडवले. माझ्या वादविवादावर त्याची ही प्रतिक्रिया. पण त्याने अधिक प्रश्न उपस्थित केले नाहीत. त्याला कळून चुकलं होतं की कितीही वादविवाद झाला तरी शेवटी मी मला जे करायचं ते करणारच आणि त्याला स्वत:लाही त्याच्या बहिणीची तिच्या मुलाबरोबर पुनर्भेट व्हावी असं वाटत होतंच.

मी जरी हे काम कितीही सोपं असल्याचा आभास निर्माण केला, तरी एवढ्या लहान मुलाला झोपेचं औषध देण्याची मला धाकधूक वाटत होतीच. *चुकून डोस जास्त झाला तर, तो आजारी पडला तर?* कमीत कमी व्हॅलियम द्यावं लागेल, तसंच तो जेव्हा झोपलेला नसेल, तेव्हा कसं वागायचं हेही त्याला शिकवावं लागेल. मला 'मम्मी' म्हणून हाक मारायची, तसंच त्याचं नाव 'खालिद' आहे म्हणून सांगायचं. इराकला जाऊन मला त्याला एका इंग्लिश मुलासारखं कसं वागायचं हे शिकवावं लागेल.

महमूदच्या कुटुंबाला भेट देण्याची कल्पना माझ्या मनात आता पक्की रूजायला लागली होती आणि मी अमिराला माझ्याबरोबर या मोहिमेवर न्यायचं ठरवलं.

त्यावेळेला ती साडेतीन वर्षांची होती. मला वाटलं, की तिला बघून तिच्या वडिलांच्या कुटुंबीयांना आनंद होईल. आणि बरोबर दोन मुलं असली, तर एवढं खटकणारही नाही.

मी जॉर्डनची परतीची तिकिटं अमिरा, खालिद आणि माझ्यासाठी काढली, पण खरं म्हणजे खालिद येणार नव्हता. माझी जेन नावाची मैत्रीण स्वयंस्फूर्तपणे माझ्याबरोबर जॉर्डनला येणार होती आणि मग युसूफ माझ्याबरोबर असताना पुन्हा इराकच्या सीमारेषेवरून माझ्याबरोबर परतणार होती.

मला एक कळलं होतं की मुलांसाठी तुम्ही काहीतरी करताय म्हटल्यावर लोक मदत करायला तयार असतात. मी इराकला असेपर्यंत ती लेबॅनॉनला तिच्या कुटुंबीयांना भेटणार होती. दोन्ही फ्लाईटवर मला काही मदत लागली तर तिने केली असती.

इराकी एम्बॅसीकडे आम्ही व्हिसासाठी अर्ज केला. आम्हाला जॉर्डनसाठीही व्हिसाची गरज होती, कारण आम्ही इराकची सीमारेषा पार करून तिथून परत येणार होतो आणि युसूफ खालिद म्हणून प्रवास करणार होता.

योजनेला आता अंतिम स्वरूप यायला लागलं होतं. हिथ्रो विमानतळावरून आम्ही जॉर्डनची फ्लाईट पकडणार होतो. मी मग खालिदला बरं वाटेनासं झाल्याचा देखावा करून त्याला त्याच्या वडिलांबरोबर परत पाठवणार होते.

खालिदची प्रकृती नेहमीच नरमगरम असायची आणि विमानतळावरच्या अधिकाऱ्यांना त्याला बरं वाटत नसल्याचं पटवून देणं फारसं कठीण झालं नसतं.

खालिद आणि महमूद घरी परतले असते आणि मी, अमिरा आणि जेन जॉर्डनला गेलो असतो.

खालिदच्या पासपोर्टवर जॉर्डनमध्ये प्रवेशताना शिक्का मारला जाईल, अशी मला आशा होती. म्हणजे अधिकृतरित्या तो जॉर्डनमध्ये आहे असं दाखवता आलं असतं आणि युसूफला घेऊन त्याच्या पासपोर्टवर परतीचे उड्डाण करताना ते विसंगत दिसलं नसतं. ही योजना पूर्णपणे ठोस नव्हती, पण मला सर्वाधिक चांगलं हेच शक्य होतं. मी नेहमी माझ्या अंत:प्रेरणेवर विसंबून केलेल्या कामांत यश मिळवलं होतं. नशीबावर माझा विश्वास होता.

आम्ही हिथ्रो विमानतळावर एका कुटुंबाप्रमाणे जेनबरोबर गेलो आणि आश्चर्य म्हणजे काऊंटरजवळ खालिदने बरं वाटत नसल्याची तक्रार केली; अगदी योग्य वेळी. मी त्याच्या कपाळाला हात लावून बघितलं. चांगलंच तापलं होतं ते. त्याने देखावा करायचा ठरवलं असतं तरी ते एवढं खरंखुरं वाटलं नसतं. माझ्या भावना संमिश्र होत्या. योजनेबरहुकूम घडतंय म्हणून सुटल्यासारखं वाटत असतानाच माझ्या आजारी मुलाला सोडून मी बरेच आठवडे दूरवर जात असल्याने काळजीही वाटत होती. क्षणभर मला असंही वाटलं की ट्रीप रद्द करून त्याच्याबरोबर घरी जावं, पण

मी बांधील होते आणि योजनेप्रमाणे पुढे घटनाक्रम चालू ठेवण्याव्यतिरिक्त माझ्याकडे काही पर्याय नव्हता.

'तुम्हाला त्याचं परतीच्या विमानोड्डाणाचं तिकीट रद्द करून दुसरं तिकीट घ्यावं लागेल.' काऊंटरपलीकडच्या विमानसेवेच्या माणसाने मला सांगितलं. खालिद त्यावेळेस महमूदला बिलगला होता.

'नाही, नाही, काही काळजी करू नका.' मी त्वरेने उत्तरले, शक्य तेवढ्या सहजतेने बोलण्याचा प्रयत्न करत, 'माझा नवरा काही दिवसांतच येणार आहे, माझ्या मुलाला बरं वाटल्यावर तो त्याला त्याच्याबरोबर घेऊन येईल. मग आम्हाला त्याचं हेच परतीचं तिकीट वापरता येईल.'

तो माणूस याबद्दल काहीतरी तक्रारवजा बोलणार, असं वाटत असतानाच आमच्या मागे रांग वाढत चालली होती आणि त्याच्यावर विमानात लोकांना प्रवेश देऊन त्याची जबाबदारी पार पाडण्याचा ताण होता. आजारी मूल बरोबर असलेल्या एका आईला त्रास देण्याची त्याची अर्थातच इच्छा नव्हती आणि त्याने संमतीदर्शक मान डोलावत आम्हाला पुढे जाण्याची संमती दर्शवली.

मी महमूदला गुडबाय केलं आणि खालिदच्या तापाने गरम झालेल्या कपाळाला एकदा हात लावून बघितलं. घरी गेल्यावर काय करायचं याच्या सूचना मी महमूदला दिल्या. महमूदने चुंबन घेऊन माझं बोलणं बंद केलं. *'खालिद सुरक्षित हातात आहे, काळजी करू नकोस, तुझी ट्रीप पार पाड,'* असंही सांगितलं. माझ्या छोट्या मुलाला तसं सोडून जाताना मला फारच चमत्कारिक वाटत होतं. पण मग मी ठरवलं की त्याचा विचार काही काळ डोक्यातून बाजूला सारून मला आता पुढल्या आव्हानावर लक्ष केंद्रित केलं पाहिजे.

जेन फार गोड होती आणि तिने धीर दिला, की महमूद सगळं नीट सांभाळेल. माझ्या चिंता विसरण्यासाठी अमिरा होती. एक चांगलं कारण होतं. पण तरीही मला काळजी होती ती जॉर्डनमध्ये प्रवेशताना माझ्याबरोबर एक मूल कमी असणार होतं, त्याचं काय? खालिदच्या पासपोर्टवर शिक्का मारला जाणं फार महत्त्वाचं होतं आणि मला विमानतळावरच्या अधिकाऱ्यांना माझ्याबरोबर नसलेल्या मुलाच्या पासपोर्टवर शिक्का मारण्यासाठी कसंही करून उद्युक्त करायला हवं होतं.

माझ्या डोक्यात या अडचणीतून कसं सुटता येईल, याचे विचार घोळत होते. पण त्यावेळच्या परिस्थितीवर ते अवलंबून असणार होतं, ज्याबद्दल मी खात्री देऊ शकत नव्हते. शेवटी मला जाणवलं, की माझं नशीब चांगलं असेल तरच हे शक्य आहे. पण हा विचार एका अस्वस्थ विमानोड्डाणाला कारणीभूत ठरला.

विमानतळावर उतरल्यावर या सगळ्या मानसिक ताणामुळे मला नीट श्वासदेखील घेता येत नव्हता. अमिरा माझा हात ओढत होती, प्रश्न विचारत होती, पण मला लक्ष

केंद्रित करणं कठीण झालं होतं. जेनने माझी परिस्थिती ओळखून तिचं लक्ष माझ्याकडून स्वत:कडे वळवलं आणि तिच्या प्रश्नांच्या अखंड प्रवाहाला उत्तर देण्याचा प्रयत्न सुरू केला. मला आता लक्ष केंद्रित करून योजना ठरल्याप्रमाणे पार पाडणं भाग होतं, नाहीतर दोन ते तीन आठवड्यांत युसूफला जॉर्डनच्या बाहेर जाण्याची जवळजवळ काहीच शक्यता नव्हती.

विमानातून उतरून विमानतळाच्या इमारतीत प्रवेश करणाऱ्या प्रवाश्यांच्या रांगेत आम्ही सामील झालो. तिथे रांगेचे दोन भाग झाले होते, पासपोर्ट आणि व्हिसा तपासण्यासाठी. मी आणि अमिरा एका बाजूला आणि जेन दुसऱ्या बाजूला. रांग आवश्यक तेवढ्या गतीने पुढे सरकत होती, पण मला वाटत होतं, जणू काही युगानुयुगे मी त्या रांगेत उभी आहे. कागदपत्रं तपासणाऱ्या अधिकाऱ्याच्या जवळ पोहोचताच मी हाका मारायला सुरुवात केली.

'खालिद, खालिद, इकडे परत ये, आपण आता रांगेत पुढे आलो आहोत, खालिद!'

अमिरा आता एवढी दमली होती की काय चाललंय याच्यात इंटरेस्ट घेण्याइतकी तिला ताकद राहिली नव्हती. नाहीतर आपल्या भावाला आपण हिथ्रोलाच सोडून आलो आहोत, हे कदाचित तिने सांगून टाकलं असतं. त्यामुळे आता खालिदच्या नावाने आणखी हाका मारण्यात हशील नव्हतं. ज्या डेस्ककडे आम्ही सरकत होतो, ते उंच होतं आणि त्याच्यामागचा अधिकारी तिच्या नजरेच्या टप्प्याच्या बाहेर होता. त्यामुळे अमिरा तिच्या स्वत:च्या छोट्याशा जगात रमली होती, तिची आई काय करतेय, याकडे तिचं दुर्लक्ष होत होतं. आम्ही डेस्कजवळ पोहोचल्यावर मी एका रागावलेल्या आणि त्रासिक आईची भूमिका रंगवण्यात यशस्वी झाले होते.

'तुमचा मुलगा कुठे आहे?' कागदपत्रांकडे पाहत अधिकाऱ्याने विचारले.

'तो एवढा खोडकर आहे ना, तो तिथे पळाला.' मी अरेबिकमध्ये म्हटलं.

मी कठड्याच्या दुसऱ्या बाजूला खूण केली. 'आपण कोणाला तरी पाठवून त्याच्या मागे जाऊन त्याला थांबवाल का?'

'ठीक आहे. काही प्रॉब्लेम नाही.' तो हसून म्हणाला.

त्याने आमच्या पासपोर्टवर शिक्के मारले आणि आत सोडलं. बहुतेक तो स्वत:ही मुलांचा बाप असावा, त्यामुळे लहान मुलांना बरोबर घेऊन प्रवास करणं किती कठीण असतं हे त्याला चांगलंच ठाऊक असणार.

मी स्वत:वरच खूष होते, माझ्या खांद्यांवरून एक मोठं ओझं उतरलं होतं. दुसऱ्या बाजूला जाताना. *वा! काय निष्पत्ती!* युसूफला परत नेण्यासाठी आता माझ्याकडे शिक्का मारलेला पासपोर्ट होता. त्या कुटुंबाबरोबर आता मी निवांतपणे आरामात काही दिवस घालवू शकले असते. जेनला सामान घेण्यासाठी मागे ठेवून अमिराबरोबर

मी सरळ टर्मिनसच्या बाहेर पडले. त्या इमारतीत असलेल्या कॅमेऱ्यात माझी फक्त एका मुलाबरोबरची छबी मला जास्त काळ दिसू द्यायची नव्हती. आमचे पासपोर्ट पुन्हा तपासले गेले नाहीत आणि क्षणातच आम्ही बाहेरच्या जगात आलो होतो.

जेन काही मिनिटांनी आमचं सामान घेऊन बाहेर आली. दुसऱ्या दिवशी ती लेबॅनॉनला जाणार असल्याने तिच्या हॉटेलमध्ये ती उतरली. मी एक टॅक्सीड्रायव्हर शोधून काढला, जो मला आणि अमिराला त्याच्या टॅक्सीने योग्य भाड्यात इराकला घेऊन जायला तयार होता. आमची घरी परतायची वेळ झाली असेल त्या सुमाराला जेननं आणि मी अम्मानला भेटायचं ठरवलं, म्हणजे मला दोन मुलं आणि सामान सांभाळायला परतीच्या प्रवासात मदत झाली असती.

एकदा तिला 'गुडबाय' केल्यावर मी टॅक्सीड्रायव्हरला शोधायला गेले. आता मला मुक्कामाला पोहोचण्याची काळजी होती. हा प्रवास अमिरासाठी पण बराच लांबचा झाला होता. सगळ्या ताणामुळे मीही थकले होते. काही ठराविक तासांनी फक्त पेट्रोल आणि खाण्यापिण्याचे पदार्थ घ्यायला थांबत ड्रायव्हर सरळ बॉर्डरकडे निघाला. त्याला सिगारेटीही लागत होत्या. आम्हाला वाटेत भेटलेले लोक मित्रत्वाने वागले आणि आमच्या पूर्वेच्या प्रवासासाठी त्यांनी आम्हाला शुभेच्छा दिल्या.

एका थांब्यावर, जिथे हातपाय धुऊन ताजंतवानं, फ्रेश होण्याची सोय होती, तिथे अमिराला घेऊन मी आत गेल्यावर तिथल्या बायकांनी आम्हाला बाजूला सरकून रस्ता करून दिला. अमिराचे सोनेरी केस पाहून त्या अरेबिक भाषेत एकमेकींशी बोलत होत्या. मीही जेव्हा अरेबिकमध्ये त्यांच्याशी बोलले, तेव्हा त्यांना इंग्लंडहून कोणीतरी भेटल्याचा आनंद झाला आणि त्या माझ्याशी गप्पा मारू लागल्या. अमिराला त्यांनी प्रेमाने थोपटलं. जणू काही आम्ही सार्वजनिक टॉयलेटमध्ये विवाहसमारंभाला गेलो होतो!

काळजी आणि थकवा असला, तरी मी मध्यपूर्वेतली रस्त्यातली परिचित दृश्यं, मित्रत्वपूर्ण चेहरे, ओळखीचे वास या सगळ्या वातावरणाने उल्हसित झाले होते. मुलं आम्हाला रस्त्याने जाताना हात हलवून आमच्या गाडीबरोबर काही अंतर पळत यायची. अमिराला वाटेत भूक लागली तर तोंडात टाकायला काहीतरी असावं, म्हणून मी जवळच्या पर्समध्ये काही कुरकुरीत खाणं ठेवलं होतं. पण आम्हा दोघींपैकी कोणालाच विशेष भूक लागली नाही. सगळ्या ताणामुळे आणि उत्तेजनेमुळे मी एवढी थकले होते की गाडीत मागे बसल्याबसल्या मला डुलक्या येत होत्या. गाडीच्या हॉर्नच्या आवाजाने किंवा रस्त्यातल्या एखाद्या खड्ड्याच्या हादऱ्याने मी दचकून मधेच जागी व्हायचे.

सीमारेषेपर्यंत पोहोचायला आम्हाला अठरा तास लागले आणि अमिरा बराच वेळ मला बिलगून झोपली. गाडी घाणेरडी आणि गरम होती, सिगारेटच्या धुराचा वास

तिच्यात भरून राहिला होता. पण आमचा ड्रायव्हर आम्हाला शक्य तेवढा आराम देण्याचा प्रयत्न करीत होता. उजाड माळरानाचा प्रवास करताना मी कानाला वॉकमन आणि हेडफोन लावून व्हॅन मॉरिसनच्या संगीताच्या ध्वनीफिती ऐकत राहिले. मैलोन्‌मैल नुसतं वाळवंट पसरलं होतं. माझ्या मनात विचार आला, जर का आमची गाडी मधेच बंद पडली, तर आमचा शोध कोणाला लागायच्या आधी कित्येक तास जातील. ड्रायव्हर फारसा काळजीत दिसला नाही, याचा अर्थ गाडीची कंडिशन चांगली असावी.

शेवटी आम्ही पोहोचलो आणि महमूदची आई आम्हाला सीमारेषेवर भेटली. आमचं सामान काढून आम्ही टॅक्सीड्रायव्हरला पैसे दिले. खालिदचा पासपोर्ट तिथल्या अधिकाऱ्यांना दाखवायची गरज लागली नाही. अम्मान विमानतळावर पोहोचल्यावर इंग्लंडला जाताना मात्र खालिद पुन्हा आमच्याबरोबरच आहे, असं दाखवायला लागणार होतं. कदाचित तो इराकला जाऊन परत गेल्याची कोणाला खात्री पटवण्याची पाळी माझ्यावर येणार नव्हती. एवढं पार पाडल्याचं एकीकडे समाधान असलं तरी अजून बराच मोठा पल्ला गाठायचा होता. अद्याप नऊ तासांचा प्रवास करून मेजेफ गावाला पोहोचायचं होतं, जिथे महमूदच्या कुटुंबाचं घर होतं. तिथे जाण्याची मला आता खरोखरच ओढ लागली होती. *पाय पसरून बिछान्यावर आरामात झोपण्याचा विचार किती आकर्षक होता!*

महमूदच्या आईला मी इंग्लंडला काही वेळेला भेटले होते आणि आमचं चांगलं जमलं होतं. माझं जेव्हा महमूदशी लग्न झालं, तेव्हा सगळ्या कुटुंबाने आमचं मनापासून स्वागत केलं होतं आणि त्या दिवशीची आमची सीमेवरची पुनर्भेटही छान झाली.

विशेषत: अमिराला बघून त्यांना खूप आनंद झाला होता; कारण कुटुंबातली ती पहिलीच मुलगी होती. महमूदच्या सगळ्या भावा-बहिणींना फक्त मुलगेच होते.

अमिराचं दुसरं नाव मी महमूदच्या आईवरून फातिमा असंही ठेवलं होतं. महमूदची आई मला भेटलेली सर्वांत दयाळू स्त्री होती आणि माझ्या स्वत:च्या आईपेक्षाही अगदी खऱ्याखुऱ्या आईसारखी!

महमूदच्या कुटुंबाचं घर इराकी दर्जाप्रमाणे आरामशीर होतं, मोठे लाकडी दरवाजे आणि फळझाडांनी बहरलेली एक विस्तीर्ण बाग. छत्तीस तासांच्या प्रवासानंतर अक्षरश: वाळवंटातल्या ओॲसिसमध्ये आल्यासारखंच वाटलं मला. गाडी आणि विमानाच्या हातपाय आखडून टाकणाऱ्या प्रवासानंतर मऊमऊ बिछान्यात पसरण्यात स्वर्गीय आनंदच वाटला. वाटेत काहीतरी अरबट चरबट खाल्ल्यानंतर आता आरामात जेवायला बसण्यात एक वेगळंच सुख होतं.

आम्ही घरात प्रवेश केला, तेव्हा आमच्या स्वागतासाठी जंगी पार्टीची तयारी

केलेली होती. मी महमूदला फोन लावला आणि खालिदची चौकशी केली. त्याने खालिदला फोन दिला आणि त्याच्याशी बोलल्यावर तो आता पूर्णपणे बरा झालाय त्याची मला खात्री पटली. जणू काही मणामणाचं ओझं माझ्या मनावरून उतरलं. त्याला आजारी अवस्थेत सोडून आल्याबद्दल आणि त्याची शुश्रूषा करायला मी तिथे नसल्याबद्दल, सगळ्या प्रवासात मला अपराध्यासारखं वाटत होतं. फोनवरचं बोलणं संपल्यावर आम्ही एकमेकांना भेटवस्तू दिल्या. प्रत्येकाने अमिराचे लाड केले. तिलाही या सगळ्यांच्या आकर्षणाचा केंद्रबिंदू व्हायला आवडलं होतं. युसूफलाही आनंद झाला होता. त्याला माहीत होतं आम्ही त्याच्या आईला इंग्लंडला भेटायला त्याला बरोबर नेणार आहोत म्हणून.

आम्हा दोघांनाही आता सतरा दिवसांत बरीच तयारी करायची होती. एका इंग्लिश मुलासारखं वागायला त्याला शिकवायचं होतं. घरी परतण्याच्या प्रवासात दोन्ही ठिकाणच्या विमानतळावरच्या अधिकाऱ्यांना पटवायचं होतं. 'आपण प्रवास करत असताना मी तुझी आई असणार आणि तू मला आई म्हणून हाक मारायची. आजपासून आपण प्रॅक्टिसला सुरुवात करू म्हणजे आपण निघेपर्यंत तुला त्याची सवय होईल.' मी त्याला समजावून सांगितलं.

'तुझं नाव पुढल्या काही आठवड्यांसाठी खालिद असेल आणि मी तुला तीच हाक मारणार आहे. जर मी चूक केली आणि तुला चुकून युसूफ म्हणून हाक मारली, तर तू सांगायचं मला, माझं नाव खालिद आहे म्हणून. "ओ.के.?" त्याने गंभीरपणे मान हलवली, पण त्याला काय समजलं असेल? तो कदाचित त्या गावाच्या बाहेर कधी पडला नसेल, किंवा एखाद्या आंतरराष्ट्रीय विमानतळावर जाण्याची वेळ त्याच्यावर कधी आली नसेल. आम्हा दोघांकडून काही चूक होणार नाही हे किती महत्त्वाचं आहे, हे त्याला कळलं असेल?'

'तू जर सगळं बरोबर केलंस, तर लंडनला तुझ्या खऱ्या आईकडे गेल्यावर मी तुला एक मोठी सायकल घेऊन देईन.' मी त्याला सांगितलं.

युसूफ एक शांत, कोणात जास्त न मिसळलेला असा छोटासा मुलगा होता, लाडाकोडात वाढलेला. त्याचे आजी-आजोबा त्याने हाताने जेवावं अशी देखील अपेक्षा करीत नव्हते. इंग्रजी भाषेशी त्याचा संबंध आला नव्हता. त्याला कोणी काही इंग्लिशमधून काही प्रश्न विचारला, तर निदान उत्तर देता यावं म्हणून थोडे इंग्लिशचे शब्द त्याला शिकवणं आवश्यक होतं. विमानप्रवासात जेवताना काटे-चमचे कसे वापरावे याचंही त्याला आधीच ट्रेनिंग द्यावं लागणार होतं. मी काय सांगते, शिकवते ते करायला तो उत्सुक होता, पण दोघांनाही ते जड जात होतं.

त्या लोकांनी मला इराकच्या अशा काही भागात सफर करायला नेलं, जिथे मी पूर्वी कधीच गेले नव्हते. आम्ही काही पवित्र समाधी स्थळं बघितली. खेडेगावात

दिसलेलं दारिद्र्य धक्कादायक होतं. प्रत्येक वस्तीत श्रीमंतांची घरं होती, तशीच सर्वदूर पसरलेल्या शेतकऱ्यांच्या झोपड्याही होत्या. त्या देशाचे आर्थिक प्रश्न शेतकऱ्यांना भेडसावत होते. दुकानांमागे भरपूर माल होता, पण ज्या लोकांना ते घेण्याची कुवत होती त्यांच्यासाठी, आणि असे लोक अल्पसंख्य होते. काही इमारती अशा दिसत होत्या जणू काही त्या तिथे हजारो वर्षं होत्या. प्रत्येक पिढी नवीन कुटुंबांची भर टाकत होती. शहराच्या गर्दी आणि विकृत आधुनिकीकरणापासून दूर, या वस्त्यांची वाढ जणू काही त्या मातीतून नैसर्गिकपणेच झाली होती.

यशस्वी उद्योगपती असलेले महमूदचे वडील, आपल्या कुटुंबासाठी बरीच धनसंपत्ती मागे ठेवून मृत्यू पावले होते. त्यांना राहत्या घरापासून काही अंतरावरच दफन करण्यात आलं होतं. आम्ही त्यांना श्रद्धांजली वाहण्यासाठी त्या ठिकाणाला भेट दिली.

महमूदच्या दुसऱ्या बहिणी त्यांच्या स्वत:च्या घरात आपल्या आजी-आजोबांच्या घराच्या जवळपासच राहात होत्या. त्यांची राहण्याची पद्धत पारंपरिकच होती, मी करीमच्या कुटुंबीयांची प्रथम भेटीत अनुभवली होती, तशीच. त्यांच्या कुटुंबीयांच्या नातेसंबंधांची विण परस्परांशी घट्ट गुंफलेली होती, पिढ्यान् पिढ्यांच्या कुटुंबांची मुळं खोलवर रूजलेली होती, लंडनच्या बदलत जाणाऱ्या सामाजिक जीवनापेक्षा खूपच वेगळी.

लंडनमध्ये आमचे शेजारी कोण आहेत हे देखील कधी कधी आम्हाला ठाऊक नसायचं, मग रस्त्यावरच्या लोकांशी संबंध येणं तर दूरच.

काही गोष्टी तिथल्या आयुष्यात वाईट देखील होत्या, उदाहरणार्थ, अचानक खोलीत प्रवेश केल्यावर पायाखाली येणारी आणि चिरडली जाणारी झुरळं, संध्याकाळी बाहेर डराँव डराँवचा सूर लावणारे छोटे बेडूक. अमिरा त्यांना शोधायला जायची आणि त्यांनी तिच्या डोक्यापेक्षा उंच उड्या मारल्यावर, भीती आणि गंमत अशा संमिश्र भावनांनी किंचाळायची. जणू काही ते बेडूक तिला मुद्दामहून चिडवायचे आणि मग उड्या मारत मारत दूर निघून जायचे. तीही त्यांच्यामागे पळत सुटायची आणि मग बागेतल्या झोक्याचा आसरा घेऊन डोळे मोठमोठे करून तिच्याभोवती उड्या मारणाऱ्या बेडकांना न्याहाळायची.

तो ऑगस्टचा महिना होता. उन्हाळ्याचा उच्चांक गाठलेला. पृथ्वीवरच्या एका अतिशय उष्ण देशात दिवसा तर उन्हाळा असह्य व्हायचा, वीज पण दिवसाचे फक्त काही तासच यायची, त्यामुळे वातानुकूल यंत्रणा आणि पंखे यांचा वापरही करता यायचा नाही. शक्य तेवढ्या कमी हालचाली करत सावलीत राहून उन्हाळ्याच्या काहिलीला तोंड द्यायचा प्रयत्न करावा लागायचा.

उन्हाळा तीव्र झाला की सगळेच आवाज बंद व्हायचे. पक्ष्यांचे, किड्यांचे,

प्राण्यांचे आणि माणसांचे. अमिराला उन्हाळा सहन करणं कठीण झालं होतं आणि तिच्या पायांवर वाईट घामोळ्यासारखं पुरळ उठलं होतं.

एकदा सूर्य मावळला की मी बागेत बसून संध्याकाळच्या गार हवेचा थंडावा अनुभवत बसायची. आकाशातल्या ताऱ्यांकडे पाहत विचार करायची की महमूद आणि माझी मुलं आता काय करत असतील? त्यांच्या दिनचर्येचा कोणता कार्यक्रम आता चालू असेल? त्या शांततेत आणि मोकळ्या हवेत, दिवसभराच्या सक्तीच्या दडून राहण्याच्या तुलनेत बागेत बसण्याने खूप बरं वाटायचं. कुटुंबापासून दूर असून आणि पुढील प्रवासाच्या भविष्याची शाश्वती नसूनदेखील मी तिथे आनंदात होते, कारण ती माणसं फारच सज्जन, दयाळू आणि विश्वास ठेवणारी होती. त्यांनी मला त्यांच्यात कुठलाही प्रश्न किंवा शंकेशिवाय जणू काही स्वीकारलं होतं.

सौकमध्ये बाहेर भेटणारे लोकदेखील, इराकी पुरुषाशी विवाह करणाऱ्या माझ्यासारख्या इंग्लिश बाईशी बोलायला उत्सुक असायचे. मी त्यांची भाषाही बोलू शकत होते. मी खरीखुरी आहे का याची जणू काही खात्री करून घेण्यासाठी कधी कधी त्यांना मला नुसताच स्पर्श करून बघावंसं वाटायचं. मला वाटायचं मी काळाच्या खूप मागे गेले आहे. पवित्र कुराण लिहिलं गेलं त्या काळात; जेव्हा माणसांची आयुष्यं एवढी गुंतागुंतीची नव्हती आणि नियम स्पष्टपणे समजावून घेतले जात होते, असे सोज्वळ दिवस.

शासनाने लोकांना जो त्रास भोगायला लावला होता, तो नसता तर इराक राहण्यासाठी एक चांगला देश ठरला असता. त्या दडपशाहीच्या शासनाखाली लोकांची प्रगती तरी कशी होणार? जगाच्या दुसऱ्या भागातील देशांची इच्छा होती की या शासनाने त्यांच्यापुढे गुडघे टेकून शरण यावं आणि मधल्यामधे सामान्य लोकांचं जीवन मात्र कष्टप्रद झालं होतं. म्हणूनच युसूफने इराक सोडून त्याच्या आईकडे लंडनला मुक्त आयुष्य जगण्यासाठी जायला हवं होतं.

अमिराला तिची आजी खूप आवडायची. फातिमा एक विशाल देहाची स्त्री होती आणि बाहेर जाताना ती तिच्या काळ्या वस्त्रांत अमिराला दडवायची, तिला वाईट नजर लागू नये म्हणून. ती म्हणायची अमिरा एवढी सुंदर आहे की तिला लपवणं भाग आहे. पण अमिराला अशा काही संकटांची पर्वा नव्हती. तिच्याकडे पुरवलं जाणारं विशेष लक्ष तिला आवडायचं. तिच्यासाठी ही सफर म्हणजे एक सुटीच होती. पुढे येऊ शकणाऱ्या संकटांची तिला काडीमात्र कल्पना नव्हती. तिच्या छोट्याशा चुलत भावाला इराकमधून लंडनला नेण्याची आम्ही तयारी करू लागलो होतो.

सतरा दिवस संपत आले तरी युसूफमध्ये अद्याप एखादा इंग्लिश मुलगा म्हणून शोभण्याइतकी प्रगती झाली नव्हती. तो जसा खालिदच्या पासपोर्टप्रमाणे दिसायला हवा होता, तसा दिसतही नव्हता, अगदी वेगळाच दिसत होता तो.

माझ्या पहिल्या योजनेप्रमाणे त्याचं रूपडं बदलण्याचा प्रयत्न करणं आणि त्याला झोपेचं औषध देणं हेच करावं लागणार होतं.

माझी त्याचे केस रंगवण्याची कल्पना बरोबर नव्हती हे महमूदचं म्हणणं योग्यच होतं, कारण त्याच्या उन्हाने रापलेल्या त्वचेच्या रंगाशी ते केस अगदीच विसंगत वाटले असते. त्याच्या भुवया, पापण्या, आणि दंडावरची लव याचाही प्रश्न होताच.

युसूफच्या वडिलांनी त्यांच्यासाठी आणि युसूफसाठी जॉर्डनमध्ये सीमापार होऊन प्रवेशण्यासाठी व्हिसा मिळवले होते. नंतर ते अम्मानपर्यंत आमच्याबरोबर प्रवास करणार होते. त्यामुळे प्रवासाच्या पहिल्या टप्प्यात त्या मुलाला मोकळं वाटलं असतं. म्हणून आम्ही अम्मानला पोहोचेपर्यंत त्याचं व्यक्तिमत्त्व बदलायचं नाही असं ठरवलं. म्हणजे मग त्याला स्वत:चा पासपोर्ट इराकमधून बाहेर पडण्यासाठी वापरता आला असता.

आम्ही एका ड्रायव्हरची टॅक्सी त्या वाळवंटातल्या दूरवरच्या प्रवासासाठी भाड्याने ठरवली. महमूद इतक्याच माझ्याही झालेल्या त्या कुटुंबाला सोडून जायचं, म्हणून मला वाईट वाटत होतं.

अमिरा आणि युसूफ दोघंही गाडीत बसून तिला 'बाय् बाय्' करताना त्यांना निरोप देणं माझ्या सासूबाईंना फारच जड जाणार होतं. ते एवढ्या दूर जाणार होते तिच्यापासून! तिला त्यांची अनुपस्थिती प्रकर्षाने जाणवली असती. मी गाडीने निघताना तिच्याकडे पाहिलं, तेव्हा ती घराच्या बाहेर उभी राहून हात हलवत आम्ही दृष्टीआड होईपर्यंत निरोप देत होती.

मला फ्लोराची, नातवाला मोठं होताना बघण्याची संधी हिरावलेल्या मार्लनच्या आजीची आठवण झाली. माझं आयुष्य तिच्या मुलाबरोबर एकरूप होऊ शकलं नाही, म्हणून तिला ही शिक्षा. मला फार दु:खी वाटलं. काही लोकांना त्यांची स्वत:ची चूक नसताना आयुष्यात असे आघात सोसावे लागतात.

फ्लोरा आणि मी दूरध्वनीवर प्रसंगानुरूप संभाषण करतो आणि ते अतिशय आदबशीर असतं. पण माझी खात्री आहे, माझ्यामुळे त्यांच्या कुटुंबाला जे भोगावं लागलं, त्याबद्दल ती नक्कीच माझा तिरस्कार करीत असणार. मी तिच्या जागी असते आणि माझ्या नातवाला माझ्यापासून हिरावून घेतलं गेलं असतं, तर त्या बाईला मी कधीच माफ करू शकले नसते!

अम्मानपर्यंत प्रवास करायला विशेष अडचण आली नाही. जो आम्ही येताना केला होता, तोच वैतागवाणा, त्रासदायक, तासन्तास लांबलचक प्रवास. इराक आणि जॉर्डनची सीमा पार करताना सर्व काही सुरळीत पार पडलं. शहरात पोहोचल्यावर आम्ही युसूफच्या रूपावर गंभीरपणे विचार करू लागलो.

आम्ही माझ्या एका मित्राच्या अपार्टमेंटमध्ये उतरलो होतो. ज्या दिवशी आमची

फ्लाईट होती, त्याच्या आदल्या दिवशी आम्ही युसूफचं खालिदमध्ये रूपांतर करायला घेतलं.

इलेक्ट्रिक क्लिपर्सचा उपयोग करून त्याचे दाट केस कापल्यानंतर, आम्ही रेझरने त्याचे उरलेसुरले केसांचे पुंजकेही भादरून टाकले. त्याच्या दाट, काळ्या केसांचे पुंजके जमिनीवर पडताना पाहणं क्लेशकारक होतं.

त्याचा पूर्णपणे गोटा केल्यावर मी विनोदाने म्हटलं, *'हे केस गोळा करून आपण त्याचा एक टोप बनवायला हवा.'* युसूफ घाबरून गेला होता आणि आमच्या विनोदाचा काही उपयोग झाला नव्हता.

'खालिद, काळजी करू नकोस, तुझे केस लौकरच वाढतील आणि इंग्लंडला गेल्यावर मी तुला तुझं डोकं उबदार ठेवण्यासाठी एक हॅट घेऊन देईन.'

केस कापून टाकल्यावर युसूफमध्ये नाट्यमय बदल झाला खरा, पण त्यामुळे तो नजरेत अधिकच भरत होता. लोक त्याच्याकडे टक लावून बघतील, तेव्हा दुसरी एखादी लक्षात येण्यासारखी बाबही विचारात घ्यायला लागणार होती. मग आम्ही पुन्हा क्लिपर्सनी त्याच्या भुवया भादरून टाकल्या. तसेच त्याच्या दंडावरचे वाढू लागलेले काळे केसही कापले. कारण त्याच्या गव्हाळ रंगावर ते विशेष दिसून आले नसते, तरी बारकाईने बघणाऱ्यांच्या नक्कीच लक्षात आले असते.

त्याला केमोथेरपी चालू आहे हे पटावं लागणार होतं, आणि त्या आधी त्याचे गळून गेलेले केस ब्लाँड होते हेही खरं वाटायला पाहिजे होतं.

युसूफ एक देखणा छोटा मुलगा होता आणि त्याचं रूप इतकं पालटून टाकताना मला भयंकर चमत्कारिक वाटत होतं.

त्याच्यावरचे सगळे प्रयोग करून झाल्यावर तो एखाद्या छळछावणीतून नुकताच बाहेर पडलेल्या मुलासारखा दिसायला लागला.

त्याचे मोठमोठे काळे डोळे, केशविरहित छोट्याशा चेहऱ्यावर वेगळेच दिसत होते आणि प्रवासात ते जेवढे शक्य तेवढे मिटलेले असतील याची खात्री करण्याची गरज होती.

अधिकृतपणे आता आम्हाला असं सांगायचं होतं, की छोटा खालिद ल्युकेमियाने मृत्युपंथाला लागला आहे आणि त्याच्या आयुष्याचा पल्ला लांबवण्यासाठी त्याला केमोथेरपी चालू आहे.

आमची फ्लाइट पहाटे दोन वाजता होती आणि जेन लेबॅनॉनहून विमानाने मला अपार्टमेंटवर येऊन भेटणार होती. म्हणजे मला प्रत्येक विमान प्रवासाच्या शेवटी विमानतळावर तिची मदत झाली असती. युसूफला झोपेचं औषध द्यावं लागणार होतं, आम्हा दोघींपैकी एकीला त्याला उचलून घ्यावं लागलं असतं. आणि दुसरीने अमिरा आणि सामान सांभाळलं असतं. एका सहा वर्षांच्या मुलाचं वजनदार ओझं सांभाळणं

ही काही सोपी गोष्ट नव्हती. आणि माझ्या एकटीच्या बळावर ते करताना लोकांचं लक्ष माझ्याकडे वेधून घेण्याचा धोका होता.

माझ्या पोटात ढवळत होतं. नेहमीसारखंच भीतीची भावना आणि उत्तेजना वाढवणाऱ्या ॲड्रेनॅलिनचा प्रभाव, त्यामुळे आम्ही जेव्हा त्या जवळजवळ निर्मनुष्य विमानतळावर उत्तररात्री पोहोचलो, तेव्हा मला आम्ही म्हणजे निर्वासितांचा एक छोटासा गट असल्यासारखं वाटलं. हेच जर माणसांनी गजबजलेल्या विमानतळावर आम्ही असतो तर मला एवढं अवघड वाटलं नसतं.

मला माहीत होतं की मी जॉर्डन आणि ब्रिटनमध्ये जे काही करतेय, ते अतिशय बेकायदेशीर होतं आणि मी भयंकर घाबरून गेले होते. खोट्या कागदपत्रांवर प्रवास करणं हा एक गंभीर गुन्हा होता आणि पकडले गेलो असतो तर सरळ तुरुंगातच रवानगी झाली असती. पण मी आता वचनबद्ध होते. युसूफचे वडील त्यांच्या कुटुंबीयांकडे इराकला परतले होते. बिचाऱ्या युसूफचे केस मुंडन केल्यावर आणि झोपेचं औषध दिल्यावर आता मी कशी काय पड खाणार होते?

कंटाळलेल्या आणि अर्धवट झोपेत असलेल्या अधिकाऱ्याने आमचे पासपोर्ट पाहिल्यानंतर ते लगेच परत दिले नाहीत. काही क्षण त्याने माझ्या चेहऱ्याकडे टक लावून पाहिलं. मी त्याच्या नजरेला नजर देणं टाळलं, पण मला एखाद्या अपराध्यासारखंही दिसायचं नव्हतं. तो जणू काही माझ्या मनात खोलवर शिरून माझे विचार वाचण्याचा आणि माझी काही खोलवर दडलेली गुपितं शोधण्याचा प्रयत्न करत होता.

त्याने त्याच्या काही सहकाऱ्यांनाही बोलावलं आणि सगळे आमच्या कागदपत्रांची छाननी करू लागले. मधेमधे ते आमच्याकडे तिरकस नजरा टाकत होते. मग त्यांनी आम्हाला एका बाजूला बोलावलं. जेनने युसूफला उचलून घेतलं होतं, त्याच्या डोक्यावर एक बेसबॉल कॅप होती आणि डोक्यावर काळा चष्मा. तो बराच मोठा होता आणि त्याच्या नाकावर घसरत होता. अपार्टमेंटमधून निघायच्या आधी त्याला दिलेल्या दोन वॅलियम गोळ्यांच्या अमलाखाली तो गाढ झोपला होता. प्रवासानेही तो थकला होताच. जेनने त्याला उचलून घेतलं होतं आणि त्याचं डोकं तिच्या खांद्यावर कललं होतं. तिच्या स्कार्फवर त्याच्या तोंडातल्या लाळेची एक बारीक रेघ उमटली होती. मी ती साफ केली नाही, तो आजारी असल्याचा त्यावरून भास निर्माण होत होता.

मला त्याचं व्यक्तिमत्त्व बदलण्यात आलेल्या यशाचा अभिमान वाटला. मी त्याला खालिदचे कपडे चढवले होते आणि स्टारवॉर्सची रूकसॅक दिली होती. आता तो सुट्या घालवायला निघालेल्या एका इंग्लिश मुलासारखा दिसत होता. आम्ही त्याला नॅपीही चढवली होती म्हणजे झोपेत असताना जर त्याला लघवी झाली असती तर ते कळलं नसतं.

'तुमचा मुलगा तुम्ही आणि तुमच्या मुलीबरोबर इराकला का गेला नाही?'

एका अधिकाऱ्याने पासपोर्टवरचे शिक्के बघून चौकशी केली. माझ्या पोटात ढवळून आलं. माझी त्वचा ओलसर झाली आणि मला वाटते मी अमिराचा हात जरा जोरात दुखेपर्यंत घट्ट पकडला असावा, कारण तिने आश्चर्याने बारीकसा आवाज केला.

त्याच्या डोळ्यांत माझं सगळं धैर्य एकवटून बघत मी माझी अभिनयक्षमतेची कौशल्यं पणाला लावत उत्तरले, 'माझा मुलगा मरायला टेकलाय. त्याला कॅन्सर आहे, तो फक्त काही महिनेच जगणार आहे. इराकच्या पवित्र समाधीस्थळाकडे प्रार्थनेसाठी त्याला घेऊन जायचं होतं मला. पण तो प्रवास करायची ताकदच उरली नाही त्याच्यात.'

एक कारुण्यपूर्ण कथा वाटली ती. माझ्या डोळ्यात अश्रू जमा झाले आणि मला वाटतं माझा घसाही दाटून आला. माझ्या त्या परिस्थितीला माझ्या अभिनयकौशल्याबरोबरच माझ्यावरचा ताण, थकवा हादेखील तेवढाच कारणीभूत ठरला.

'तो इथे माझ्या मित्रांबरोबर अम्मानमध्ये राहिला आणि आम्ही त्याच्या वतीने प्रार्थनेसाठी गेलो.' मी स्पष्टीकरण दिलं. मी हा प्रश्न गृहित धरला होता आणि उत्तराची गरज पडली तर ती तयारी करून ठेवली होती. ज्या मित्राच्या अपार्टमेंटमध्ये आम्ही युसूफमध्ये परिवर्तन घडवून आणण्याचं काम केलं होतं, त्या मित्राने आम्ही इराकला गेलो होतो तेव्हा युसूफ जॉर्डनमध्ये त्याच्याकडे राहिला होता. असं सांगायची तयारी दर्शवली होती.

'ओ.के.' अधिकाऱ्याने आमचे पेपर्स आम्हाला परत केले. अजूनही तो संभ्रमित होता. 'जा, तुम्ही पुढे.'

'इथे कुठे आम्ही प्रार्थना करू शकतो का?' मी विचारलं. 'हो.' त्याने जरा मृदु आवाजात म्हटलं. निश्चितच त्याला एक धार्मिक महिला तिच्या मुलासाठी शक्य तेवढे प्रयत्न करीत असलेले पाहून भारावल्यासारखं झालं होतं. 'त्याला वरच्या मजल्यावर घेऊन जा.'

त्याने दाखवलेल्या जिन्याने वर चढताना आम्ही सुरक्षा कॅमेऱ्यांपासून कुठेतरी दूर जाण्यास आतुर होतो. त्याचवेळी आम्हाला त्या शांत इमारतीत आमच्या फ्लाइटसंबंधी सूचना प्रसारित केलेली ऐकायला मिळाली. आमची फ्लाइट तीन तासांनी पुढे ढकलण्यात आली होती. माझ्या पोटात गोळाच आला. जेवढा अधिक काळ आम्ही त्या रिकाम्या टर्मिनलवर असणार होतो, तेवढीच युसूफ जागा होऊन कुठल्यातरी कारणाने तिथल्या अधिकाऱ्यांचं लक्ष आमच्याकडे वेधून घ्यायची शक्यता वाढत होती. पण आम्ही काहीच करू शकत नव्हतो. मुकाट्याने दातओठ खात ताण सहन करणं एवढंच करू शकत होतो.

प्रार्थना करण्यासाठी खोली कुठे होती ती मला दिसली, पण मला एवढ्यात तिथे जायचं नव्हतं. कोणी विचारलं तर सांगता आलं असतं, थोडी विश्रांती घेऊन जाणार

आहोत. सगळ्यांपासून दूर अशा काही खुर्च्या मला दिसल्या. आम्ही तिथे जाऊन बसलो. जेनने युसूफला एका खुर्चीत ठेवलं. तिला उघडउघड सुटल्यासारखं वाटलेलं दिसलं. युसूफ आता चळवळ करायला लागला होता. त्याचा काळा चष्मा त्याच्या नाकाच्या टोकापर्यंत घसरला होता. एखाद्या शब्दभ्रमकाराच्या संमोहित बाहुल्यासारखा दिसत होता तो!

'मला वाटतं तो जागा होतोय.' मी म्हटलं.

'आता काय करायचं?' तिने विचारले. युसूफने पापण्या फडकवत डोळे उघडले होते आणि त्याचे ते गडद तपकिरी देखणे डोळे त्याच्या केशविरहित चेहऱ्यावर उठून दिसत होते.

'त्याला आणखी एक गोळी द्यावी लागेल.' मी सांगितलं.

'नाही, नाही. आपल्याला काळजी घ्यायला हवी. नाहीतर आपण त्याच्या मृत्यूला कारणीभूत ठरू.' जेन घाबरून म्हणाली.

'आपल्याला काही पर्याय नाही. पुढले काही तास त्याला शांत ठेवायला पाहिजे. तो मरायला टेकलेला आहे, असा आपण त्यांचा ग्रह करून दिलाय. तो जर विमानतळाच्या या इमारतीत इथेतिथे पळायला लागला, तर लागलीच आपली वाट.'

युसूफ काहीतरी पुटपुटत होता. मी त्याच्याजवळ झुकून त्याचे शब्द ऐकण्याचा प्रयत्न केला. 'तो म्हणतोय त्याला स्वच्छतागृहात जायची गरज आहे.' मी जेनला सांगितलं.

'त्याने त्याच्या नॅपीतच शू केली तर नाही चालणार?' जेनने सुचवलं.

'त्याने तसं केलं तर आपल्याला त्याची नॅपी ती फ्लाइटसाठी विमानात चढायच्या आधीच बदलावी लागेल आणि त्याच्याएवढ्या मुलाची नॅपी बदलणं आपल्याला चांगलंच जड जाईल.'

'मी त्याला टॉयलेटमध्ये घेऊन जाते.' जेन स्वत:च म्हणाली. एक नि:श्वास टाकून ती त्याला उचलून घेऊन गेली. ती स्त्रियांसाठी असलेल्या प्रसाधनगृहाकडे गेल्यावर मला लाऊडस्पीकरवरून पुन्हा एक सूचना ऐकू आली. मला पासपोर्ट कंट्रोल काऊंटरवर बोलावलं होतं. मी खरंच ते ऐकलंय यावर माझा विश्वासच बसेना. माझं हृदय जोरजोरात धडधडायला लागलं होतं. संदेश पुन्हा ऐकवण्यात आला. *होय, ते नि:संशय माझंच नाव होतं.!*

माझ्या पोटात भीतीने गोळा आला. मी टॉयलेटच्या दाराकडे गेले. जेनचं काहीच चिन्ह नव्हतं. तिला त्याची नॅपी काढून पुन्हा चढवण्याची खटपट करायला अजून काही मिनिटं लागणार होती. मला आता अधिक वेळ घालवता येणार नव्हता. विशेषत: त्या सूचना प्रसारणाने माझ्या नावाकडे लक्ष वेधलं गेल्यावर मी आता स्वत:च तिथे जाणं इष्ट होतं, कारण युसूफ जागा झालेला होता.

जिना उतरताना जणू काही मी माझ्या वधस्थळाकडे चालले आहे, असं मला वाटत होतं. *मी कल्पना करत होते की डेस्कपाशी पोलीस थांबले असतील आणि मी तिथे पोहोचताच मला ताबडतोब पोलीस व्हॅनमध्ये बसवून घेऊन जातील. माझी मुलं मला काही वर्षं तरी नजरेस पडणार नाहीत.* पळून जाण्याचा देखील विचार डोक्यात चमकला. पण ती कल्पना मूर्खपणाची होती. *मी दरवाज्यापर्यंत पोहोचण्याच्या आतच त्यांनी मला पकडलं असतं!*

माझ्याजवळ अमिरा होती, निष्पाप आणि अनभिज्ञ. आजूबाजूला बघत, वस्तूंकडे बोट दाखवत, प्रश्न विचारत. *मी कल्पना करत होते, की जर त्यांनी मला अटक केली आणि काही वर्षांसाठी तुरुंगात टाकण्याची शिक्षा दिली, तर ती शाळेत जायच्या वयाची होईपर्यंत मी तिला बघू शकणार नाही.* त्या विचारानेच मला कापरं भरलं.

मी डेस्कजवळ पोहोचले तेव्हा अधिकारी माझी वाटच पाहत होते. *त्यांना दुसरं काही काम नव्हतं की काय?* त्यांनी मला जवळ येण्याची खूण केली. कोणाच्याही चेहऱ्यावर हास्य नव्हतं, मला मुद्दामहून खिजवण्याचा उद्देश असल्याप्रमाणे.

'तुमचे कागदपत्र!' एका अधिकाऱ्याने हात पुढे करत म्हटलं. अमिराला सांभाळत मी दुसऱ्या हाताने बॅगमधून कागदपत्र बाहेर काढले. ते डेस्कवर पुढे सारले. माझा हात थरथरत होता. हा संभ्रम संपवण्यासाठी सगळ्या गोष्टींची त्यांना कबुली देऊन टाकावी असं वाटलं मला क्षणभर. कदाचित मी तसं केलं तर ते थोडे मवाळपणाने वागतील आणि काही वर्षांऐवजी काही महिने तुरुंगात टाकतील.

मी शांत राहण्याचा प्रयत्न केला. कारण मी जरी उगाचच घाबरले असले, थोडा संयम पाळायला हवा होता. माझा घसा कोरडा पडला होता आणि त्यांनी काही विचारलं असतं तर मला उत्तर देता आलं असतं की नाही काय माहीत. श्वासोच्छ्वास करणं देखील कठीण झालं होतं. चक्कर येऊन पडते की काय असंच वाटलं.

माझ्या हातून अमिरा पडू नये या काळजीने मी ठामपणे उभं राहण्याचा प्रयत्न केला. त्या माणसाने माझे कागदपत्र घेऊन न्याहाळले आणि मान हलवली, जणू काही त्याचा संशय खरा ठरल्याप्रमाणे. ते कागदपत्र त्याने त्याच्या सहकाऱ्यांना दाखवले. दुसऱ्या माणसाने कागदपत्रांकडे बघून म्हटलं, 'तुम्ही व्हिसापेक्षा तीन दिवस अधिक राहिलात, तुम्हाला त्याची फी द्यावी लागेल.'

मला सुटल्यासारखं झालं. नकळत मी हसले. एवढंच होतं म्हणायचं. माझी जेन आणि युसूफकडे जाण्याची अधीरता लपवण्याचा आटोकाट प्रयत्न करत माझ्या बॅगमधून पैसे काढून मी त्यांना दिले. जिना चढताना माझे पाय अजून थरथरत होते. अमिरा चुळबुळत होती, तिला इथेतिथे पळायचं होतं. जेन युसूफला घेऊन परत आली होती. मी तिच्या शेजारच्या खुर्चीत धपकन बसले.

जेनला ती तिथे नसताना मी कोणत्या नाट्यमय प्रसंगातून गेले याची काहीच

कल्पना नव्हती. विमानात चढायची वेळ येण्याची वाट बघत आम्ही अंग चोरून एकत्र बसलो. अमिरा आता चांगलीच फुलारली होती आणि युसूफला तिच्या खेळात सामील करून घेण्याचा तिचा प्रयत्न चालला होता. तिने त्याला कृतिशील करण्यासाठी चालवलेल्या प्रयत्नांमुळे त्याने तिच्याकडे बघत एक भाबडं हास्य केलं.

शेवटी आमचा संयम तुटेपर्यंत ताणला गेल्यावर एकदाची आमच्या फ्लाइटची घोषणा झाली आणि आम्ही विमानाकडे निघालो.

एखाद्या चित्रपटातल्या 'स्लो-मोशन' प्रसंगाच्या चित्रीकरणाप्रमाणे प्रत्येक सुरक्षेची प्रक्रिया मला सर्वसाधारण वेळेपेक्षा दुप्पट विलंब लावणारी वाटत होती. मला माहीत नाही की हा सर्व लागणारा वेळ नेहमीसारखाच होता की माझ्या चिंतित अवस्थेमुळे मला प्रत्येक क्रिया युगानुयुगे चालत राहिल्यासारखी भासत होती? माझ्या पोटात ढवळून येत होतं आणि भीतीने मला अगदी आजाऱ्यासारखं वाटत होतं. गेटपाशी पोहोचताना, माझ्या डोक्यावरचा आणि शरीरावरचा प्रत्येक केसन्‌केस जणू काही ताठ उभा राहिला होता.

तिच्या डोळ्यांवरून जेनही तितकीच गोंधळून गेलेली दिसत होती. युसूफला काही मिनिटांपूर्वीच मी व्हॅलियम दिल्याने तो पुन्हा झोपला होता. अधिकारी आमच्याकडे एका विशिष्ट क्रूरतेने बघत असल्यासारखं मला भासत होतं, पण तो माझ्या कल्पनेचा खेळही असू शकत होता. ते नेहमीच तसे दिसत असतील बहुतेक, पण तुमची सद्सद्विवेकबुद्धी शुद्ध असेल आणि तुमच्या फ्लाइटवर जाण्यासाठी तुम्ही तुमचं लक्ष एकाग्र करत असाल तरच. शेवटी एकदाचे आम्ही केबिनच्या कर्मचाऱ्यांशी बोलत विमानाच्या आत गेलो. अमिरा आनंदाने तिच्या आसनावर बसून, हवाईसुंदऱ्यांकडून तिला दिल्या जाणाऱ्या विशेष वागणुकीमुळे खूष होऊन मजेत होती. तिच्या आईच्या मनात काय खळबळ माजलीय याबद्दल ती पूर्णपणे अनभिज्ञ होती!

काही दिवस लोटल्यासारखं वाटायला लावत शेवटी एकदाचे विमानाचे दरवाजे बंद झाले. रनवेवरून धावत, इंजिनाचा आवाज करत, शेवटी एकदा विमान आमच्या मार्गाकडे जॉर्डनच्या बाहेर पडलं. असं वाटत होतं की विमान परतच फिरतंय बहुतेक. कोणता रनवे एवढा मोठा असू शकेल? पण आमचं दिव्य संपलं नव्हतं. ही फ्लाईट सरळ शेवटपर्यंत जाणारी नव्हती. आम्हाला ग्रीसला विमान बदलावं लागणार होतं.

आम्ही एका मुलाला सरळ अरब देशात पळवून नेत असतो तर प्रश्न नव्हता, कारण आम्ही त्या मुलाच्या वडिलांच्या देशातून बाहेर पडत होतो. पण ग्रीक धरतीवर मात्र ते आम्हाला अथेन्सला अटक करून जॉर्डनला परत पाठवण्याची शक्यता होती, कारण युसूफचा पासपोर्ट बनावट होता. विमान अथेन्सला उतरायची वेळ जवळ आली तसा युसूफ पुन्हा जागा होऊ लागला होता. त्याने थोडंफार खाल्लं होतं, त्यामुळे त्याला जरा तरतरी आली होती. मला एकीकडे सुटल्यासारखं वाटत होतं;

कारण मी त्याला दिलेल्या गोळ्यांचा काही दुष्परिणाम झालेला दिसत नव्हता. पण दुसऱ्या बाजूला मला नर्व्हस वाटत होतं. कारण आता तो एखाद्या आजारी मुलासारखा दिसत नव्हता. आता त्याला दुसरी गोळी देण्याचं धैर्य माझ्यात नव्हतं. कारण जर हिथ्रो विमानतळावर गरज लागली तर तशी सूट ठेवायची गरज होती. म्हणून मग मी त्याला टोपी चढवली. काळा चष्मा त्याच्या डोळ्यावर घातला आणि जेवढं शक्य असेल तेवढं गप्प आणि स्थिर राहायला सांगितलं.

आम्ही विमानातून उतरताच विमानतळावरचे गणवेषातले अधिकारी त्यांचे हात हलवत, ओरडत घाईघाईने आमच्याकडे आले. माझ्या हृदयाचे ठोकेच चुकले आणि माझ्या चेहऱ्याचा रंग पार उतरून गेला. मला माझ्या मुलांना घेऊन तिथून पळ काढण्याच्या उर्मीवर मोठ्या मुश्किलीने नियंत्रण ठेवावं लागलं.

'लौकर, लौकर, लौकर.' ते ओरडत होते. 'तुमचं विमान सुटायची वेळ झालीय.'

आमची जॉर्डन फ्लाईट उशीरा आली, याचाच अर्थ आमचं ग्रीक विमान टेक ऑफसाठी सज्ज होतं. विमानतळावरचा सेवकवर्ग आम्हाला विमान पकडण्याची घाई करण्याच्या नादात होता. त्यांना युसूफ आणि त्याच्या पासपोर्टकडे बघून घ्यायची फुरसतही नव्हती. आता आम्हाला फक्त ब्रिटनच्या पासपोर्ट नियंत्रण कक्षाच्या तावडीतून सुटायचं होतं. 'आपण त्याला त्याची आई येऊन घेऊन जाईपर्यंत विमानतळावरच ठेवूया.' मी जेनला एक पर्याय सुचवत म्हटलं. मला फारच अस्वस्थ वाटत होतं. सगळ्या दिव्यातून पुन्हा एकदा जाण्याची माझ्यामध्ये ताकद उरली नव्हती.

'नाहीतर आपण त्याला पुढेदेखील खालिदच्या पासपोर्टवर नेऊया, एकदा ते जमलंय, तसं पुढेही जमेल.' मी सुचवलं.

'अम्मानपेक्षा इथे अधिकारी जास्त कडक असतील.' जेन म्हणाली.

'माहीत आहे. तुला काय वाटतं, आपण काय करावं?'

'आपण जर त्याला तिथे सोडलं तर त्यांना कळेलच, कारण त्यांना माहीत आहे आपण त्याला आणल्याचं; अम्मानला आपण त्याच्याबरोबर चेक-इन केलंय. निदान या पद्धतीने यातून निसटण्याची शक्यता तरी आहे, आपल्याला हेच पुढे चालू ठेवायला पाहिजे.' जेनने पर्याय सुचवला.

'पण आत्तापर्यंत नशिबाने जशी आपल्याला साथ दिली, तशी पुढेही मिळेल कशावरून? आपलं नशीब काय नेहमीच चांगलं असेल?' मी वादाचा मुद्दा मांडला.

'आपल्याला दुसरा पर्याय नाही.'

तिने माझा हात दाबत म्हटलं. 'आपण जवळजवळ तिथे पोहोचलोच आहोत. आता तुझा धीर सोडू नकोस.'

मी मान डोलावत स्मित केलं. माझं नैतिक धैर्य वाढवण्यासाठी तिचं तिथं असणं

मला खरोखरच आनंददायी होतं. मला ठाऊक होतं की युसूफला एकटं सोडणं हा काही चांगला पर्याय नव्हता, पण त्या सगळ्या प्रवासाचा प्रचंड ताण मला आता एवढा असह्य झाला होता, की कधी एकदा हा प्रवास संपवून घरी माझ्या कुटुंबात परत जातेय, असं मला झालं होतं.

आम्ही ब्रिटिश पासपोर्ट कंट्रोलमधून जात असताना युसूफ जागा झाला होता, तरी जरा नरमच होता. त्याच्या डोळ्यांवर काळा चष्मा होता. अधिकाऱ्यांनी त्याच्याकडे एकदाच नजर टाकली. बहुतेक एखाद्या आजारी मुलाकडे जास्त निरखून पाहणं त्यांना प्रशस्त वाटलं नसावं. त्यांनी आम्हाला मान हलवून पुढे जाण्याची संमती दिली.

मला तर वाटलं की *आम्हाला भुलवण्यासाठी हा एक सापळा तर नव्हता? मग मी स्वत:लाच बजावलं, तू उगाचच अतिसंशयीपणे वागते आहेस.* सामान ताब्यात घेण्याच्या विभागात पोहोचल्यावर युसूफ कुरकुरायला लागला. त्याला बहुतेक कळलं असावं की प्रवास संपत आलाय आणि लौकरच त्याची आईबरोबर पुनर्भेट होणार आहे. त्यामुळे तो अधीर व्हायला लागला होता. मी त्याला दोष देऊ शकत नव्हते, पण त्याने थोडा आणखी धीर धरावा अशी माझी अपेक्षा होती. त्याने जर तिथल्या अधिकाऱ्यांचं लक्ष त्याच्याकडे वेधून घेतलं, तर ते आम्हाला पुन्हा काऊंटरकडे परत बोलावतील, आणि मग आमची वाट लागली असती.

मी स्वत:च इतकी दमले होते, की उभंही राहू शकत नव्हते. मी त्याला शांत करण्याचा प्रयत्न करत होते आणि जेन आमच्या बॅगा भांबावून जाऊन त्या सरकत्या पट्ट्यावर धुंडाळत होती. बॅगांचा तर पत्ताच नव्हता आणि काही गणवेषातले अधिकारी आमच्या दिशेने येत होते. मी त्याला शांत करण्याचा प्रयत्न करीत होते तरीदेखील युसूफ अद्याप बराच आवाज करीत होता आणि लोक आमच्या दिशेने बघायला लागले होते.

तो अरेबिकमध्ये काहीतरी सांगत होता आणि का कोण जाणे ते मला कळत नव्हतं. माझ्या थकलेल्या मनातून जणू काही अरेबिकचा प्रत्येक शब्द नाहीसा झाला होता आणि तो काय बोलतोय ते मला कळू शकत नव्हतं. मग मी त्याचे काही शब्द ऐकले आणि मला समजलं की त्याला पुन्हा टॉयलेटला जायचं होतं. मी त्याला पटकन स्त्रियांच्या प्रसाधनगृहात नेलं. शोधक नजरांपासून दूर. त्याचं भरलेलं मूत्राशय रिकामं झाल्यावर तो जरा शांत झाला. मी त्याला बाहेर नेलं. सुरक्षाप्रमुख माझ्याकडे दोन हमाल घेऊन आला.

'सगळं काही ठीक आहे ना?' त्याने विचारलं.

'नाही, सगळं ठीक नाही.' मी म्हटलं. आम्हाला त्यांनी लौकर सोडावं ह्या आशेने मी मुद्दामच जरा चढाऊपणाचं धोरण स्वीकारण्याचं ठरवलं. मला माझा आवाज ऐकू येत होता, जणू काही तो दुसऱ्या कोणाचा तरी होता आणि कोणत्याही क्षणी रडू कोसळेल असा होता.

'माझ्या मुलाला कॅन्सर झालाय, तो फारच आजारी आहे आणि त्यांनी विमानातही आम्हाला फार उद्धटपणाने वागवलं. तो सगळीकडे जाताना आजारी होता, आणि आता आमचं सामान मिळायला वेळ लागतोय. पर्यायाने त्याला पण थांबावं लागतंय, खरं म्हणजे त्याने घरात बिछान्यावर आराम करायला पाहिजे.' मी त्यांना कळवळून सांगितलं. युसूफने कण्हल्यासारखा आवाज त्याचवेळी केला. माझ्या बोलण्याचा रोख ओळखल्यासारखा; त्याचं डोकं माझ्या खांद्यावर दाबून धरत मी त्याला शांत करण्याचा प्रयत्न केला.

'काळजी करू नका.' त्या माणसाने कनवाळूपणाने म्हटलं. आम्ही तुम्हाला तुमचं सामान हुडकून देतो आणि तुम्हाला सोडतो. कशा दिसतात तुमच्या बॅगा?'

मी आमच्या बॅगांचं वर्णन केलं आणि ते त्या शोधायला निघून गेले.

'ते आपल्याला बाहेर सोडणार आहेत.' मी जेनला दबक्या आवाजात सांगितलं.

रेलिंगच्या दुसऱ्या बाजूला त्याच्या आईला बघून तो तिच्या नावाने ओरडत सुटला तर?

ओ गॉड! हे माझ्या ध्यानातच आलं नव्हतं. मी तिला बरोबरच सांगितलं होतं, विमानतळावर येऊ नकोस म्हणून.

तिला क्षणभरही थांबणं अशक्य झालं तर? तिने त्याला अठरा महिने बघितलेलं देखील नाही, फॉर गॉड्स सेक!

'प्रार्थना कर फक्त!' मी तिला म्हटलं. त्यावेळेस हमाल ट्रॉलीत आमचं सामान घेऊन आले आणि त्यांनी आम्हाला बाहेर जाण्याच्या गेटकडे नेलं.

आम्ही तिथून बाहेर पडून मुख्य कॉनकोर्समध्ये आलो, तेव्हा मला दिसलं की महमूद माझी वाट बघत थांबला होता. एक मोठा फुलांचा गुच्छ घेऊन! इबिटाल कुठे दिसली नाही आणि मी मनातल्या मनात धन्यवादाची प्रार्थना म्हटली. महमूदच्या बरोबर एक ड्रायव्हर होता. आम्ही एका पुनर्मीलन झालेल्या आनंदी कुटुंबासारखं विमानतळ सोडलं आणि माएदा वेलला गेलो. मला आयुष्यात एवढं गळल्यासारखं कधीच वाटलं नव्हतं.

गाडीच्या प्रवासात मी माझा फोन काढला आणि इबिटालचा नंबर फिरवला.

'माझ्याजवळ कोणीतरी आहे, ज्याला तुझ्याशी बोलायचंय.' तिने फोनवर 'हॅलो' म्हणताच मी उत्तरले आणि फोन युसूफकडे दिला.

'हॅलो, मम्मी.' तो अरेबिकमध्ये म्हणाला आणि मी हृदय दुभंगल्यासारखी रडायला लागले.

■

जिवानिशी सुटका

मुलं होणं आणि त्यांना वाढवणं ही आयुष्यातली एक फलदायी अनुभूती असते. पण त्यामुळे तुमच्या आयुष्यात प्रत्येक दिवशी चैतन्य निर्माण होतंच असं नाही. मुलांना ठरवून दिलेला दिनक्रम आवडतो आणि भोवताली काय चाललंय हे जाणून घ्यायची त्यांना उत्सुकता असते. पण जर वेळोवेळी वेगळं काही करायची संधी मिळत नसेल, तर प्रौढ मनांना मात्र त्याच त्याच गोष्टींमुळे थकवा येऊ शकतो. मी थोडासा धोका पत्करण्याची संधी स्वीकारली आणि माझ्या मनाने मला ग्वाही दिली की मी जीवनरसाने सळसळत होते, माझं अस्तित्व म्हणजे केवळ अमुक मुलांची माता एवढ्यापुरतंच मर्यादित नव्हतं. काही क्षण असेही होते जेव्हा मला थोडी कमी उत्तेजना मिळाली तरी चाललं असतं, पण साहसाची खरी गंमत असते ती म्हणजे जे घडतंय त्यावर तुमचा ताबा नसणं.

मुलांना सोडवण्यासाठी सर्वाधिक भयकारी देशांपैकी एक म्हणजे टर्की. मला 'मिडनाईट एक्स्प्रेस' या चित्रपटातले ते प्रसंग आठवतात; त्या चित्रपटाचा नायक जेव्हा अमली पदार्थांच्या तस्करीत पकडला जातो, तेव्हा त्याला एका टर्किश तुरुंगात टाकलं जातं. पण कारणं त्याहीपेक्षा जास्त आहेत. मी ज्या ज्या देशात माझ्या मोहिमा राबवल्या, त्यात सर्वांत तुर्कचे पोलीस अधिक संघटित, जास्त निष्ठुर होते. म्हणून मला तिथे पकडलं जाऊन तुरुंगात टाकलं जाण्याची शक्यता अधिक वाटते, आणि तसं झालं तर माझ्यासाठी काय वाढून ठेवलं असेल, त्याची माझ्या डोळ्यांसमोर स्पष्ट चित्रं उभी राहतात.

पकडलं जाऊन तुरुंगात टाकलं जाण्याची शक्यता प्रत्येक 'ट्रीप'च्या वेळी

असतेच, पण काही वेळा ती जास्त असते. पुरुषांनी केलेल्या नियमांना आव्हान देणाऱ्या माझ्यासारख्या स्त्रीला जर त्यांना चांगला धडा शिकवायचा असेल तर काही देशांत तुरुंगवासाचा कालावधीही अधिक असण्याची शक्यता असू शकते.

माझ्या एका टर्किश मिशनमध्ये मला मार्मारिसच्या प्रवासी भटकंतीच्या विश्रामस्थळाला भेट देण्याचा योग आला होता. एका सात वर्षांच्या मुलीला शोधायचं होतं. मोरोक्कोसारखंच हे काम म्हणजे गवताच्या गंजीत टाचणी शोधण्यासारखं होतं. मी आधी एकटी गेले होते, कारण मुलीच्या आईची दोन तिकिटांचा खर्च करण्याची ऐपत नव्हती.

मी जेव्हा समुद्रकिनाऱ्यावर खेळणाऱ्या नाहीतर गावात त्यांच्या पालकांबरोबर हिंडणाऱ्या लहान मुलींकडे बघायचे, तेव्हा माझं काम किती अवघड आहे याची मला जाणीव व्हायची.

माझ्या रिसॉर्टमध्ये गेल्यावर मी माझ्या हॉटेलच्या खोलीत गेले. बाहेरच्या समुद्रकिनाऱ्यावर गेल्यावर मी जेव्हा तिथली गर्दी पाहिली तेव्हा मला अगदी गळून गेल्यासारखं वाटलं. त्या मुलीला शोधण्यात मला कधीही यश येणार नाही या भावनेने मी निराश झाले होते. एकदा त्यापूर्वी मी त्या मुलीच्या आईला समजावून सांगण्याचा प्रयत्न केला होता, की यापूर्वी अशा प्रकारच्या मोहिमेत मला यश आलं नव्हतं. पण ती खर्चाबाबत एवढी चिंतित होती की शेवटी तिला शांत करण्यासाठी मला एकटं यावं लागलं होतं.

मी माझा प्रयत्न लगेच सोडून दिला नाही. समुद्रकिनाऱ्यावर हातात माझे बूट घेऊन अनवाणी चालत, कॅफेमध्ये बसून लोकांना न्याहाळत, त्या गर्दीत कुठेतरी, माझ्याबरोबर असलेल्या, जुन्यापुराण्या, शाळेत असताना काढलेल्या त्या मुलीच्या फोटोशी साम्य असलेला चेहरा कुठेतरी दिसेल, नाहीतर इंग्लिश पार्श्वभूमी असलेला आवाज ऐकू येईल या आशेने त्या गावात बरेच दिवस मी इकडेतिकडे भटकले.

कित्येक वेळा माझी फसगत झाली. बहुतेक ही तीच मुलगी असावी म्हणून मी त्या मुलीच्या कुटुंबीयांभोवती रेंगाळायचे, पण शेवटी ती मुलगी कोणीतरी वेगळीच असायची. पण तरीही मी माझा प्रयत्न चालूच ठेवायचे.

काही वेळा त्या मुली एखाद्या बाईला 'मम्मी' म्हणायच्या, पण एवढं अस्खलित तुर्की बोलायच्या की त्या नुकत्याच या देशात आल्या आहेत असं वाटत नव्हतं.

'ह्याला काहीच अर्थ नाही.' माझ्या निष्फळ प्रयत्नांच्या तिसऱ्या दिवशी मी त्या मुलीच्या आईला फोनवर सांगितलं, 'तुला इथे यावंच लागेल, मी तुझ्या खर्चाचे पैसे देते.'

मला वाटतं तिलाही सुटल्यासारखं झालं असेल. तिथे इंग्लंडमध्ये बसून तिला काहीच कळायला मार्ग नव्हता. दुसऱ्याच दिवशी ती आली आणि आम्ही दोघींनी

मिळून आमचे प्रयत्न सुरू केले. पण पाच दिवसांनंतर आम्हाला जाणवलं की हे काम जमण्यासारखं नाही.

आम्ही हॉटेलच्या खोलीत बसलेलो असताना त्या मुलीची आई म्हणाली, 'त्यांच्या सुट्या आता संपल्या असतील.' तिला उदास वाटत होतं आणि हा प्रयत्न सोडून द्यावा की काय असाही ती विचार करत होती.

तिने त्या मुलीशी आणि तिच्या वडिलांशी त्यांच्या जुन्या घरात संपर्क साधण्याचा प्रयत्न केला होता. पण तो अयशस्वी झाल्यामुळेच आम्ही आता त्यांना ते लोक सुटीवर असताना शोधण्याचा प्रयत्न करीत होतो. इतके दिवस त्या मुलीच्या आईचा काही ठावठिकाणा नसल्याने वडिलांनी आता निर्धास्त होऊन मुलीला इस्तंबूलला घरी नेलेलं असण्याचीही शक्यता होती.

दुसऱ्या दिवशी आम्ही मार्मारिस हॉटेलची खोली सोडून इस्तंबूलला रवाना झालो. मला आता अधिकच अस्वस्थ वाटत होतं. मोठ्या शहरात तुम्ही काय करता आहात, हे इतरांना कळून येण्याची अधिकच शक्यता असते. पोलिसांची संख्याही जास्त असते. संपर्काची साधनं अधिक चांगली असतात. एखाद्या मोठ्या शहरात तुम्ही मुलाला उचललंत तर पोलिसांना काही मिनिटांतच पत्ता लागू शकतो आणि त्यांच्याकडच्या आधुनिक यंत्रणेने विमानतळ आणि बंदराचे मार्ग काही तासांतच ते तुमच्यासाठी बंद करू शकतात.

पण मी आता वचनबद्ध होते. अशा काही शंकांनी माझं काम थांबवण्याचा माझा इरादा नव्हता. त्या मुलीची आई मला आता आवडायला लागली होती. तिचं तिच्या मुलीवर खरंखुरं प्रेम होतं आणि आता मी या गोष्टीचा शेवटपर्यंत पाठपुरावा करण्यासाठी सज्ज झाले होते.

मुलीचे वडील एका अपार्टमेंट ब्लॉकमध्ये राहात होते. विशेष काही चांगली वस्ती नव्हती ती, पण झोपडपट्टी देखील नव्हती. जगातल्या मी पाहिलेल्या अशा कित्येक शहरांच्या बाह्य विस्तारित भागांत असतात तशाच वस्त्यांसारखी एक.

मी हॉटेलमध्ये प्रवेश केला नाही, कारण जास्त खर्च करण्याआधी ते मूल तिथे आहे की नाही, याची मला खात्री करून घ्यायची होती.

आमच्या नेहमीच्या प्रतीक्षामय खेळासाठी आम्ही गाडी भाड्याने घेऊन, अपार्टमेंटच्या प्रवेशद्वाराच्या नजरेच्या टप्प्यात गाडी उभी करून थांबलो. ती मुलगी त्या अपार्टमेंटमध्ये आहे याची खात्री करून आम्हाला तिचा दैनंदिन कार्यक्रम जाणून घ्यायचा होता. म्हणजे आम्हाला आमच्या 'हल्लाबोल' मोहिमांची वेळ निश्चित करता आली असती.

आम्ही तिथे काही तास थांबल्यावर मुलांचा एक गट इमारतीच्या बाहेर पडला. त्यांच्याबरोबर देखरेखीसाठी कोणी प्रौढ व्यक्ती नव्हत्या.

'तीच आहे!' त्या मुलीची आई ओरडली. मी आणि गाडीचा ड्रायव्हर दचकलो.

तिने गाडीच्या दरवाज्याच्या मुठीला हात घालताच मी तिचा हात घट्ट पकडून ठेवला.

'एक मिनिट थांब! या गोष्टीवर आपण विचार करूया. कोणी तिच्यावर लक्ष ठेवलेलं नाही याची आपल्याला खातरजमा करावी लागेल.'

'ओके.' सूर्यप्रकाशात खेळणाऱ्या आपल्या मुलीवरची नजर ढळविण्याचा असफल प्रयत्न करीत, महत्प्रयासाने स्वत:वर नियंत्रण ठेवत तिने विचारलं, 'किती वेळ वाट पाहावी लागेल?'

'मी सांगू शकत नाही. माझे विचार केंद्रित करण्यासाठी काही क्षण मला दे.'

थोडा वेळ आम्ही तणावपूर्ण शांततेत बसलो, आणि मग मी एक निर्णय घेतला. कोणी लक्ष ठेवून असल्याचं दिसत नव्हतं आणि अशी सुवर्णसंधी कदाचित पुन्हा आली नसती.

'ओ.के. बरोबर आहे तुझं, आपण आत्ताच कृती करू या. तू तुझ्या मुलीकडे अगदी सहज चालत गेल्यासारखी जा. तिच्याबरोबर खेळणारी मुलं भयभीत होऊन उपयोग नाही. नाहीतर ती मुलं त्यांच्या पालकांकडे धावत जाऊन सांगायची, एक *अनोळखी बाई त्यांच्या मैत्रिणीला पळवून नेतेय.* तू तिची आई आहेस हे त्यांना कळायला हवं. मग तिला घेऊन जेवढ्या त्वरेने गाडीकडे परतता येईल, तेवढी लवकर ये. समजा कोणी इमारतीतून बाहेर आलंच, तर मी येईन तुझ्या मदतीला.' मी तिला धीर दिला.

ती एवढ्या त्वरेने गाडीच्या बाहेर पडली, की तिच्या स्कार्फमुळे मला हवेची झुळूक जाणवली. ती त्या मुलांपाशी पोहोचली, तेव्हा मुलीने वर पाहिलं. प्रथम गोंधळून, नंतर अत्यानंदाने. बाकीची मुलं अदबीने बाजूला उभी होती. त्या मुलीने आईला आलिंगन दिलं. त्या मुलांना हात हलवून निरोप देत, त्या दोघी हातात हात घालून गप्पा मारत गाडीकडे परतल्या. जणू काही जगात दुसरे काहीच गंभीर प्रश्न नव्हते.

'कम ऑन, कम ऑन.' मी दबक्या आवाजात म्हणत होते. मला काही प्रौढ लोक इमारतीच्या बाहेर पडताना दिसले आणि ते मुलांपर्यंत पोहोचायच्या आधी त्या दोघी गाडीमध्ये बसणं आवश्यक होतं. ड्रायव्हरने गाडीचं इंजिन सुरू केलं. तोही माझ्याएवढ्याच अधीरतेने त्या दोघी गाडीकडे येताना बघत होता.

एकदाच्या त्या गाडीत बसल्या, दरवाजे लागले. आणि ड्रायव्हर वेगाने निघाला. मी मागे वळून बघितलं. ते लोक त्या मुलांकडे पोहोचले होते आणि त्यांच्याशी बोलत होते. मुलं आमच्या दिशेने हात दाखवत होती. ते लोक डोळ्यांवर येणारा प्रकाश हातांच्या तळव्यांनी अडवण्याचा प्रयत्न करत आमच्याकडे बघत होते. ती बाई तिच्या मुलीला गोंजारण्यात एवढी मग्न होती की तिच्या काहीच ध्यानात आलं नव्हतं. मी पण काहीच बोलले नाही. मला तिला घाबरवायचं नव्हतं. आमचं सामान गाडीच्या

मागच्या बाजूला होतं. त्या देशातून लौकरात लौकर बाहेर पडायला मी आतुरले होते.

'तुम्हाला विमानतळावर जायचंय का?' ड्रायव्हरने विचारलं. 'नाही,' मी उत्तरले. ती मुलगी आणि तिची आई त्यांच्या स्वत:च्या पासपोर्टवर प्रवास करत होत्या आणि धोक्याची सूचना प्रसारित झाली असती तर विमानतळावर आम्हाला रोखणं त्यांना सोपं झालं असतं. टर्कीच्या बाहेर पडायचा दुसरा सूज्ञ पर्याय निवडणं भाग होतं.

'आम्हाला बॉर्डरपर्यंत सोडा.' मी ड्रायव्हरला सांगितलं.

'ग्रीसच्या की बल्गेरियाच्या?' त्याने विचारलं.

'त्या दिशेने ते आमचा शोध घेतील, कारण त्यांची आम्ही तिथेच जाणार अशी अपेक्षा असेल. आम्हाला कुर्दिस्तानला घेऊन चला.'

एवढ्या मोठ्या प्रवासाच्या कल्पनेने त्याने एक शीळ घातली, पण वाद घातला नाही. या ट्रीपच्या भाड्यात त्याचे कित्येक आठवडे गेले असते. एका कष्टदायक प्रवासाला आमची सुरुवात झाली. न संपणारे वळणावळणाचे रस्ते. एकदाचा तो कित्येक तासांचा प्रवास संपवून आम्ही कुर्दिस्तानला पोहोचलो. मी त्याचं भाडं देऊन टाकलं आणि आम्ही दुसऱ्या गाडीत बसलो.

आता सगळा वाळवंटाचा वैराण भाग लागला. इराकच्या दक्षिणेला जाऊन आम्ही सीरियाच्या त्या टोकाला वळसा घातला आणि जॉर्डनमध्ये प्रवेश केला, प्रत्येक सीमेवर ड्रायव्हर बदलत. मला एखाद्या भटक्या जमातीच्या बाईसारखं वाटत होतं, मध्येमध्ये लागणाऱ्या एखाद्या अर्धवट डुलकीतून जागं होताना, आम्ही कुठल्या देशात कुठून कुठे चाललोय, हे काहीच कळेनासं झालं होतं! सगळ्या प्रवासात ती मुलगी आईला बिलगून बसली होती, दोघी मधूनमधून झोपत होत्या. विशेष बोलत नव्हत्या, एकमेकींच्या सहवासात असणं हा त्यांचा अधिक समाधानाचा भाग होता.

मला पक्की खात्री होती, की आम्ही एवढा लांबच्या पल्ल्याचा द्राविडी प्राणायाम करून वळसा घालणारा मार्ग शोधलाय, याची टर्किश प्रशासनाला कल्पनाही येणार नाही आणि समजा त्यांना तशी कल्पना आलीच, तरी त्या देशात त्यांचं काही चाललं नसतं. कारण आम्ही कायदेशीर कागदपत्रांवर प्रवास करत होतो.

पुन्हा एकदा आम्ही बहुतेक गाडीतच वेळ घालवत होतो, रस्त्यांवर असलेल्या टपऱ्यांमध्ये मिळणाऱ्या खाद्यपदार्थांवर आमची भूक भागवत. एखाद्या गावात हातपाय धुण्याच्या, स्वच्छतेच्या सोयी दिसल्या, तर आम्ही मधूनच तिथे देखील थांबायचो. ती मुलगी फार छान होती. तिच्यासाठी हा अनुभव रोमांचकारी होता. तिच्या आईबरोबर असल्याने ती आजूबाजूच्या अपरिचित वातावरणाने घाबरून गेली नव्हती.

ही मोहीम माझ्यासाठीही साहसीच होती. रस्त्यावरच्या जीवनाची मला सवय व्हायला लागली होती. अशा आयुष्याचं व्यसनही लागू शकतं. रिकाम्या मनाने नुसताच तासन्‌तास प्रवास करायचा, न संपणारा, गाडीच्या बाहेरचा परिसर न्याहाळत.

कालांतराने तर मला असं वाटायला लागलं, ही ट्रीप संपूच नये कधी. ज्या जगात तुम्हाला निर्णय घेणं आणि जबाबदाऱ्या स्वीकारणं यांना तोंड द्यावं लागतं, त्या जगात पुन्हा परत जाऊ नये असं वाटत होतं. प्रत्येक पोलीस तपासणी नाक्यावर माझ्या मनावरचा ताण वाढायचा. ते लोक आमच्या कागदपत्रांची मूकाभिनयासहित एवढी बारीकसारीक छाननी करायचे, की जणू काही आम्ही त्यांच्या लेखी संशयितच होतो. आमच्या त्या छोट्याशा खाजगी विश्वात त्यांचा हा आगंतुक प्रवेश मला नकोसा व्हायचा, पण वस्तुत: ते आम्हाला फक्त काही मिनिटांपेक्षा अधिक थांबवत नव्हते.

कित्येक दिवसांनंतर एकदाचे आम्ही थकून भागून पण विजयी मुद्रेने ब्रिटनला परतलो. गोष्टी नेहमी मनासारख्या घडतातच असं नसतं. माझ्या आयुष्यातला नशीबवान काळ बहुतेक संपत आला होता.

या आईने मुलीच्या पुनर्भेटीनंतर आपला तोल ढळू दिला नव्हता. प्रत्येकाला हे जमतंच असं नाही. एकदा एका मोरोक्कोच्या मोहिमेच्या वेळी एक बाई माझ्या धोक्याच्या सूचनेकडे साफ दुर्लक्ष करून तिच्या मुलाकडे धावत सुटली. तिने मुलाला बघताक्षणीच घट्ट धरून ठेवलं. ते एक फार मोठं संकटच वाढून आलं होतं माझ्यापुढे.

ते मूल त्याच्या वडिलांच्या नातेवाईक स्त्रियांबरोबर खरेदीसाठी आलं होतं. स्वत:च्या मुलाला पाहताच भावनांवर नियंत्रण ठेवणं त्या बाईला अशक्य झालं, त्या गर्दीत खरेदीसाठी आलेल्या लोकांच्या गर्दीत ढकलाढकली करत, मुलाच्या नावाने किंचाळत आणि पर्यायाने लोकांचं लक्ष तिच्याकडे वेधून घेत ती पळत सुटली. सुदैवाने त्या बायका त्या बाईच्या उन्मुक्त अवस्थेमुळे एवढ्या बावचळून गेल्या, की तिला अडवायला त्या काचकुचल्या. चाल करून गेल्यासारखी ती बाई वेगाने त्या मुलापर्यंत पोहोचली, आणि त्याचा हात घट्ट पकडून तिने त्याला आपल्याबरोबर ओढलं, आणि जोरजोरात ओरडत त्याला सूचना दिल्या.

मला दुसरं काही करण्यासारखं ठेवलंच नव्हतं तिने. एका शेजारच्या रस्त्यात मुलाला घेऊन ती घुसली होती आणि मीही तिला गाठलं. तिथून सटकण्यासाठी आमच्याकडे गाडीही तयार नव्हती. स्कर्ट वर खोचून मी त्यांच्यामागे पळत सुटले. त्यांना मी गाठेपर्यंत त्या बायकादेखील भानावर येऊन पळतपळत आमचा पाठलाग करायला लागल्या होत्या. पळताना त्या येणाऱ्या जाणाऱ्या पादचाऱ्यांना आम्हाला थांबवण्यासाठी ओरडून सांगत होत्या, '*हे लोक मुलाला पळवतायत.*' त्या थांबवण्यासाठी कारणही देत होत्या.

माझं हृदय एवढ्या जोरात धडधडत होतं आणि इतकी धापही लागली होती, की मला वाटलं आता मी कोसळणार. मी कल्पना करत होते, त्यांनी मला पकडलंय आणि पोलीसचौकीत नेलंय. मोरोक्कोच्या रुक्ष तुरुंगाच्या कोठडीचं चित्र डोळ्यांपुढे

येताच माझ्या छातीवर पडलेल्या टाक्यांची आणि दुखणाऱ्या पायांची पर्वा न करता मी धावतच राहिले.

वाटेतले खड्डे, कुत्री-मांजरी, कचरा या सर्वांना तोंड देत, गल्ली-बोळातून पळत आम्ही एकदाचा त्या बायकांना गुंगारा दिला. त्या आमच्याएवढ्या सक्षम नव्हत्या बहुतेक. आमचा दम परत येण्यासाठी, भुंकणाऱ्या भटक्या कुत्र्यांना हाकलत, आम्ही एका भिंतीच्या आडोश्याला टेकलो. त्यांच्या मूर्खासारख्या जोरदार भुंकण्यामुळे आम्ही कुठे दडलोय हे त्यांना कळू शकलं असतं. आम्ही जरी निसटण्यात यशस्वी झालो होतो, तरी त्या मुलावर मात्र तो अन्यायच झाला होता. तो घाबरून गेला होता आणि त्या सर्वांचा त्याला धक्का बसला होता. त्या बाईने गोष्टी शांतपणे हाताळल्या असत्या तर हे सगळं ओरडणं, पकडणं, पळणं टाळता आलं असतं.

सुटकेच्या मोहिमेत सगळ्या योजना ठरल्याप्रमाणे पार पडतातच असं नाही. अशाच एका इजिप्तच्या मोहिमेत तिथे पोहोचेपर्यंत आम्हाला कळलं नव्हतं, की ते मूल एका फ्लॅटमध्ये राहतंय आणि शाळेत जात नाही. दिवसभराचा एकही क्षण असा नव्हता जेव्हा तिच्याबरोबर कुटुंबातली एखादी व्यक्ती तिच्याबरोबर तिचा हात घट्ट धरून राहात नव्हती.

घरातून त्या मुलीबरोबर बाहेर निघताच तिच्याबरोबरचे प्रौढ लोक लगेच टॅक्सीत बसायचे. जणू काही रस्त्यावर आवश्यकतेपेक्षा एक क्षणदेखील अधिक थांबल्याने त्यांना अस्वस्थ व्हायचं. त्यामुळे तिच्या आईला आणि मला आमच्या मोहिमेची पद्धत बदलावी लागणार होती. ती मुलगी शाळेत जात नसल्याने तिला तिथून नेता येणार नव्हतं.

'तिला पळवायचं असेल तर खरं म्हणजे आपल्याला तिच्या आजीपासून तिला हिसकावून घ्यावं लागेल,' मी तिला सांगितलं. 'ती एकटीच अशी आहे जी आपल्यापर्यंत पोहोचण्याची सर्वांत कमी शक्यता आहे.'

'पण ती आरडाओरडा करून जाणाऱ्या-येणाऱ्यांचं लक्ष वेधून घेण्याची शक्यता आहे. ते लोकही तिला मदत करू इच्छित असतील तर?' मुलीच्या आईने शंका उपस्थित केली.

'आय नो!' मी विचार करत म्हटलं, 'म्हणूनच मी तिथून पटकन सटकण्यासाठी गाडी तयार ठेवण्याची व्यवस्था करेन, चिडलेल्या जमावाच्या तावडीत सापडण्याची आपल्याला इच्छा नाही.'

इजिप्तमध्ये लोक टॅक्सी 'शेअर' करण्याची पद्धत रुळली आहे. टॅक्सी ड्रायव्हर टॅक्सी थांबवून एकाच दिशेने जाणाऱ्या लोकांना बसवतात आणि मग भाडं त्यांच्यात वाटून घेतात. *मी निरीक्षण करीत होते. त्याचवेळी मला ही कल्पना सुचली.*

'मुलीची आजी बाहेर येताना आपण टॅक्सीत बसलेले असायला हवं, आपण

तिच्या अंगावरून थोडं संथपणे जाताना ती टॅक्सी थांबवेल अशी आशा करूया.' मी सुचवलं.

दुसऱ्या दिवशी आम्ही आमच्या टॅक्सीत बसून पुन्हा एकदा त्याच स्थितीत प्रतीक्षा आणि निरीक्षण करीत होतो. सुमारे तासाभराने मुलीची आजी तिला घेऊन बाहेर आली. आमच्या ड्रायव्हरला आम्ही आधीच पढवून ठेवल्याप्रमाणे तो गाडी सुरू करून सावकाश तिच्यामागे निघाला. त्यालाही बहुतेक ही मोहीम रोमांचकारी वाटत होती

'थोडं सावकाश, तिचं लक्ष गेलं नाही.' मी सांगितलं. त्याने वेग अगदी हळू केला. पण तरीही तिने वळून पाहिलं नाही. आम्ही आता तिच्या पाळतीवर होतो आणि ती मुलगी गाडीच्या उघड्या खिडकीच्या अगदी जवळ आल्याने तिच्या आईने कळवळल्यासारखा आवाज केला.

'आपल्याला थोडं पुढे जाऊन पुन्हा वळून यावं लागेल.' मी असं म्हणतेय तेवढ्यात तिने आवाज दिला, *'टॅक्सी!'*

तिने आमची गाडी पाहिली होती. ड्रायव्हरने जोरात ब्रेक मारले. आम्ही जवळजवळ पुढे फेकल्या गेलो. तो थांबला. आजीबाई धापा टाकत आमच्यामागे येत होत्या.

मुलीच्या आईने तिचा चेहरा अवगुंठित केला होता, मुलीच्या आजीने गाडीचा मागचा दरवाजा उघडला आणि तिला कुठे जायचंय ते ड्रायव्हरला सांगितलं; त्याने संमतीदर्शक मान हलवली. तिने मुलीला माझ्याशेजारी मागच्या सीटच्या मधोमध ढकललं आणि नंतर स्वत: आत शिरली. मला ती चालत असताना कल्पना आली नव्हती एवढी ती अवाढव्य देहाची बाई होती.

एकदा स्थानापन्न झाल्यावर तिने दरवाजा बंद केला आणि ती मुलगी आम्हा दोघींमध्ये एवढी दबली गेली की मला तर वाटलं तिला श्वासोच्छ्वास तरी करता येतोय की नाही? त्या मुलीच्या हाताच्या कोपऱ्याची टोकं मला त्रासदायकपणे टोचत होती. मी तिला आरामात बसवण्याचा प्रयत्न केला. पण त्यामुळे त्या वृद्धेने माझ्याकडे तिरसटल्यासारखं डोळे वटारून पाहिल्याने मी तो प्रयत्न सोडून दिला. *तिने माझ्या चेहऱ्याकडे जास्त वेळ निरखून पाहणं ठीक नव्हतं. यदाकदाचित तिला नंतर कधी पोलिसांपुढे माझी ओळख पटवावी लागली असती तर?*

त्या मुलीच्या आईने मोठ्या मुष्किलीने मागे वळून तिच्या मुलीकडे पाहण्याचा मोह आवरला होता. माझं हृदय एवढ्या जोरजोरात धडधडत होतं की मला वाटलं कदाचित त्या आजीला ती धडधड ऐकू तर जाणार नाही? गाडीत आणखी कोणी व्यक्ती आहेत याची दखल देखील न घेता त्या आजीबाईंच्या ड्रायव्हरला सूचना देणं चालू होतं. कुठल्या रस्त्याने जायचं आणि कधी जलद तर कधी धीम्या गतीने जाण्यासंबंधी ती त्याला सांगायची.

'मला इथे सोड!' तिने अचानक फर्मावलं आणि मग मोठ्या प्रयासाने स्वत:चा

अवजड देह गाडीच्या दरवाज्याबाहेर काढत एकदाची ती बाहेर पडली. तिच्या पर्समध्ये हात घालून गाडीच्या भाड्याचे पैसे हुडकत, बडबडत आणि वैतागून दबक्या आवाजात शिव्या देत ती पदपथावर उभी राहिली.

ती मुलगी सीटवरून सरकून दरवाज्याच्या बाहेर पडण्याच्या बेतात असतानाच मी हळुवार आवाजात तिचं नाव घेऊन तिचा दंड पकडला. त्याचवेळी मी ड्रायव्हरला ओरडून गाडी चालू करायला सांगितलं. त्याने अॅक्सिलेटरवर पाय दाबला आणि मी त्या स्तंभित झालेल्या मुलीच्या अंगावरून झुकून गाडीचा दरवाजा बंद केला. मुलीच्या आजीच्या हातून तिची हँडबॅग खाली पडली होती आणि ती उचलून घेण्यासाठी ती वाकली; त्याचवेळी तिच्या लक्षात आलं की गाडी निघून चाललीय आणि तिची नात त्या गाडीतच आहे. त्या मुलीची आई मुलीशी मागे वळून बोलायला लागली होती, आम्ही रहदारीतून जलद गतीने मार्ग काढत निघालो होतो. ती मुलगी पुढे वाकून आईला आलिंगन देत होती. आई तिच्या कपाळाचं चुंबन घेत होती, त्याचवेळी रडतही होती. आमच्या ताणात भर घालायला सगळ्या बाजूंनी मोटारींचे कर्णे वाजत होते.

मी मागे वळून पाहिलं तेव्हा मुलीची आजी हातवारे करत ओरडत होती, येणाऱ्या-जाणाऱ्या पादचाऱ्यांना तिला मदत करण्यासाठी ओरडून सांगत होती. आम्ही कोपऱ्यावर वळेपर्यंत तिच्याभोवती संभ्रमित झालेली गर्दी जमायला लागलेली मला दिसली. तिनं काय करावं याबद्दल सल्ला देणारे लोक त्यात नक्कीच असावेत.

'मला वाटतं आपण गाडी बदलावी. तिने आपल्या गाडीचा नंबर घेतला असण्याची शक्यता आहे.' मी मुलीच्या आईला म्हटलं.

ड्रायव्हरने समजल्यासारखी मान हलवून आम्हाला एका ठिकाणी नेलं. तिथे दुसरे बरेच ड्रायव्हर भाडं घेण्यासाठी थांबले होते. त्याच्या ओळखीचेच लोक दिसले ते सगळे. त्याने त्यातल्या एकाशी बोलणं सुरू केलं. आम्ही गाडीतच वाट बघत थांबलो. आम्ही जागा बदलल्या होत्या, उद्देश हा की तिला आपल्या मुलीला नीट जवळ घेता यावं. ती मुलगी काय चाललंय ते न्याहाळत होती. थांबलेले ड्रायव्हर्स आमच्या दिशेने हातवारे करून बोलत होते. काही मिनिटांनी दुसरा माणूस आमच्याकडे आला आणि त्याने आपला परिचय करून दिला. आम्ही त्याच्या गाडीकडे गेलो.

'आमच्या वस्तू घ्यायला आम्हाला मेरिएट हॉटेलकडे जावं लागेल.' मी समजावून सांगितलं.

काही मिनिटांत आम्ही तिथे पोहोचलो आणि मी सामानाची बांधाबांध करेपर्यंत मुलीच्या आईने खाली जाऊन हॉटेलचं बिल भरलं. तिची मुलगी तिच्या शेजारीच उभी होती; प्रौढांच्या जगाचा तिला आता कंटाळा आला होता आणि दुसरं काहीतरी गमतीदार करायला मिळतं का याचा शोध घेण्यासाठी ती आजूबाजूला पाहत होती.

मला नेहमीच आश्चर्य वाटत आलंय, की *लहान मुलं जी आधी घाबरलेली*

असतात, ती त्यांच्या आईबरोबर थोड्याच वेळात निर्धास्त कशी काय होतात? एखादं लहान मूल त्याच्या वडिलांबरोबर वेगळ्या परिस्थितीत एवढं आरामात असणं शक्य होईल, याबद्दल मला शंका आहे. कदाचित या गोष्टीला अपवाद देखील असू शकतील, पण मला तर लहान मुलं त्यांच्या आईबरोबरच जास्त निर्धास्त असल्याची खात्री नेहमीच पटलेली आहे.

'आपण विमानतळावर जाऊ शकत नाही, आपल्यावर त्यांचं तिथे नक्कीच लक्ष असेल. ती बाई पोलीस मुख्यालयात कांगावा करत किंचाळत असेल, पाच मिनिटांतच पोहोचली असेल तिथे. आपण बोटीने जाऊया.' मी त्या बाईला सुचवलं.

मुलांशी भेट झाल्यानंतर त्यांच्या माता मुलांशी पुन्हा एकदा त्यांचं दुरावलेलं नातं प्रस्थापित करण्यात एवढ्या गर्क असतात, की त्या मला तिथून कसं निसटायचं याचे तपशील ठरविण्याची मुभा देण्यास तयार असतात. मी खूष असते त्या परिस्थितीत. त्या देशांच्या दळणवळणाच्या साधनांची मला तशी बरीच माहिती झालेली असते. त्यामुळे मुलांच्या आयांवर मुलांची काळजी घेण्याचं काम सोपवून मी माझं लक्ष त्या देशातून बाहेर पडण्यासाठी कोणत्या प्रकारच्या प्रवासाचा मार्ग निवडता येईल यावर लक्ष केंद्रित करायला प्राधान्य देते.

त्या दिवशी संध्याकाळी आम्ही सायप्रसहून बोट पकडली आणि दुसऱ्या दिवशी विमानाने हिथ्रोला पोहोचलो. गेली काही वर्षं मी त्या परिसराशी चांगलीच परिचित झाले होते. त्या भागातला बोटीचा प्रवास एवढा सुखकारी नसतो. समुद्राच्या लाटा उचंबळत असतात आणि पूर्वीच्या अशा खवळलेल्या समुद्राच्या प्रवासामुळे प्रवाश्यांनी केलेल्या उलट्यांचा दर्प वातावरणात भरून राहिलेला असतो. मला शक्य असेल तेव्हा मी केबिन निवडते. या केबिन्स म्हणजे जरी भयानक गुदमरवून टाकणाऱ्या छोट्या खोल्या असल्या, तरी निदान तुम्हाला बरं वाटत नसेल तर थोडासा खाजगीपणा मिळू शकतो. तिथे पडून राहायची सोय असते आणि एखादं छोटं वॉशबेसिनही असतं, जिथे तुम्ही तोंड धुवू शकता.

बोटीवरचं जेवण नेहमीच खाण्याला अयोग्य असतं आणि चहा तर उकळलेला काढाच! बाकीचे प्रवासी नेहमीच प्रचंड सामान घेऊन प्रवास करीत असतात. त्यांच्या बॅगा पट्ट्यापट्ट्यांच्या डिझाईन्सच्या असतात, जणू काही पट्ट्यांनी एकत्र बांधलेले साहित्यच! तुम्हाला जागोजागी हे सामान आणि त्याच्या शेजारी झोपलेले प्रवासी आडवे येतात. बोटीचा हा प्रवास म्हणजे तुमच्या सहनशीलतेची एक परीक्षाच असते.

प्रवासाच्या सुरुवातीच्या काही तासांत मला नेहमीच या गोष्टीची जाणीव असते की अद्याप आम्ही त्या देशाच्या सीमारेषेच्या बाहेर पडलेलो नाही. एखादे हेलिकॉप्टर वर भिरभिरत असेल आणि आम्हाला शोधून काढून पोलिसांकडे नेण्यासाठी बोट थांबवेल, अशी मला भीती वाटायची.

तिकीट कलेक्टर किंवा कोणी अधिकारी जवळपास आले की कामात असल्यासारखं कसं दाखवायचं, याचं मी एक तंत्र आत्मसात केलंय. गेमबॉयचा खेळ खेळत असल्याचं दाखवणं, नाहीतर पत्ते खेळणं, किंवा माझ्या हातातल्या पर्समध्ये तिकिटं शोधण्याचा बहाणा करणं. एखाद्या साध्या नेहमीच्या प्रवासात एखादी सर्वसाधारण आई जशी दिसत असेल, तशीच मी त्रासलेली, गोंधळलेली आहे, असं दाखवत असे. कारण मी जर अगदी व्यवस्थित दिसले तर संशयाला जागा मिळायची. वैतागून मुलांवर कावून ओरडणं हा दुसरा एक चांगला मार्ग, तुमचा चेहरा आणि कागदपत्रांपासून त्यांचं लक्ष विचलित करण्याचा.

काही वेळेस माझ्या मोहिमांमध्ये मला मुलांच्या वडिलांकडून असाधारण प्रतिकार अनुभवास यायचा. अशाच एका प्रसंगात तर मी स्वत:ला गोळीची शिकार होण्याच्या संकटात सापडण्याचा धोका अनुभवला.

मी केट हॅमिल्टनला प्रथम पाहिलं, ते सकाळच्या टी.व्ही.वरच्या एका कार्यक्रमात. ती अर्धवेळ काम करणारी एक दंतवैद्यकीय परिचारिका होती. मुलांना शाळेत पाठवल्यानंतर घराची आवराआवर करत असताना मी तिचा आवाज टी.व्ही.वर ऐकला आणि हातातलं काम थांबवून ती काय म्हणतेय ते ऐकायला लागले. तिच्या दोन मुलींविषयी बोलत होती ती. सात वर्षांची राना आणि अकरा वर्षांची हनान. त्या मुलींना त्यांच्या वडिलांनी, अलिने हिरावून घेतलं होतं; कोर्टाचा आदेश धुडकावून त्वरेने त्यांना जॉर्डनला नेण्यात आलं होतं. कहाणी परिचितच होती, पण तिने एवढ्या भावपूर्ण पद्धतीने ती सांगितली, की माझ्या अगदी हृदयाला भिडली.

अलिने तिला सांगितलं की तो मुलींना एका दिवसाच्या सहलीसाठी लेगोलँडला घेऊन चाललाय आणि तिला ते लोक जॉर्डनला पोहोचेपर्यंत त्याचा संशयदेखील आला नाही. मुली आता तिच्या आवाक्याच्या बाहेर पोहोचल्या होत्या. मी कितीही वेळा या कहाण्या ऐकल्या तरी प्रत्येक वेळी मी तेवढीच भयभीत होते, स्वत:ला त्या स्त्रीच्या जागी कल्पित होते, एकटी आणि कुटुंब अदृश्य झालेली.

जॉर्डन हा एक असा देश आहे, ज्या देशाने हेग करारावर सह्या केलेल्या नाहीत. या करारा‌प्रमाणे ब्रिटनमधून चुकीच्या पद्धतीने बाहेर नेलेली मुलं कायद्यानुसार परत आणता येतात. केटला प्रत्येक अधिकाऱ्याने हेच सांगितलं की ते त्या बाबतीत काहीच करू शकत नाहीत. तिने मग या आशेने प्रसारमाध्यमांकडे धाव घेतली, की तिची हृदयद्रावक कथा ऐकून ब्रिटिश जनता तिच्या मदतीला येईल. टी.व्ही. पाहणाऱ्या प्रेक्षकांची आणि कार्यक्रम सादर करणाऱ्या सूत्रधाराची सहानुभूती तिला नक्कीच मिळाली होती.

मला तिचा आवाज आवडला. ती जणू काही थेट माझ्याशीच, माझ्यासाठी बोलत होती. तिला त्या कार्यक्रमात संधी मिळण्याचं कारण जशी काही मी होते.

कार्यक्रम संपताच मी टेलिव्हिजन स्टुडिओला फोन केला आणि तिच्याशी संपर्क साधण्यात यशस्वी झाले. मी तिला माझा थोडक्यात परिचय करून दिला आणि पूर्वी केलेल्या मोहिमांबद्दल सांगून तिला विचारलं, की *"मी तिची काही मदत करू शकते का?"* कोणीतरी तिच्याबाबतीत एवढा 'इंटरेस्ट' दाखवतंय म्हणून तिला मनापासून कृतज्ञता वाटत होती. आम्ही भेटायची वेळ ठरवली.

मी तिला भेटले तेव्हा दूरदर्शनवर पाहिली होती, त्यापेक्षाही ती मला अधिक आवडली. ती मला एक सच्ची, प्रेमळ स्त्री वाटली. तिने मला तिच्या दोन सुंदर, काळ्या डोळ्यांच्या मुलींचे फोटो दाखवले.

'मी एकवीस वर्षांची होते जेव्हा मी अलिला, माझ्या मुलींच्या वडिलांना प्रथम भेटले.' कॉफी पिता पिता ती सांगत होती. 'तो दिसायला फार देखणा आणि आकर्षक होता. त्याचा स्थानिक टॅक्सीचा व्यवसाय होता. तो दयाळू वाटला आणि मला या जगातली सर्वांत महत्त्वाची व्यक्ती असल्यासारखं वागवत होता. मला माझ्या आधीच्या संबंधांपासून एक मुलगी होती, किरा नावाची आणि तो तिच्याशी खरोखरच चांगलं वागत होता. दुसऱ्या पुरुषापासून झालेल्या मुलांना आपलं म्हणणारे, असे पुरुष भेटणं खरोखरच कठीण असतं. पण अलिला ती कधीच एक अडचण वाटली नाही.''

''मला वाटलं की मला असा पुरुष भेटलाय, ज्याच्याबरोबर मी माझं उर्वरित आयुष्य व्यतीत करू शकेन. माझं एक स्वतःचं कुटुंब असेल. मी गरोदर राहिले. आम्ही दोघंही त्यामुळे आनंदात होतो. माझी तो जणू काही मी एखादी मौल्यवान वस्तू असल्यासारखी काळजी घेत होता. पण हनानचा जन्म झाल्यावर तो बदलल्यासारखा वाटला. तो माझ्याबाबतीत भलताच पझेसिव्ह झाला. मी काय करते, कुठे जाते, सगळं त्याला सांगावं लागायचं. एखाद वेळी त्याच्या मनासारखं होत नाही असं वाटलं, की तो चिडायचा. तो रागावला की भयप्रद वाटायचा. मी त्या पातळीवर त्याच्याशी असलेले नातेसंबंध तोडून टाकायला पाहिजे होते. पण त्याला सोडण्याइतकं धैर्य माझ्यामध्ये नव्हतं. मी स्वतःला बजावत राहिले की परिस्थिती सुधारेल, फक्त मी संयम ठेवला पाहिजे.''

'मी पुन्हा गरोदर राहिले. मला त्यावेळी वाटलं, की दुसरं आणखी एक मूल झाल्यावर जरा फरक होईल. पण जेव्हा रानाचा जन्म झाला तेव्हा गोष्टी अधिकच चिघळल्या आणि तो किराशी वाईट वागायला लागला. मला वाटतं ती त्याची मुलगी नव्हती म्हणून असेल कदाचित. मी काहीही केलं तरी त्याच्या नजरेत चुकीचंच ठरायचं.'

माझी जर केटशी त्यावेळेस मैत्री असती, तर मी तिला सावध केलं असतं, की ही सगळी चिन्हं अशा व्यक्तीची आहेत, जी त्याच्या मुलांचं स्वतःच अपहरण

करण्याची शक्यता आहे. मी तिला सल्ला दिला असता, की खबरदारीचे उपाय म्हणून मुलांचे पासपोर्ट्स लपवून ठेवावेत, किंवा एकाच वेळी दोन्ही मुलींना त्याच्याबरोबर एकटं पाठवायचं नाही, वगैरे. पण खरं म्हणजे अलि त्यावेळेस मुलींना आईपासून दूर नेण्याच्या विचारात नव्हता.

'त्याचा विचार होता आम्ही सर्वांनी जॉर्डनला परत जावं' तिने स्पष्टीकरण दिलं, 'मला वाटलं की घराच्या आठवणीने तो व्यथित झालाय. मला असं वाटलं की आम्ही जर त्याच्या गावी परत गेलो, तर तो पुन्हा पहिल्यासारखा वागायला लागेल. मला आत्ता कळतंय की मी बावळटासारखा विचार करत होते. पण तुम्ही जेव्हा स्वत:च त्या परिस्थितीत असता, तेव्हा वस्तुनिष्ठ विचार करणं तुम्हाला शक्य नसतं. मी इतकी दु:खी होते की परिस्थितीत सुधारणा करण्यासाठी मी काहीही केलं असतं.''

तिने त्याच्याबरोबर जॉर्डनला जाण्याचं मान्य केलं. त्या परिस्थितीत तोच एक सूज्ञपणाचा मार्ग होता. तिने जे केलं, ते खरं म्हणजे योग्यच होतं. कारण त्याच्या स्वत:च्या देशात गेल्यावर तो जरा स्थिर झाला असता आणि त्याच्या व्यक्तिमत्त्वाची चांगली बाजू पुन्हा प्रभावित झाली असती. असं बरेच वेळा घडतं आणि जर ती बाई नवऱ्याच्या कुटुंबीयांबरोबर आरामात राहू शकली, तर मग सगळ्या गोष्टी ठीक होतात.

'तिथे तर परिस्थिती अधिकच अवघड होऊन बसली.' गरम कॉफीचा एक घुटका घेत ती म्हणाली, पूर्वीच्या कठीण परिस्थितीची तिला आठवण येत असणार. 'प्रत्येक छोट्या गोष्टींमुळे अलि रागवायला लागला. जणू काही तो माझा आणि किराचा तिरस्कार करीत होता. तिच्यामध्ये त्याचं रक्त नव्हतं, हेही कारण असू शकेल. मला किराचं संरक्षण करायचं होतं, पण मी काही प्रत्येक क्षण तिच्याबरोबर राहाणं शक्य नव्हतं आणि मी तिच्याबरोबर असताना देखील तो तिच्याशी भयानकच वागत होता.

''मला कळून चुकलं, की मी तिला तिथे माझ्याबरोबर नेऊन चूक केलीय, पण गोष्टी वळणावर आणण्यासाठी काय करावं ते मला उमगत नव्हतं. त्याला इंग्लंडमध्ये असताना सोडून देताना जेवढं असहाय्य वाटलं असतं, तेवढंच त्या परक्या देशात त्यांची भाषा आणि रीतिरिवाज माहीत नसताना राहणं अधिकच कठीण झालं. मी पूर्णपणे पकडीत सापडले होते...''

'माझी आई मला भेटायला आली तेव्हा तिला दिसलं, की आम्हा दोघांतल्या गोष्टी वाईट थराला गेल्या आहेत. तिने मला सांगितलं की हा त्रास मी सहन करू नये. किरालाही मी या त्रासातून जाण्यास भाग पाडू नये. मला गरज असलेलं धैर्य तिने दिलं आणि मी परत जायचं ठरवलं. पण माझ्याकडे काहीच पैसे नव्हते.'

'काळजी करू नकोस.' जाण्याआधी तिने मला सांगितलं. 'मी काहीतरी मार्ग

शोधून काढते.' तिने मुलींसाठी भेटवस्तू पाठवायला सुरुवात केली. बाहुल्या, इत्यादी. आतमध्ये पन्नास पौंडांच्या नोटा घडी करून ठेवलेल्या असायच्या.

'तिने हुशारीने हे सर्व हाताळलं आणि मी पण पैसे लपवून ठेवण्यात यशस्वी झाले. गुप्तपणे पळून जाण्यासाठी हळूहळू माझ्याकडे पुरेसे पैसे जमले. अलिने मला मुलींना घेऊन जाण्यासाठी कधीच परवानगी दिली नसती. शेवटी काही महिन्यांनंतर आम्ही चौघींनी ब्रिटनला जाणारी फ्लाइट पकडली. पण एकदा तिथे पोहोचल्यानंतर मी घाबरून गेले की तो आमच्यामागे येईल. त्याचे काही मित्र मला जॉर्डनमध्ये भेटले होते आणि ते मला निर्दय वाटले होते. उतरल्या उतरल्या मी लपून बसले. मी माझं नावही बदललं. त्याला आम्हाला शोधायला कठीण जावं, हा माझा उद्देश होता. आमची आयुष्यं पुन्हा एकदा नव्याने सुरू करायचा माझा विचार होता. काही वर्षांनी मुली मोठ्या झाल्यावर त्याने आम्हाला शोधायचा नाद सोडून दिला असता, असं मला वाटलं.'

केटचा अलिच्या निश्चयीपणाबद्दलचा अंदाज चुकला होता. तिला शोधून काढून, त्यांच्या दरवाज्यावर हजर व्हायला त्याला फक्त सहा महिने लागले.

दरवाजा उघडल्यावर समोरच तो दत्त म्हणून उभा असल्यावर तिला काय वाटलं असेल याची मी कल्पना करू शकत होते. पण तिने जणू काही त्याला धक्का देऊन जाणवून दिलं होतं, की तो तिच्याशी वाईट वागत होता. तो आता स्वत:ला सुधारायला तयार होता.

'तो पुन्हा एकदा पूर्वीसारखा लाघवीपणाने वागत होता.' तिने स्पष्ट केले. 'अगदी तसाच, जेव्हा मी त्याच्या प्रेमात पडले होते. हळूहळू त्याने त्याच्या गोड वागण्याने माझा विश्वास संपादन केला आणि मी त्याला मुलींना वरचेवर भेटण्याची परवानगी दिली. पण मी त्याच्यावर पूर्ण विश्वास मात्र टाकला नाही. देशाच्या बाहेर मुलींना घेऊन जायला त्याला प्रतिबंध करणारा कोर्टाचा आदेश माझ्याकडे होता.'

अलि चांगलाच संयमशील असावा. तब्बल तीन वर्षं त्याने केटला अंधारात ठेवलं. कारण त्याने त्याची चाल खेळून कोर्टाच्या आदेशाला आव्हान दिलं आणि मुलींना बरोबर घेऊन जॉर्डनला विमानोड्डाण करण्यापूर्वी तिला सांगितलं, *'तो लेगोलँडला मुलींना घेऊन कायमचा जातोय.'*

'ही गोष्ट नऊ महिन्यांपूर्वीची आहे आणि त्यानंतर मी त्यांना भेटलेलेही नाही किंवा मला त्यांची काही खबरबातही कळलेली नाही.'

मला तिला मदत करणं भाग होतं. *मला कसं वाटलं असतं मी तिच्या जागी असते तर?*

'मला मुली परत पाहिजेत. कृपा करून मला मदत करा.'

'मी अर्थातच मदत करेन तुला. पण आपण त्यांना सहजपणे परत नाही मिळवू

शकणार. दोन मुलांना एकाच वेळी सोडवणं कठीणच दिसतंय. शिवाय तू प्रसारमाध्यमांतून त्यांच्यापर्यंत पोहोचण्याचा प्रयत्न करते आहेस, हे देखील त्याला ठाऊक झालं असेल.'

'मला निदान त्यांना बघता आलं पाहिजे. मी त्यांना अजूनही विसरलेले नाही, हे त्यांना कळायला हवं.'

मी तिला वचन दिलं, की जे काही करता येण्याजोगं असेल ते मी करेन. पुढल्या काही महिन्यांत आम्ही खूपदा भेटलो. आमच्या योजना आखल्या. केटने परराष्ट्रीय कार्यालयात यापूर्वी बऱ्याच चकरा मारल्या होत्या. पण त्या लोकांनी सहानुभूतीदर्शक कितीही शब्द वापरले, तरी ते या बाबतीत काहीच करू शकत नव्हते याचा आता तिला प्रत्यय आला होता. तिला आता स्वत:च तिच्या मुलींना सोडवून आणणं क्रमप्राप्त होतं.

ही सगळी आंतरराष्ट्रीय खाती कागदावरच्या कायदेकानूंनी बांधलेली असतात आणि दुसऱ्या देशांशी असलेले संबंध दूषित होणार नाहीत आणि राजकीय शिष्टाचारांचा भंग होणार नाही याची त्यांना काळजी घ्यावी लागते. याचाच बरेचदा अर्थ असा असतो की एकतर त्यांचे हात नियमांनी बांधलेले असल्यामुळे ते मदत मागायला आलेल्या व्यक्तीला काहीच सहकार्य करू शकत नाहीत किंवा मग ते जे काही करतील त्याला एवढी वर्षं लागतील, की तोपर्यंत मुलं मोठी देखील झालेली असतील. त्यांना बालपणात आईचा दुरावा सहन करावा लागल्याने होणारी हानी झालेलीच असते. हे म्हणजे तुमची मान मोडली म्हणून तुम्ही इस्पितळात जायचं आणि तिथे तुम्हाला सांगण्यात यायचं की तुमचा इलाज सुरू व्हायला काही वर्षं जावी लागतील. जेव्हा तुमचं तुमच्या मुलांवर प्रेम असतं तेव्हा ती एक तातडीने करावयाची बाब असते आणि प्रत्येक दिवस मोलाचा असतो.

ज्या व्यक्तीला मध्यपूर्वेच्या देशात कसं वावरायचं याची माहिती असेल, अशा एखाद्या व्यक्तीकडूनच केटला तातडीच्या मदतीची आवश्यकता होती. ती भूमिका पार पाडण्यात मला आनंदच झाला असता. जाणारा प्रत्येक दिवस तिला तिच्या मुलींच्या विरहाने अधिकच व्यथित करत होता. त्या पुन्हा तिला भेटतील की नाही, या आशंकेने ती व्याकुळली होती आणि त्याचबरोबर तिला अशीदेखील भीती वाटत होती, की पुनर्भेट होईपर्यंत बहुतेक मुली मोठ्या झालेल्या असतील. तिची मदतीची याचना अव्हेरणं मला शक्य नव्हतं.

तिचा स्टीव्ह नावाच्या माणसाशी साखरपुडा झाला होता. आम्ही तिघंही एकत्र जॉर्डनला निघालो. मुली कुठं असतील याची आम्हाला निश्चित कल्पना नव्हती, पण त्या भेटेपर्यंत त्यांचा शोध घेण्याचा आम्ही निश्चय केला होता. एकदा का त्या कुठे आहेत हे आम्हाला कळलं असतं, आम्ही त्यांना ब्रिटनला परत नेण्याची कार्यप्रणाली निश्चित केली असती.

पहिले काही दिवस आम्ही एका स्थानिक टॅक्सी ड्रायव्हरची टॅक्सी भाड्याने ठरवून, केटकडे असलेला अलिच्या आईवडिलांचा पत्ता शोधण्याचा प्रयत्न केला. ती जरी पूर्वी तिथे गेलेली होती तरी तिने तिथे कसं पोहोचायचं याची विशेष दखल घेतली नव्हती. इतरांबरोबर फक्त एक प्रवासी म्हणूनच ती गेली होती. पण तिला खात्री होती की एकदा ते ठिकाण बघितल्यावर ती नक्कीच ओळखू शकेल.

ती मुलं अलिच्या आईवडिलांकडे असण्याची दाट शक्यता होती. जगाच्या त्या भागात एखादा पुरुष मुलांसह एकटा असेल आणि एवढा श्रीमंत नसल्याने मुलांना सांभाळण्यासाठी आया किंवा गाड्या चालवण्यासाठी शोफर ठेवण्याची त्याची ऐपत नसेल, तर तो मुलांना त्यांच्या आजीकडे ठेवत असे. आजी-आजोबांनाही त्यांचा मुलगा आणि नातवंडं परत आल्याचा आनंद असतो. त्यांच्या समाजाचा गाभाच हा असतो की सर्वांनी एकत्र नांदायचं. त्यांच्या या कुटुंबव्यवस्थेमुळेच मी इस्लाम धर्माकडे प्रथम आकर्षित झाले. जेव्हा कुटुंबात सुनेलाही सामावून घेतलं जातं, तेव्हा ती एक उत्कृष्ट कुटुंबपद्धती ठरते. पण जेव्हा कोणत्याही कारणामुळे नवरा त्याच्या बायकोला दूर करतो, तीच कुटुंबव्यवस्था सुनेविरुद्ध संघटितपणे दंड थोपटून उभी राहाते.

दुसरा दिवस संपताना आम्ही ते घर शोधून काढलं. काही थोड्या घरांचा समूह होता तो, जवळच्या गावापासून बराच दूर आणि चांगलाच मोकळ्या जागेवर, आम्ही चौघंजण गाडीत बसून टेहेळणी करतोय हे कोणाच्याही लगेच लक्षात आलं असतं. आम्ही मग एक दुसरी जागा निवडली, जिथे खडकांच्या आड लपून आम्ही त्यांच्यावर लक्ष ठेवू शकलो असतो.

हवा गरम आणि रूक्ष होती. तरीही आमच्यापैकी कोणीतरी एक सदैव जागं असणं आवश्यक होतं. कारण घरातून कोणीही कधी बाहेर पडला तर आमच्या नजरेतून तो सुटून चालणार नव्हतं.

तळपत्या उन्हात व्हॅलीच्या दोन्ही बाजूला शांतता होती. इतस्तत: घरं विखुरली होती. एखादी चुकार पाल त्या दगडावरून मधेच सरसरायची; या व्यतिरिक्त तिथे काहीच हालचाल नव्हती. जणू काही भोवतालचं जग श्वास रोधून आम्ही पुढे काय करणार आहोत, याची उत्सुकतेने प्रतीक्षा करीत होतं.

आम्ही जेव्हा शहरात अशा प्रकारचं काम करायचो, तेव्हा निदान आमचा कंटाळा घालवण्यासाठी आजूबाजूच्या परिसराचं निरीक्षण करू शकत होतो. मधूनमधून काही चहा-नाश्ता, थंड पेय वगैरे लागली तर कोणीतरी जाऊन ती आणू शकत होतं किंवा निदान पाय मोकळे करायला जाता येत होतं. इथे कोठेही जाण्यासारखं तर नव्हतंच, आजूबाजूचा रूक्ष परिसरही न्याहाळण्यासाठी बिलकुल सुखदायक नव्हता.

'हे हास्यास्पद आहे.' बऱ्याच तासांच्या कंटाळवाण्या प्रतीक्षेनंतर मी उद्गारले,

'आपण एका रिकाम्या घरावर लक्ष ठेवून बसलोय. निदान आपण त्या घरात कोणी राहतंय की नाही याचा शोध घेतला पाहिजे.'

'त्यांना संशय न येता आपण हे कसं काम करू शकतो?' केटने विचारलं.

'त्यांना संशय घेण्यासाठी इथे काही आधार नाही. अशा एका बाजूला असलेल्या ठिकाणी, एवढा त्रास घेऊन आपण त्यांचा शोध घेण्यासाठी पोहोचलोय, याची त्यांना कल्पना देखील येणार नाही. ते तुला जोपर्यंत बघणार नाहीत, तोपर्यंत सगळं ठीक होईल. मी जाते ड्रायव्हरबरोबर आणि त्यांच्याकडे थोडं पाणी मागते. माझी शब्दोच्चाराची पद्धत कदाचित वेगळी वाटेल, म्हणून मी ड्रायव्हरलाच बोलायला लावेन.'

आम्ही आमच्या योजनेवर थोडा वेळ चर्चा केली आणि शेवटी असं ठरलं, की त्या खडकांवर कित्येक आठवडे काहीच निष्पत्ती न निघता नुसतंच बसून राहायची पाळी येण्यापेक्षा त्या घराकडे जाणं श्रेयस्कर. केटने ह्या सूचनेला मान्यता दिली.

मी आणि ड्रायव्हर घराकडे निघालो. वाटेतल्या घरात काहीच हालचाल नव्हती. अगदी कुत्री-मांजरं देखील दिसली नाहीत. एक भुताटकीचं गावच वाटलं ते आम्हाला. केटने दाखवलेल्या घराकडे आम्ही गेलो आणि दारावर टकटक केली. सगळं काही कडेकोट बंद होतं आणि खिडक्यांची तावदानं देखील घट्ट लावलेली होती. मी लाकडी दरवाज्याचा कानोसा घेण्याचा प्रयत्न केला, पण काहीही आवाज नव्हता.

'दुसरा एखादा दरवाजा असेल.' ड्रायव्हरने सुचवलं आणि मलाही ते पटलं. सूर्याच्या प्रखर किरणांपासून बचाव करण्यासाठी मी स्कार्फने चेहरा थोडा अधिक झाकला. आम्ही घराच्या मागच्या बाजूला जाऊन नीट बघितलं, पण छे, त्या घराला दुसरा दरवाजा नव्हताच. ते घर निदान बरेच दिवस तरी बंद असावं.

गाडीकडे परतल्यावर मी केटला सांगितलं, 'तिथे कोणी नाही. दुसरा काही पत्ता आहे का तुझ्याकडे?'

'अलिचा एक भाऊ अम्मानमध्ये राहायचा. तो पत्ता आहे माझ्याकडे. पण तो अजून तिथे आहे की नाही ठाऊक नाही. तो जरा बेकारच माणूस वाटला होता मला, डेंजरस!'

आम्ही अम्मानला गाडीने गेलो. केटकडे असलेला पत्ता आम्ही तिथल्या रस्त्यांवर शोधायला सुरुवात केली. रस्त्यांची नावं गोंधळवून टाकणारी होती आणि दुसऱ्या दिवशी शेवटी आम्ही तो पाहिजे असलेला पत्ता शोधून काढला.

तो एक बरेच फ्लॅट्स असलेला ब्लॉक होता, काहीसा जुनाट होऊ लागलेला. त्या जागेला एक प्रकारचा धमकीवजा 'लुक' होता. अपरिचित लोकांचं तिथे स्वागत होईल असं वातावरण नव्हतं. तिकडे गावाबाहेरची परिस्थिती वाईट होती, तर शहरात अधिकच उष्णता होती. रस्त्यांवर बिलकुल वारा नव्हता. गाडीतलं वातावरण त्रासदायक व्हायला लागलं होतं. आम्ही त्या फ्लॅटवर लक्ष ठेवता येईल अशी जागा

शोधून काढली. कोणाच्या नजरेत भरणार नाही अशी. आम्ही बारीक लक्ष ठेवून राहिलो, पण काहीच घडलं नाही.

'मी आता थोडी चाहूल घेणार आहे.' गाडीतल्या उष्णतेला तोंड देऊन वेड लागायची पाळी आल्यावर मी म्हटलं.

'मी शेजाऱ्यांना काही प्रश्न विचारून थोडी माहिती काढते. म्हणजे निदान आपण योग्य दिशेने प्रयत्न करतोय की नाही हे तरी कळेल. लोकच इथे नसतील तर आपले दिवस फुकट घालवणं व्यर्थच ठरेल.'

'जरा काळजीपूर्वक!' केट म्हणाली, 'ते लोक चांगले नाहीत.'

मी समजल्यासारखी मान हलवली खरी, पण आता मात्र मी गतिशील होण्याचा चंग बांधला होता. कदाचित ती मुलंच तिथे नसतील, तर मग आम्ही एखाद्या हॉटेलच्या वातानुकूलित खोल्यांत रात्र काढली असती.

मी गाडीतून खाली उतरून सहजपणे चालतेय असं दाखवत रस्त्यावर फिरू लागले. खिडक्यांतल्या बायकांना डोकं हलवून अभिवादन करत, सावलीतल्या बायकांना 'हॅलो' म्हणत, मी एका जरा मित्रत्वपूर्ण वाटणाऱ्या घोळक्यापाशी थांबले. उन्हाच्या झळांविषयी तक्रार करत मी त्यांच्याशी बोलायला सुरुवात केली. त्यांनी मला त्यांच्याबरोबर सावलीत बसवलं. त्या परिसराविषयी आम्ही थोड्या गप्पा मारल्या. मी एक काल्पनिक कथा रचून त्यांना ऐकवली.

माझं एका जॉर्डनिअन माणसाबरोबर लग्न झालंय आणि मी अम्मानला चाललेय म्हणून. मी त्यांना असंही सांगितलं, की मी राहायला असं ठिकाण शोधतेय, जिथे इंग्रजी बोलू शकणारी मुलं असतील. म्हणजे माझ्या मुलांना खेळायला 'कंपनी' होईल. त्यांनी मला प्यायला पाणी दिलं.

काही मुलं तिथून पळत गेली. मी हळूहळू गाडी रुळावर आणत शेवटी त्या मुलींचा विषय काढला.

'हो, हो,' त्या बायकांपैकी एक प्रौढा म्हणाली. तिच्या ओठांवर एक मोठ्ठा तीळ होता आणि दातांत फटी होत्या. 'तुम्ही विचारताय त्या मुली ठाऊक आहेत मला. छान आहेत दिसायला. त्या फ्लॅटमध्ये राहतात. पण बाहेर नाही जात विशेष.' आम्ही थोडा वेळ गप्पा मारल्या. मग त्यांचे पाणी प्यायला दिल्याबद्दल आभार मानून मी त्यांचा निरोप घेतला. नंतर मी गाडीकडे परतले.

सीटमध्ये अंग टाकत मी सांगितलं त्यांना, 'मुली तिथे आहेत.'

'ओह,' केट उद्गारली. जणू काही ती रडत असावी. मुली सापडल्याचा आनंद आणि बातमीचा धक्का, यांची संमिश्र भावना. डोळे अश्रूंनी भरले होते तरी धैर्य एकवटून ती म्हणाली, 'आता पुढे काय करायचं?' मुली ठीक आहेत ना?'

'त्या बायका म्हणाल्या की मुली फारशा बाहेर पडत नाहीत. त्यामुळे त्या

रस्त्यावर खेळायला आल्यावर त्यांना पाहण्याची शक्यता नाही. अलि त्यांच्यावर कडक नजर ठेवून असणार.'

मी एक मिनिट विचार केला. 'तू मला असं सांगितलं होतंस, की स्थानिक इंटरनॅशनल स्कूलमध्ये तुझी नणंद शिक्षिका आहे?'

'होय,' केट मान डोलावत म्हणाली. 'अलि त्यांना बहुतेक त्याच शाळेत पाठवत असेल.'

'चला तर मग आपण आजूबाजूला चौकशी करू या. त्या शाळेत जात असतील तर आपल्याला त्यांना तिथून नेता येईल. नाहीतर त्या सकाळी घरून शाळेत जाताना...'

केटने ड्रायव्हरला सूचना दिल्या आणि आम्ही जरा जवळ गेलो. नाहीतरी मला एका ठिकाणी जास्त वेळ थांबून राहायचं नव्हतंच, त्यामुळे संशय निर्माण झाला असता. आम्ही शाळेच्या रस्त्याच्या समोर एका सावलीच्या ठिकाणी गाडी थांबवली.

'तू तुझा चेहरा झाकशील तर बरं होईल. समजा तुझी नणंद किंवा मुली अचानक समोर आल्या तर?' मी केटला सावध केलं.

'ओके.' केटने तिचा चेहरा अवगुंठित केला. मी मात्र माझा स्कार्फ अशा तऱ्हेने गुंडाळला, ज्यामुळे मला बोलता आलं असतं. आम्ही आत गेलो आणि मुख्याध्यापिकेची चौकशी केली.

'मी एका परराष्ट्र खात्याशी संबंधित कुटुंबातली महिला आहे. आम्ही अम्मानला परत येतोय. माझ्या दोन मुलींसाठी मी शाळा शोधतेय.' मी स्पष्ट केलं.

मुख्याध्यापिका सुस्वभावी होती. आम्ही भेटीची वेळ ठरवली नव्हती तरी तिने आम्हाला सगळी इमारत फिरून दाखवली.

शाळा छान होती. मुलं आमच्या अंगावरून जाताना आमच्याकडे बघून स्मितहास्य करत होती.

'माझी एक मैत्रीण इथे शिकवते.' अलिच्या बहिणीचं नाव मी तिला सांगितलं. 'तिनेच शिफारस केली तुम्हाला भेटण्याची.' मी पुढे सांगितलं.

'बरोबर. पण ती शाळा सोडून गेली.' तिने खुलासा केला.

आम्ही सगळ्या वर्गांत फिरलो. मुख्याध्यापिकेने आम्हाला मुलं काय करतायत ते सांगितलं. पण राना किंवा हनानचं कोणत्याही वर्गात किंवा वयोगटात दिसण्याचं चिन्ह नव्हतं.

काही वेळाने तिचे आभार मानून आणि माझ्या मुलींना त्या शाळेत प्रवेश देण्याबद्दल बोलून आम्ही तिथून निघालो.

'मला वाटत नाही त्या मुली इथल्या कोणत्याही शाळेत दाखल करण्यात आल्या आहेत असं. कारण ती शाळा हीच आहे.' मी गाडीत बसल्यावर म्हटलं.

'म्हणजे त्यांना कुठल्यातरी फ्लॅटमध्ये निरुद्देश डांबून ठेवलंय असं तुला सुचवायचंय?' केट उसळली. 'आणि त्यांच्या बापाला त्यांना शिक्षण देण्याची देखील निकड नाही?'

'असं दिसतंय खरं, किंवा मग ही एक तात्पुरती लपण्याची जागा असेल आणि तो त्यांना इथून लौकरच दुसरीकडे हलवणार असेल. ती शक्यता असेल तर आपल्याला जलद हालचाल केली पाहिजे. नाहीतर त्या इथून एकदा स्थलांतरित झाल्या, की आपला त्यांच्याबरोबरचा संपर्कच तुटेल, कायमचा!'

'आपण त्यांच्यापर्यंत पोहोचणार कसं, जर त्या घराच्या बाहेरच पडत नसतील तर?' स्टीव्हने विचारलं. 'आपण काही दरवाजा तोडून त्यांना पळवू शकत नाही?'

'आपल्याला आता आपली ओळख त्यांना देण्याखेरीज पर्याय नाही. त्यांना सांगावं लागेल की केटला तिच्या मुलींना भेटायचंय, त्यांच्याशी बोलायचंय. आपला त्यांच्याशी काही संवाद साधला, तर नंतर आपण काहीतरी सुयोग्य व्यवस्था करू शकू.'

'पण मला माझ्या मुली परत पाहिजेत.' केट रडक्या आवाजात म्हणाली.

'माहीत आहे. पण काहीच न करण्यापेक्षा निदान त्यांना बघायला मिळणं अधिक चांगलं नाही का?' मी तिचा हात दाबत म्हटलं.

'हो, आपण गाडीमध्ये निष्क्रियपणे बराचवेळ बसून राहिलो. आता काहीतरी कृती केली पाहिजे.'

तिचा पूर्वीचा तरतरीतपणा तिच्यात परत आल्याचं मला जाणवलं. 'चल, आपण जाऊन दारावर टकटक करू. आपलं काही नुकसान तर नाही यात.'

'मी पण येतो,' स्टीव्ह म्हणाला, 'तुम्हां दोघींना एकट्याच कसं जाऊ देऊ?'

'ओके.' मी संमती दिली. एखादी पुरुष व्यक्ती बरोबर असणं इष्ट होतं. *काय माहीत, त्या बंद दाराच्या मागे काय वाढून ठेवलं होतं?*

आम्ही दरवाज्याशी जाऊन टकटक केली. काही क्षणांत दुसऱ्या बाजूने एका बाईचा आवाज आला. 'काय पाहिजे?' ती आम्हाला विचारत होती. हे एक चांगलं चिन्ह होतं. एका बाईला सहानुभूती असू शकेल, मुलांपासून दुरावलेल्या आईबद्दल. आम्ही आत प्रवेश करू. अलि यायच्या आत मुलांना भेटू पण शकू.

'केट आलीय, मुलींची आई.' मी अरेबिकमध्ये उत्तर दिलं. 'ती राना आणि हनानला भेटायला आलीय.'

'निघून जा!' ती बाई आतून ओरडली. तिचा आवाज भयभीत वाटला. कोणामुळे घाबरली होती ती, मला सांगता येणार नाही. 'आत्ताच्या आत्ता निघून जा.'

'आम्हाला काहीही त्रास द्यायचा नाही. फक्त केटला मुलींना भेटायचंय.'

'तुम्ही इथं आत येऊ शकत नाही.' ती पुन्हा ओरडली. 'गेला नाहीत तर मी पोलिसांना बोलावेन.'

'मम्मी, मम्मी...' एका लहान मुलीचा आवाज आला. पण लगेचच दाबला गेला, कोणीतरी तिच्या तोंडावर हात ठेवल्यासारखा.

'राना?' केट किंचाळली, 'राना, तू आहेस का?' तिने दरवाज्यावर मुठी आपटायला सुरुवात केली. तिच्या मुलींना तिच्यापासून असं दूर ठेवलं जातंय, हे बघणं फार क्लेशकारक होतं. हे उघड होतं, की ती बाई आम्हाला आत प्रवेश करू देणार नव्हती आणि बहुतेक त्या फ्लॅटच्या आत आणखी लोकही असावेत. आम्ही केटची समजूत काढून तिला आमच्याबरोबर थोडा वेळ यायला सांगितलं.

'आपण थोड्याच वेळात परत येऊ. थोडं शांत होऊ दे; त्या बाईला विचार करायला काही वेळ देऊ या.'

केटने दु:खाने मान हलवली. मी काय म्हणते त्याचा अर्थ तिच्या ध्यानात येत होता. पण तिच्या मुली तिथे असताना असं निघून जाणं तिला कष्टदायक वाटत होतं. तिला अशीही भीती वाटत असावी की आम्ही परत येईपर्यंत ते मुलींना तिथून पुन्हा दुसरीकडे हलवतील.

आमच्यापैकी कोणालाच गाडीकडे परत जावंसं वाटत नव्हतं. म्हणून मग एका कॅफेमध्ये जाऊन आम्ही सावलीत टेबलापाशी बसलो. बऱ्याच नजरा आमच्याकडे वळल्या. उंच आवाजात झालेलं बोलणं नक्कीच त्या शांत दुपारी लोकांनी ऐकलं असणार. लोक आता आमच्या बाबतीत सावध झाले असतील. आम्ही परके होतो आणि त्या भागात गोंधळ माजवत होतो. आता पुढची पावलं सावधगिरीने टाकणं भाग होतं. आम्ही काही ड्रिंक्स मागवली आणि एक तासभर पुन्हापुन्हा वेगवेगळ्या पर्यायांवर चर्चा केली. खरं म्हणजे आम्हाला काही चॉईसच नव्हता.

हे स्पष्ट होतं की मुलींना भेटल्याशिवाय केट तिथून हलली नसती. *कोणती आई आपली मुलं तिथे आहेत हे कळल्यावर त्यांना न भेटता तिथून निघून जाऊ शकेल! त्यांना भेटण्याचा प्रयत्न देखील करणार नाही? मला नाही वाटत!*

'ओके!' मी म्हटलं, 'आपण आणखी एक प्रयत्न करूया. पण प्रथम आपली गाडी जवळपास उभी करूया. समजा, अलि आणि त्याचा भाऊ वगैरे आले आणि तू म्हटल्याप्रमाणे ते डेंजरस असतील तर आपल्याला पटकन गाडीत बसून सटकता आलं पाहिजे.'

ते दोघं तयार झाले आणि आम्ही गाडी फ्लॅटच्या पुढच्या बाजूला लावली.

'ओ शिट!' मी उद्गारले.

फ्लॅटच्या आतल्या व्यक्तीने नक्कीच जोरदार तयारी केली असावी. कारण त्या फ्लॅटला आता एका घरगुती बालेकिल्ल्याचं स्वरूप आलं होतं. विचित्र धोकादायक दिसणारे चार लोक बाहेर उभे होते आणि आमच्याकडे बघत होते. एक त्याची बंदूक तपासत होता आणि इतरांकडेही गन्स होत्या. *नाहीतर एवढ्या उष्ण हवेत त्यांच्या*

अंगावर जाकिटं कशी आली होती? असं दिसत होतं की अलि आता मुलींना त्यांच्या आईपासून दूर ठेवण्यासाठी जोरदार लढाई लढण्यास सज्ज झाला होता.

'बघ, ती राना आहे.' केट ओरडली. एका खिडकीतून एक छोटा हात जीव तोडून आमच्याकडे बघून खुणावत होता. केटने पण हात हलवला आणि तिच्या या कृतीने एका माणसाचं आमच्या गाडीकडे लक्ष गेलं. रानाला कोणीतरी आत ओढलं. त्या माणसाने खिडकीकडे पाहिलं आणि आपल्या साथीदारांना ओरडून सावध केलं. आता ते चौघंही आमच्या गाडीच्या दिशेने बघायला लागले.

'लौकर!' मी ड्रायव्हरला ओरडून सांगितलं, 'इथून लौकर निघ.'

त्याला आमच्याइतकंच संकट स्पष्टपणे जाणवलं. ॲक्सिलेटरवर पाय दाबून टायर्सचा 'स्क्रीच्' असा आवाज करीत आम्ही तिथून निघालो. त्या चौघांनी रस्त्यावर धावत जाऊन एका निळ्या सलून गाडीचे दरवाजे उघडले. आणि त्याही गाडीचे टायर्स 'स्क्रीच्' आवाज करीत गाडीचं इंजिन घोंगावल्याचं आम्ही ऐकलं. आमच्या ड्रायव्हरची गाडी जरी पुढे निघाली असली, तरी त्यांच्या गाडीचं इंजिन अधिक शक्तिशाली असावं. अम्मानच्या रस्त्यांवर आम्ही जलद गतीने जाताना मला टायर्सचा कर्कश आवाज आणि जळणाऱ्या रबराचा दर्प जाणवत होता. ते भीतीदायक होतं. पण त्या चौघांनी जर आम्हाला गाठलं तर काय होईल याची धास्ती अधिक होती.

आमचा ड्रायव्हर चांगला होता, पण गोंधळल्याने तो फारच वेगात जात होता आणि गाडीवर त्याचं पूर्ण नियंत्रण नव्हतं. कधी आम्ही फुटपाथवर चढलो, तर कधी भिंतींना घासून गेलो, पण तो जात राहिला. एका कोपऱ्यावर त्याच्या गाडीचा एक आरसा जोरदार आवाज करून फुटला. प्रत्येक वेळी जेव्हा मी मागे वळून पाहिलं तेव्हा ती गाडी आमच्यामागे होतीच आणि मला तर त्यांचे रागीट चेहरेही दिसले, फक्त काही फुटांच्या अंतरावर.

बराच वेळ असा गेल्यावर, कधी डोकी टपाला आपटत, तर कधी बाजूला फिरली जात, आम्ही शेवटी दुसऱ्याच एका धूळभरल्या रस्त्याला लागलो. आमच्यामागे धुळीचा एक ढगच तयार झाला. निर्जन रस्त्यावर त्यांनी आम्हाला मारून जरी टाकलं असतं, तरी तिथे बघायला प्रत्यक्ष पाहणारा कोणी साक्षीदारही नव्हता.

दीड तास हा भयानक पाठलाग चालला. माझ्या शरीरातला प्रत्येक स्नायू दुखत होता, सारखं घट्ट धरून बसायच्या प्रयत्नांमुळे; प्रत्येक सांधा निखळल्यासारखा, दुखावल्यासारखा झाला होता. मला धास्ती वाटली की गाडीतलं इंधन संपलं, तर शेवटी जीव वाचवायला बहुतेक पळावंच लागेल. पण अजून टाकी पाऊण टक्के भरलेली होती, असं गॉजचा काटा दर्शवत होता.

'ते थांबतायत!' मी ओरडले. आमच्या मागच्या मोकळ्या रस्त्यावर गाडी थांबलेली मला दिसली.

‘बहुतेक आपल्याआधी त्यांच्याच गाडीतले पेट्रोल संपलेलं दिसतंय!’ स्टीव्ह म्हणाला.

‘थोडा वेळ असाच जात राहा.’ मी ड्रायव्हरला सांगितलं, ‘आणि अम्मानला परत जायचा दुसरा मार्ग शोधून काढ.’

आमचं सगळं सामानसुमान हॉटेलातच होतं आणि मला ते हॉटेल सोडून दुसऱ्या एखाद्या लक्षात न येण्यासारख्या हॉटेलात राहायचं होतं.

हॉटेलवर पोहोचल्यावर मी ड्रायव्हरला बाहेर उभं राहून ती निळी सलून गाडी कुठे दिसते का यावर लक्ष ठेवायला सांगितलं. खोल्यांत जायच्या आधी मला ती खात्री करून घ्यायची होती. जेव्हा रस्ता निर्विघ्न आहे अशी खात्री पटली, तेव्हाच आम्ही हॉटेलात वर चढलो. आमच्या वस्तू घाईघाईत गोळा केल्या आणि बिलं भरायला खाली गेलो. मी सारखी माझ्या खांद्यावरून तिरपी नजर टाकून खात्री करून घेत होते, की कोणी आमच्या मागावर तर नाही ना? कारण लौकरच ते कुठल्या मोठ्या हॉटेलात आम्ही उतरलोय, याचा तपास करण्याची शक्यता होती.

एकदा बिलं देऊन झाल्यावर आमच्या ड्रायव्हरने आम्हाला आडबाजूच्या एका छोट्या हॉटेलात उतरवलं. आधीच्या हॉटेलइतकं हे एवढं आरामशीर नव्हतं, तरी इथे आम्हाला सुरक्षित वाटलं. आम्ही थोडा वेळ विश्रांती घेऊन पुढल्या हालचालीची तयारी केली.

मला असं जाणवलं की आम्हाला स्थानिक मदतीची अधिक गरज आहे. मी माझ्या अम्मानमध्ये राहणाऱ्या एका मित्राला फोन केला. मला माझ्या आधीच्या मोहिमांत त्याने मदत केली होती. मी फोन केल्यावर तो सरळ आमच्या हॉटेलात भेटायला आला. काय झालं ते सांगून मी त्याला तो फ्लॅट कुठे आहे ते सांगितलं.

‘तू तिथे जाऊन ते लोक परत आले आहेत ते बघून येशील का? आणि पुन्हा प्रयत्न करणं सुरक्षित असेल किंवा नाही ते सांगशील का?’ माझं धैर्य परत येऊ लागलं होतं.

‘निश्चित!’ तो म्हणाला.

तासाभरात तो परतला, ‘तुम्ही त्या फ्लॅटच्या जवळ जाऊ शकणार नाही. एक शस्त्रधारी रक्षक इमारतीच्या छपरावर आहे आणि दुसरा फ्लॅटच्या समोर.’ त्याने आम्हाला सांगितलं.

तिथे परत जाण्याचा धोका पत्करण्याचा आमच्यापैकी कोणाचाच विचार नव्हता. पण करायचं तरी काय? मुलीही बाहेर पडत नव्हत्या आणि आम्ही आत जाऊ शकत नव्हतो. तोडगा निघत नव्हता. आम्ही खोल्यांत बसून वेगवेगळे पर्याय विचारात घेत होतो. तेवढ्यात दारावर टकटक झाल्याने आम्ही उडालोच. *एवढ्या लवकर त्यांनी आम्हाला शोधून काढलं की काय?*

'कोण आहे?' मी अरेबिकमध्ये विचारलं. 'आम्ही ब्रिटिश कौन्सिलचे लोक आहोत.' इंग्रजीमधून उत्तर आलं.

'ओ गॉड!' मी उद्‌गारले.

स्टीव्हनं विचारलं, 'कशावरून ते दुसरे लोक नाहीत?' मी दाराच्या पिपहोलला डोळा लावून बघितलं. तिघंजण होते आणि ब्रिटिश दिसत होते. मी दरवाजा उघडला आणि त्यांच्या प्रवक्त्याने त्यांचा तिथे येण्याचा उद्देश सांगितला.

'स्पेशल पोलिसांना तुमच्याशी बोलायचं. ते खाली हॉटेलात लॉबीत थांबलेत. आम्हीच त्यांना समजावलं, की त्यांनी सरळ खोलीत घुसण्यापेक्षा आधी आम्ही खोलीत जाऊन तुमच्याशी बोलावं.'

केटने आणि मी एकमेकींकडे पाहिलं. *ही चांगली बातमी होती की वाईट?* मला काही कळलं नाही.

'तुम्ही खाली येऊन त्यांच्याशी बोलता का?' त्याने विचारलं.

त्यांच्यावर विश्वास ठेवण्याखेरीज माझ्यापुढे दुसरा काय पर्याय होता?

'आपल्याला खाली जावं लागेल.' मी इतरांना सांगितलं, 'आपण दुर्लक्ष केलं तरी ते परत जाणार नाहीत.'

आम्ही खोलीतून बाहेर पडून लॉबीत गेलो. तिथे स्थानिक पोलीस अधिकारी आमची वाट बघत होते. त्यांच्या कामगिरीबद्दल ते काहीसे अस्वस्थच वाटले. आम्ही अम्मानमध्ये कशासाठी आलो आहोत याची खबरबात माझ्या कल्पनेपेक्षा अधिक त्वरेने पसरल्याचं दिसलं.

अलिने केटला तिच्या मुलींपर्यंत पोहोचता येऊ नये म्हणून सगळ्या उपाययोजनांचा अवलंब करण्याचा निश्चय केल्याचं कळत होतं.

अधिकाऱ्यांनी आम्हाला विचारलं, की *जॉर्डनमध्ये आम्ही काय करत होतो?* आता अधिक खोटं बोलण्यात काही अर्थ नव्हता. मी त्यांना सांगितलं की, "एक वर्ष झालं, केटच्या मुली तिच्यापासून दुरावून; तब्बल एक वर्ष होत आलंय, आणि तिला त्यांना भेटायचंय."

पोलिसांना त्यांची अधीरता लपवण्याचा प्रयत्न न करताच सांगितलं, की आम्ही जी कोणती पुढची उपलब्ध फ्लाइट असेल, ती पकडून परत जावं. आमच्यामुळे बरीच अडचण निर्माण झाली होती आणि या प्रकरणावर त्यांना आवश्यकतेपेक्षा अधिक वेळ घालवायचा नव्हता. आम्ही जर ब्रिटनला लगेच परतलो, तर ते असंही भासवतील की आम्ही कधी जॉर्डनला गेलोच नव्हतो.

'मी माझ्या मुलांना असंच वाऱ्यावर सोडून परत जाऊ शकत नाही.' त्या विचारानेच उद्विग्न होऊन केट म्हणाली.

'मग तुम्हाला अटक करण्याखेरीज आमच्याकडे दुसरा पर्याय नसेल.' पोलिसांचा

मुख्य प्रवक्ता म्हणाला, 'आजच्यासारखी घटना पुन्हा घडण्याचा धोका आम्ही पत्करू शकत नाही.'

'अटक?' केटला धक्काच बसलेला दिसला. असं काही होऊ शकेल याची तिने कल्पनाच केलेली नव्हती. 'मला फक्त माझ्या मुलांना भेटायचंय, मी काय गुन्हा केलाय?'

'केट, ते जे सांगतायत ते तुला करावं लागेल.' मी सल्ला दिला. 'इथल्या तुरुंगात खितपत पडायचं नाही ना? केस कोर्टात येईपर्यंत तुला कित्येक महिने तुरुंगात काढावे लागतील. राना आणि हनानला याचा काय फायदा? उलट त्यांची आई तुरुंगात आहे या विचाराने त्या अधिकच घाबरून जातील!'

ती पुन्हा रडायला लागली. पोलीस अस्वस्थ झाले, ही परिस्थिती कशी काय हाताळावी, हे त्यांना कळेना. ब्रिटिश कॉन्सिलचे लोकही तेवढेच अस्वस्थ झाले होते. त्यांना काही अधिकारही नव्हते, फक्त अनुचित काही घडल्यास केवळ साक्षीदार म्हणून त्यांची उपस्थिती होती.

'ओ.के.' मी शांतपणे म्हटलं, 'आम्ही जातो. आम्हाला बांधाबांध करायला थोडा अवधी द्या.'

मी केटला खोलीत नेलं आणि स्टीव्हला तिच्याकडे लक्ष द्यायला सांगितलं. एवढी निराश स्त्री मी यापूर्वी पाहिली नव्हती. एवढ्या लांब येऊन मुलींना न भेटताच, जवळ न घेताच परत जायचं, या विचारानेच तिचं हृदय विदीर्ण झालं होतं. *ती विचार करत असावी की तिला त्यांच्या फ्लॅटबाहेर खिडकीतून बघून, तिचा आवाज ऐकून तिच्या मुलींची मन:स्थिती काय झाली असेल?* आणखी एक मीटिंग होण्याचा प्रयत्न मी करणार होते, पण केट किंवा स्टीव्हला मी त्याबद्दल काहीच बोलले नाही. *जर माझा प्रयत्न अयशस्वी ठरला तर?*

एकदा ते दोघं खोलीत स्थिरावल्यावर मी एकटीच बाहेर पडले आणि स्पेशल पोलिसांच्या मुख्यालयात गेले. एकदा आत गेल्यावर मी सगळी बंधनं झुगारून दिली. जेवढा गोंधळ घालता येईल तेवढा मी घातला. माझ्या आवाजाचे प्रतिसाद त्या इमारतीत उमटले. मला सर्वांत वरिष्ठ अधिकाऱ्याकडे नेण्यात आलं, निदान मी शांत होईन या उद्देशाने.

मी लगेच शांत झाले आणि त्यांना समजावून सांगितलं की बोट परत जाण्यापूर्वी तिचं मुलींना भेटणं किती महत्त्वाचं आहे. मी त्यांना वचन दिलं, की फक्त एक भेट त्यांनी करून द्यावी आणि आम्ही पुनश्च अम्मानच्या रस्त्यावर गडबड करणार नाही. मी तिला ब्रिटनला परत घेऊन जाईन. दोन्ही बाजूंनी एकमेकांचं बोलणं ऐकून घेतलं, तरच यातून मार्ग निघण्याची काहीतरी शक्यता आहे, हे मी पटवून द्यायचा प्रयत्न केला. मुलींना पळवून नेण्याचा किंवा त्यांना दुखावण्याचा आमचा कोणताही उद्देश

नसल्याचं मी स्पष्ट केलं. अलिबद्दल आम्हाला आदर आहे, तो एक चांगला पिता आहे, पण केटही एक चांगली आई आहे आणि तिला चांगली वागणूक मिळायला पाहिजे, असं मी निक्षून सांगितलं.

तळमळीने एखादी गोष्ट सांगितली तर तुमची याचना फेटाळून लावू शकतील, असे खूप कमी लोक असतील या जगात. त्या अधिकाऱ्यालाही मुलंबाळं असावीत आणि आमच्या परिस्थितीत त्याने स्वतःला कल्पलं असावं. कारण शेवटी तो म्हणाला, 'ठीक आहे, पण भेट इथं होईल, फ्लॅटवर किंवा हॉटेलात नाही, कारण आम्हाला परिस्थितीवर नियंत्रण ठेवता आलं पाहिजे.

'तुम्ही मुलींना इथे आणवण्याची व्यवस्था कराल?' मी विचारलं.

'हो, मी करेन ती व्यवस्था, पण तुम्ही मला वचन दिलं पाहिजे की मुलींची आई काही गोंधळ करणार नाही. तिला एकटीलाच यावं लागेल.'

मी तशी खात्री दिली आणि त्वरेने हॉटेलकडे परतले. केटला ही बातमी दिल्यावर तिने मला आनंदाने एवढ्या जोरात आवळलं, की माझा श्वासोच्छ्वास बंद पडायची वेळ आली! आमच्या सूटकेसेस उघडून आम्ही मुलींसाठी आणलेल्या भेटवस्तू काढत होतो. त्यांची आवडती खेळणी, त्यांच्या शाळेतल्या मित्रमैत्रिणींनी त्यांना पाठवलेली पत्रं, सगळं सगळं. स्टीव्ह आणि मी खोलीवर थांबलो आणि केट मुलींना भेटायला एकटीच निघाली.

तिच्या डोक्यात निदान शंभर विचार तरी घोळत असतील. *त्या कशा दिसत असतील? तिच्याबद्दलच्या त्यांच्या भावना काय असतील? भेटीत त्या कशा वागतील?* एक ना दोन. स्टीव्हला आणि मला काय घडलं ते नंतर कळलंच असतं.

केट पोलीस स्टेशनला पोहोचल्यानंतर तिला त्यांनी सांगितलं, 'तुम्ही एकट्याच आत जा आणि फक्त एक तासभर तुम्हाला थांबता येईल.'

तिने निषेध करण्याचा विचार केला खरा, पण ती गप्प बसली, कारण हे सगळं रद्द करून ते तिला सरळ विमानतळावर पाठवू शकत होते. मी आणि स्टीव्ह हॉटेलच्या खोलीत बसून तिथे काय चाललं असेल याची फक्त कल्पनाच करू शकत होतो. केटला एका खोलीत नेण्यात आलं, जिथे मुली तिची प्रतीक्षा करीत होत्या. मला हेही जाणवलं की स्टीव्हच्या उपस्थितीने देखील आगीत अधिकच तेल ओतण्याचं काम केलं असतं. मोडलेल्या लग्नबंधनात मुलांच्या वडिलांना, बायकोच्या दुसऱ्या जोडीदाराची उपस्थिती क्लेशदायक आणि मत्सराची भावना जागवणारी ठरते. सावत्र बाप त्याच्या मुलींना हिरावून घेईल या कल्पनेने ते अस्वस्थ होतात.

बरोबर एका तासात केट खोलीच्या बाहेर आली आणि हॉटेलकडे परतली. तिच्या चेहऱ्यावरून अश्रूंचे ओघळ वाहत होते. स्टीव्हच्या बाहुपाशात शिरून ती मुक्तपणे रडू लागली.

'ते फार दुःखद होतं.' ती हुंदके देत सांगू लागली. सगळा वेळ त्या मला बिलगूनच होत्या. छोट्याशा जळवांसारख्या चिकटलेल्या. रानाला तर त्यांना शेवटी अक्षरशः ओढून बाजूला काढावं लागलं. माझ्या झग्याच्या बाह्या फाटतील की काय एवढी त्यांची बोटं मला घट्ट चिकटली होती. मी एवढंच करू शकले, की त्यांना घट्ट आलिंगन देऊन पुन्हा पुन्हा सांगणं, 'माझं तुमच्यावर प्रेम आहे.' हनानने मला सांगितलं, 'तू काळजी करू नकोस. मी रानाची तुझ्या वतीने काळजी घेतेय.' सगळा वेळ फ्लॅटमध्येच कोंडून ठेवल्यामुळे त्या दोघी फारच फिक्कट दिसत होत्या. इंग्लंडमध्ये असताना त्या नेहमी बाहेर खेळायच्या. हे बरोबर नाही.'

ती किती हादरली असेल याची मी कल्पना करू शकत होते. माझी जर माझ्या मुलांशी नऊ महिन्यांनंतर फक्त एका तासासाठी भेट झाली असती आणि त्यानंतर विमानात बसून मला दोन हजार मैल दूर जावं लागणार असेल, आणि भरीत भर म्हणून ती मुलं जिथे आहेत, तिथे सुखातही नाही हे मला कळलं असेल, तर माझी मानसिक स्थिती केटप्रमाणेच सहानुभूतीच्याही पलीकडची झाली असती.

मी पोलीस अधिकाऱ्यांना वचन दिल्याप्रमाणे आम्हाला जॉर्डन सोडणं भाग होतं. मला वाटतं मुलींना न भेटताच निघून जावं लागण्यापेक्षा केटसाठी हे ठीक होतं. पण फार काही पदरात पडलं नव्हतं.

विमानतळावर जायला निघण्यापूर्वी आमच्याकडे काही तास होते. आम्ही आमच्या खोलीत बसलो होतो, घटनाक्रमाची उजळणी करत, अतिशय केविलवाण्या मनःस्थितीत; केटला माझ्याबद्दल कृतज्ञता वाटत होती. पण आम्ही इंग्लंडहून निघताना ज्या योजना आखल्या होत्या, त्या मानाने आम्ही फारच थोडं साध्य केलं होतं. आम्ही मुलांना आमच्याबरोबर परत नेण्याची अपेक्षा केली होती आणि केवळ एक तासभरच त्यांना भेटण्याची केटला परवानगी मिळाली होती, त्यामुळे आम्हाला झालेलं दुःख असह्य होतं. तरीही ज्या पद्धतीने ती तग धरून होती, मला खरोखरच तिच्याबद्दल कौतुक वाटत होतं. समाधान एवढंच, की तिला आधार द्यायला स्टीव्ह सोबत होता.

खोलीतल्या फोनची रिंग वाजली. मी जेव्हा फोन उचलला तेव्हा पलीकडच्या माणसाचा आवाज आला,

'तुला मारून टाकलं जाईल.' तो माणूस फुस्कारला.

खोलीतल्या दुसऱ्या लोकांनी ही धमकी ऐकली नव्हती, पण त्यांना दिसलं की मी हादरले आहे. मी फोन खाली आदळला, जणू काही मला दंश झाला होता. स्टीव्ह आणि केटने मला काय झालं ते विचारलं. असे आणखी बरेच दूरध्वनी आले, तीच धमकी देणारे. बरेचदा मला वाटलं फोन उचलू नये, पण एखादा महत्त्वाचा निरोप चुकला तर, म्हणून मी प्रत्येकवेळी फोन उचलला.

ठार मारण्याची धमकी मिळणं हा एक फार घाबरवून टाकणारा अनुभव असतो.

आपण जरी स्वत:ला बजावलं की हे केवळ शब्द आहेत आणि तोंडी धमकी मिळणं आणि प्रत्यक्ष कृती यात फरक असतो, तरीही कोणालातरी आपल्याबद्दल तीव्रतेने ठार मारण्याइतका तिरस्कार वाटतो आहे, या भावनेनेच तुम्ही गर्भगळित होता. परिस्थितीतून मार्ग काढण्याचा सर्वाधिक चांगला प्रयत्न करणाऱ्याला मारून टाकावं, असं कोणाला वाटत असेल? माझ्या कल्पनेपेक्षाही अधिक असा मला चांगलाच धक्का बसला होता. विशेषत: हे माहीत असल्याने की मला धमकी देणाऱ्या लोकांकडे गन्स होत्या आणि रस्त्यावर अतिवेगात गाडी चालवून एखाद्याला त्या पाठलागात संपवून टाकणं त्यांना शक्य होतं.

हॉटेलच्या रूममध्ये मला जितकं असुरक्षित वाटत होतं, तेवढंच रस्त्यावरही. माझी नजर आजूबाजूच्या इमारतींच्या छतावर भिरभिरत होती. *एखादा रायफलधारी मला टिपून मारण्यासाठी लक्ष ठेवून तर बसला नसेल ना?*

आम्ही हॉटेलबाहेर थांबलेल्या टॅक्सीत एखाद्या राष्ट्राध्यक्षाच्या अंगरक्षकाला शोभेल, अशा चपळतेने चढून बसलो. आमची टॅक्सी विमानतळाच्या दिशेने निघाल्यावर माझे डोळे दोन्ही बाजूला नजर टाकीत होते. कोणत्याही क्षणी एखादा शस्त्रधारी माणूस आमच्या दिशेने येईल किंवा आमच्या टॅक्सीचा कोणीतरी पाठलाग करेल, एखाद्या ॲक्शन चित्रपटात शोभून दिसेल, अशा पद्धतीने. आडवा येणारा प्रत्येक माणूस मला संशयास्पद वाटत होता. माझं हृदय एवढ्या जोरात धडधडत होतं की मला वाटलं मी चक्कर येऊन पडेन. मी कोणालाही काही बोलले नाही;

मला जाणवलं की केट तिच्या स्वत:च्याच दु:खात चूर होती, त्यामुळे गाडीत आजूबाजूला काय चाललंय, याकडे तिचं लक्ष नव्हतं. तुम्ही तिच्याइतके दु:खी असाल, तर तुम्हाला मृत्यूचं देखील भय वाटणार नाही. विमानतळावर पोहोचल्यावर माझ्या पायांतलं त्राण नाहीसं झाल्यासारखं झालं होतं, मला चालणंदेखील कठीण वाटत होतं. ते दोघंही पांढरेफटक पडले होते आणि दु:खी दिसत होते. यांत्रिकपणे आम्ही आमचं सामान लगेजमध्ये टाकणं आणि 'चेक-इन' करणं वगैरे सोपस्कार पार पाडले.

विमानाने उड्डाण केले, तेव्हा आम्ही तिघंही रडत होतो. त्यांचा अपेक्षाभंग केला, या भावनेने मी रडत होते, तर स्टीव्ह केटच्या दु:खामुळे अस्वस्थ झाला होता. त्या देशातून एकदाची सुटका झाली म्हणून देखील बहुतेक मी रडत असेन. फारच भयानक अनुभव होता तो.

एकदा इंग्लंडला पोहोचल्यावर केटने मुलींना वरचेवर दूरध्वनी करण्याचा प्रयत्न केला. पण दुसऱ्या बाजूला असलेली प्रौढ व्यक्ती कोण बोलतंय, हे कळल्यावर लगेच फोन ठेवून द्यायची. तिच्या या दु:खाला अंत नव्हता. जोपर्यंत मुली मोठ्या होऊन तिला शोधत आल्या नसत्या, तोपर्यंत तिला पिचतच राहावं लागणार होतं.

आमच्या सगळ्या आशा-अपेक्षांचा त्या ट्रीपमध्ये असा चुराडा झाल्यावर केटला तिच्या अस्तित्वाचा एक मोठा हिस्सा नाश पावल्यासारखंच वाटलं असेल.

तिची मुलं पुन्हा तिच्याकडे परतावीत, यासाठी आम्ही आमच्या प्रयत्नांची पराकाष्ठा केली होती, पण पराभूत झालो होतो. तो एक दुःखद आणि डोळ्यांत अंजन घालणारा अनुभव होता.

मला नेहमीच असा विचार करायला आवडायचं, की तुम्ही जर एखादी गोष्ट मनापासून केली तर तुमच्या पदरात यश पडू शकतं. पण केटच्या उदाहरणात मात्र आम्ही एका भिंतीवर डोकं आपटल्यासारखं घडलं होतं.

आम्ही एका शक्तिमान शत्रूला सामोरं गेलो होतो आणि शत्रू कुठल्याही थराला जायला, प्रसंगी हिंसेच्या मार्गांचा देखील अवलंब करायला तयार असल्याने, तसंच आंतरराष्ट्रीय कायदेकानूंतले कच्चे दुवे आणि परराष्ट्रनीतितले शिष्टाचार, यामुळे प्रेमाच्या या रस्सीखेचीत आम्ही पराभूत झालो होतो. या सगळ्या अन्यायाविरुद्ध मला किंचाळावंसं वाटत होतं.

एका आईची तिच्या मुलांना भेटण्याची वेळ एक तासापुरती मर्यादित ठेवण्याचा अधिकार त्यांना कोणी दिला? प्रत्येक दिवशी एक तास कदाचित फार होईल, पण सगळा मिळून फक्त एक तास? अविश्वसनीय होतं ते!

■

माझं अवगुंठन दूर होतं

माझ्या या सगळ्या साहसी मोहिमांत मी सर्वसाधारण जनतेच्या लेखी बऱ्याच अंशी निनावी राहण्यात यश मिळवलं होतं. तरीपण ज्या लोकांबरोबर मी काम केलं होतं, त्यांना अर्थातच माझं नाव कळलं होतं. बरेचदा त्यांची माझ्या कुटुंबीयांशीही भेट झाली होती; आमच्या घरी ते उतरले होते. पण बाहेरचे लोक मला फक्त Dee एवढ्याच नावाने ओळखत होते आणि माझा फोन नंबरही त्यांच्याकडे नव्हता. माझ्या कुटुंबाचं रक्षण करण्याबद्दल नेहमीच माझ्या मनावर तणाव असायचा, कारण एखाद्याला असं वाटलं की मी त्यांच्या लेखी अपराधी आहे, तर ते माझ्याच मुलांच्या मागे लागले असते. मला हेही ठाऊक होतं की मी जे करतेय ते वादग्रस्त आहे आणि काही लोक असे देखील असू शकतील जे माझ्याशी बिलकुल सहमत नसतील आणि मला त्रास द्यायचा प्रयत्न करतील.

जॉर्डनच्या त्या शेवटच्या काही तासांत मला दुप्पटीने जाणवलं की ठार मारण्याच्या धमक्या मला घरी परतल्यावर नको होत्या. माझी मुलं, विशेषत: मार्लन, बरेचवेळा फोन उचलायचा आणि मला अम्मानमध्ये फोनवर मिळालेली धमकी ऐकल्यावर मी जी भीती अनुभवली, ती त्यांच्या वाट्याला यायला नको होती.

जगामध्ये न टाळता येण्यासारख्या, मुलांच्या मनात भीती निर्माण करणाऱ्या अशा बऱ्याच गोष्टी आहेत. त्यात आणखी नवीन गोष्टींची भर पडायला नको होती. मार्लनला आता बातम्या समजतात आणि जेव्हा टोनी ब्लेअरने जाहीर केलं की सद्दाम हुसेन सायप्रसवर अण्वस्त्रांचे हल्ले करण्यास समर्थ आहे, तेव्हा तो कमालीचा घाबरून गेला. त्याच्या वडिलांची आणि आजोबांची त्याला फारच काळजी वाटायला

लागली. ते मोठ्या संकटात आहेत असा त्याचा ग्रह झाला. मी त्याला समजावलं की सद्दामकडे तसं सामर्थ्य समजा असलं, तरी तो हल्ला करेलच असं काही नाही. पण तरीही मी त्याचं मन पूर्णपणे शांत करू शकले नाही.

ज्या लोकांना माझ्याशी संपर्क साधण्याची इच्छा होती, ते लोक निनावी राहण्याच्या माझ्या प्रयत्नांना दाद न देता तसा मार्ग नेहमीच शोधून काढायचे. मग मी माझ्या मोबाईल फोनवरून त्यांना फोन करायची.

आम्ही पूर्णपणे सुरक्षित राहू शकणार नाही हे मला माहीत होतं, पण तरीही माझ्या कुटुंबाचं रक्षण करण्याचा प्रत्येक मार्ग चोखाळणं माझं कर्तव्य होतं. माझं खरं नाव जेवढं गुप्त राखता येईल तेवढं ठेवायला पाहिजे होतं. नाहीतर माझ्या पासपोर्टवर आंतरराष्ट्रीय सीमा ओलांडताना उगाचच नको तेवढं लक्ष वेधलं गेलं असतं. मी जर मुलांना सोडवून आणण्याच्या बाबतीत फारच प्रसिद्ध झाले असते, किंवा माझा चेहरा माध्यमांतून सगळीकडे झळकत राहिला असता, तर मध्यपूर्वेच्या किंवा उत्तर आफ्रिकेच्या कोणत्याही देशात खोट्या कागदपत्रांशिवाय प्रवेश करणं मला कठीण झालं असतं. मग पकडले गेल्यावर तुरुंगात टाकलं जाण्याचा धोकाही अधिक वाढला असता. मी जेवढी अधिक ओळखली जाणार होते, तेवढीच मला हेरलं जाण्याची शक्यताही वाढणार होती.

मी काय करीत होते त्याच्या कथा हळूहळू न टाळता येण्याच्या पद्धतीने मीडियापर्यंत पोहोचत होत्या. मासिकांचे पत्रकार आणि दूरदर्शन कार्यक्रमांचे संयोजक माझ्याशी बोलण्याची इच्छा व्यक्त करीत होते. या बातमीने माझी द्विधा अवस्था झाली. एका बाजूला स्वत:ची गुप्तता अबाधित राखण्याची इच्छा, तर दुसऱ्या बाजूला मी काय करतेय याची माहिती लोकांना व्हावी हाही उद्देश.

मला असं वाटलं की अशा हजारो स्त्रिया असतील, ज्यांची मुलं त्यांच्यापासून हिरावून घेतली गेली आहेत आणि त्या बाबतीत काही करता येईल असं त्यांना वाटत नाही. मला त्यांना दाखवून द्यायचं होतं की कायदेशीर मार्गाने जाण्याची तसदी न घेता स्वत:च्या हक्कांसाठी लढा देण्यासाठी तिथे पोहोचणं अधिक श्रेयस्कर होतं. त्यामुळे त्यांची मुलं त्यांना परत मिळण्याची शक्यता निश्चितच अधिक होती. मला अशा स्त्रियांनाही सावध करायचं होतं, ज्यांचे विवाह संमिश्र होते आणि ज्यांचे पती मुलांना पळवून नेण्याची योजना आखत असण्याचे धोके त्यांच्यापुढे वाढून ठेवलेले होते.

या धोक्यांची चिन्हं जर त्यांना वेळीच ओळखता आली, तर त्यांना मुलांना पळवून नेण्याचे त्यांच्या नवऱ्यांचे बेत आधीच लक्षात आले असते. मी असा विचार करू लागले होते की माझी गुप्तता, व्यक्तिगत सुरक्षा यापेक्षा हे विचार त्या स्त्रियांपर्यंत पोहोचवणं अधिक महत्त्वाचं होतं.

माझं 'डी' हे नावच वापरणं जरी मी चालू ठेवलं, तरी मी टेलिव्हिजनच्या

बातचीत कार्यक्रमात भाग घेणं आणि पत्रकारांशी बोलणं सुरू केलं. तरणतलावाच्या पाण्यात पायाचा अंगठा हळूच बुडवून पाणी कितपत थंड आहे, हे बघण्यासारखंच होतं ते, आणि पाणी चक्क कोमट होतं!

मला जनतेकडून कोणताही प्रतिकूल प्रतिसाद मिळाला नाही. बहुतेक सर्वांनाच असं वाटत होतं, की जरी माझ्या काही चुका होत होत्या, किंवा माझ्या पद्धती जगावेगळ्या होत्या, तरी मी जे काही करीत होते ते बरोबर होतं.

मला अजूनही माझी गुप्तता अबाधित राखायची इच्छा होती, पण २००२ साली ती आशा पार मावळली. मी एका जगभर प्रसारित झालेल्या कव्हर स्टोरीची एक भाग बनले. माझं स्वत:चंच स्वातंत्र्य जायची वेळ आली.

सारा फॉदरिंगहॅमला मी 'त्रिशा शो' या दिवसा प्रसारित होणाऱ्या दूरदर्शनच्या चॅट शो दरम्यान भेटले होते. अशा ओळखी अलिकडे वरचेवर व्हायला लागल्या होत्या. कोणीतरी मला टी.व्ही.वर बघायचे, किंवा मासिकात माझ्यासंबंधी वाचायचे आणि ठरवायचे की मी बहुतेक त्यांची मदत करू शकेन. अशीच एका टी.व्ही.शोच्या निर्मिती संघाने मला ई-मेल पाठवली आणि कळवलं की एक महिला माझ्याशी संपर्क साधायचा प्रयत्न करतेय. त्यांनी तिची माहितीही मला पाठवली होती. अशा लोकांना मी नेहमीच प्रतिसाद दिलाय. मी असा विचार करते, त्यांचं काम होवो न होवो, पण ते त्रासात असताना निदान त्यांचं म्हणणं ऐकून घेतल्याने, काही तास कॉफी पीत त्यांच्या कहाण्या ऐकल्याने काय नुकसान होणार आहे?

निर्मिती पथकाने दिलेल्या फोन नंबरवर मी फोन केला. साराला माझा परिचय दिला. मला जरी तिच्या नावाची लगेच ओळख पटली नाही, तरी जेव्हा तिने मला सांगितलं की ती हवाईसुंदरी होती आणि दुबईच्या एका पुरुषापासून तिला मूल होतं, तेव्हा माझी खात्री पटली. तिची कथा मी 'टुनाइट विथ् ट्रेव्हर मॅक्डोनल्ड' या लेटनाईट न्यूज कार्यक्रमात ऐकली होती. याच कार्यक्रमात मी नंतर भाग घेतला होता.

तिने मला फोनवर सांगितलं की ती केंबर्लीला राहाते. लंडनच्या बाह्य परिसरातलं एक छानसं गाव. आम्ही माझ्या नेहमीच्या ठिकाणी कॉफीसाठी भेटण्याचं ठरवलं. तेच ते, कॅफे रूज, व्हिटलीज्च्या पहिल्या मजल्यावरचं, जिथे मुलांपासून दुरावलेल्या मातांबरोबर मी माझ्या काही पहिल्या भावपूर्ण भेटी घेतल्या होत्या.

सारा जेव्हा कॅफेजवळ येऊ लागली, तेव्हा मी ओळखलं, की ज्या स्त्रियांबरोबर मी काम करत होते, त्यांच्यापेक्षा ही थोडी वेगळी आहे. ती इतरांसारखी आयुष्याने व्यापून गेल्यासारखी दिसत नव्हती. एक प्रकारचं स्वत:वरच्या विश्वासाचं वलय तिच्याभोवती होतं, आणि स्वत:चं प्रसाधनही तिने अतिशय काळजीपूर्वक केलेलं होतं. तिने स्वत:ला डोक्याला बांधायचे स्कार्फ किंवा ढगळ तपकिरी कपड्यांत लपवण्याचा तर प्रश्नच नव्हता.

ती आली, आम्ही कॉफी मागवली आणि बोलायला लागलो. या मीटिंगचा तिच्यावर काही ताण होता की काय ठाऊक नाही, पण ती जरा विचलित वाटली. जसं काही तिला जगाला पटवून द्यायचं होतं, की ती वस्तुस्थितीत होती त्यापेक्षा अधिक नीटनेटकी आणि उच्च अभिरूचीची आहे. तिने जीन्स आणि काऊबॉय बूट्स, इमिटेशन स्लोन धर्तीचे, अशी वेशभूषा केली होती. ते अस्सल वाटण्याऐवजी एवढ्या परिपूर्णतेच्या अट्टाहासामुळे नकलीच वाटत होतं. पण कोणीतरी तोंडात प्लम ठेवल्यासारखं बोलत असेल आणि त्यांच्या प्रसाधनावर वेळ घालवत असेल, एवढ्या कारणांसाठी त्यांना अव्हेरण्याचा माझा विचार नव्हता.

फॅशनेबल असली तरीही ती एक आईच होती, जिचं मूल हरवलं होतं आणि जिला माझ्या मदतीची गरज होती. तिने मला 'टुनाइट विथ ट्रेव्हर मॅकडोनल्ड'संबंधी सांगितलं. ज्या प्रकारे तिने प्रसारमाध्यमं हाताळली होती आणि पत्रकारांना तिचा मुद्दा पटवून दिला होता, ते ऐकून मी प्रभावित झाले. आता तर मला तिचं म्हणणं ऐकायलाच हवं होतं.

'माझं आता डोकं चालत नाही.' तिच्या सुस्पष्ट शब्दोच्चारांत ती म्हणाली. मी तीन संस्थांशी संपर्क केलाय. एक इंग्लंडमधली, दुसरी नेदरलँड्सची आणि तिसरी दक्षिण अमेरिकेतली, पण त्यांनी मला चाळीस हजार पौंडांचा आकडा सांगितलाय. शिवाय कामात यश मिळेलच याचीही गॅरंटी नाही. माझ्याकडे एवढे पैसेही नाहीत.'

'च्,च्!' मी सहानुभूती दर्शवली. पैशाच्या मागे असलेले असे लोक मला चांगलेच परिचित होते. मोठमोठी वचनं देऊन, पैसे उकळून, शेवटी रिझल्ट शून्य!

त्यातल्या बऱ्याच संस्थांनी मला सुचवलं होतं, की मी त्यांच्यासाठी काम करावं. मी त्यांना सांगितलं होतं की स्वतंत्रपणे काम करणं मला अधिक पसंत आहे.

हे लोक बहुतेक आर्मीतले निवृत्त अधिकारी असायचे किंवा असल्याचा दावा तरी करायचे. लोकांना मारूनच ईप्सित साध्य करण्याची त्यांची पद्धत. त्यांच्यापैकी एकाने मला सांगितलं होतं, तो एक्स-एफबीआय एजंट होता. त्याला कुंग-फू अवगत होतं. दहशतवादावर त्याचं प्रभुत्व होतं... बापरे, बापरे... केवढ्या त्या कला, इतर आणखी काही गोष्टींसोबतच्या! मला तर साधी गाडी देखील चालवता येत नाही. तरीही मी एवढ्या मोहीमा कशा काय पार पाडल्या असतील? आणि हे लोक तर जबरदस्त फी आकारत होते, प्रत्येक कामासाठी वेगळी. मला काही त्यांच्याबरोबर काम करण्याची कल्पना प्रशस्त वाटली नाही. म्हणूनच साराने त्यांच्यापैकी कोणाची मदत घेणं का पसंत केलं नसावं ते मला पटलं.

'फक्त माझ्या खर्चाच्या व्यतिरिक्त तुला काहीच पैसे द्यावे लागणार नाहीत.' मी तिला विश्वास दिला, 'माझ्या उदरनिर्वाहासाठी काही हे काम मी करीत नाही.'

तिने मला तिची कथा सांगितली. तिचा अकरा वर्षांचा तारिक नावाचा मुलगा तिच्यापासून हिरावून त्याच्या वडिलांकडे दुबईला नेण्यात आला होता.

'त्याला परत मिळवण्यासाठी मी दोन वर्षं लढतेय,' तिने स्पष्ट केलं. मुलाचा ताबा मिळवण्यासाठी एकामागून एक दिलेल्या लढती, एका दुःस्वप्नासारख्या. 'वडिलांचं नाव आहे रशीद अल् हबतूर. अल् हबतूर हे दुबईतल्या अतिश्रीमंत लोकांपैकी एक कुटुंब. त्यांचा सत्तेवर असलेल्या फॅमिलीशीही जवळचा संबंध आहे. मी जेव्हा कधी त्याला भेटते किंवा टी.टी.कडून, आम्ही त्याला टी.टी. म्हणतो– मला ई-मेल येते, तेव्हा तो मला कळवतो की त्याला तिथे राहायचं नाही, माझ्याबरोबर राहायचंय.'

'त्याचा जन्म इथे झालाय आणि एका इंग्लिश मुलासारखं त्याचं संगोपन झालंय. एवढ्या दूर दोन हजार मैलांवर त्याला त्याच्या आईपासून आणि दत्तक वडिलांपासून दूर ठेवणं योग्य नाही. त्याच्या भावा-बहिणीचं त्याच्यावर प्रेम आहे. त्याचे वडील त्याला आठवड्यातून फक्त काही तास देतात. हे काही नैसर्गिक नाही.'

'अल् हबतूर लोकही त्याच्यावर प्रेम करीत नाहीत. तो फक्त रशीदचा मोठा मुलगा आहे म्हणून त्यांना पाहिजे आहे. त्याला वाढवून कुटुंबाचा एखादा धंदा त्याला सुपूर्द करण्याचा त्यांचा विचार आहे. पण तो तर एक लहान मुलगाच आहे अजून.'

ती बोलत असताना तिचे मोठमोठे, मस्कारा लावलेले डोळे अश्रूंनी चमकत होते आणि माझं हृदय तिने जिंकून घेतलं. तारिक ही तिच्या रशीदबरोबरच्या प्रणयाची परिणती होती आणि तिच्या गरोदर राहण्याने त्यांचं नातं कडवट झालं होतं.

'घोडेस्वारीच्या निमित्ताने त्याची-माझी ओळख झाली. एमिरेट्स एअरलाइन्सची सेविका म्हणून मी काम करीत होते. एकदा विमानोड्डाणाच्या एका स्टॉप-ओव्हरच्या वेळी मी मेट्रोपोलिटन हॉटेलजवळच्या घोड्यांच्या पागशाळेत गेले. रशीद तिथे त्यांची पोलोसाठी लागणारी तट्टं ठेवत होता. रशीदचे वडील त्या पागशाळांचे आणि मेट्रोपॉलिटन हॉटेलचेही मालक होते.'

''मी तेव्हा फक्त तेवीस वर्षांची होते. आम्ही बोलायला लागलो आणि त्याने मला डिनरसाठी चलण्याबद्दल विचारलं. तो नुकताच अमेरिकेहून परतला होता आणि त्याचं वागणं पाश्चिमात्य धर्तीचं होतं. त्याच्या धर्माविषयी किंवा कुटुंबाविषयी तो काही बोलला नाही. तो फार आकर्षक, सुशिक्षित आणि मन प्रसन्न करणारा होता. तो श्रीमंत आहे हे मला कळलं, पण तेव्हा तो किती श्रीमंत आहे हे मला माहीत नव्हतं. त्याच्या कुटुंबीयांनी त्याचा विवाह दुसऱ्या एका मुलीशी ठरवला आहे, हे देखील मला ठाऊक नव्हतं.''

मला माझ्या अशाच एका प्रकरणाची आठवण झाली. श्रीमंत अरब कुटुंब आणि त्यांच्या मुलाला त्याच्या चुलत बहिणीशी लग्न करायला त्यांनी राजी करणं हा प्रसंग

सारखा वाटला. पण म्हणून मला त्याच्यावर अविश्वास दाखवण्याचं कारण नव्हतं. माझ्या अनुभवावरून सारा मला जे काही सांगत होती, त्याला सत्याची डूब होती. तिने पुढे मला सांगितलं की तिच्या प्रसूतीसाठी ती इंग्लंडला परत आली. पण रशीदने स्पष्ट केलं की त्याचा या मुलाशी अर्थाअर्थी काही संबंध नाही, तिने मुद्दामहूनच गरोदरपणाच्या नावाखाली त्याला अडकवण्याचा घाट घातलाय आणि एनी वे, हे मूल त्याचं नाहीच.

'जेव्हा तारिकचा जन्म झाला, तेव्हा मी रशीदला चिठ्ठी पाठवली, त्याचा मुलगा जन्मलाय हे कळविण्यासाठी. नंतर मला कळलं की त्याच्यासाठी निवडलेल्या मुलीबरोबर त्याचं लग्न झालंय. मी पुन्हा एकदा ताडलं, की हे सर्व कसं घडलं असेल.'

साराने पण लग्न केलं. नील फॉदरिंगहॅम या इंग्लिश पोलिसाशी. तारिक त्यावेळी चार वर्षांचा होता. नीलने मग त्याला अधिकृतपणे दत्तक घेतलं. त्याला ख्रिश्चन धर्माचा बाप्तिस्माही दिला, कारण रशीद त्याचा कधी स्वीकार करेल असं त्यांनी गृहित धरलंच नव्हतं. सारा आणि नीलला नंतर त्यांची तीन मुलं झाली. माझ्या कुटुंबाशी बराचसा समान सेट-अप होता हा. आधीच्या नातेसंबंधांतून प्रत्येक एक आणि नंतर विवाहोत्तर तीन मुलं. जो सगळ्या मुलांना सारखंच वागवील, असा पुरुष भेटणं हा एक सुटकेची भावना देणारा अनुभव असतो, खरं म्हणजे तुम्ही हे कधी विसरू शकत नाही की दुसरा पण एक पिता तुमच्या आयुष्यात येऊन गेला होता.

'तारिक सात वर्षांचा झाल्यावर मी पुन्हा एकदा रशीदशी संपर्क साधला.' सारा पुढे सांगू लागली, 'आम्ही एक कुटुंब म्हणून जरी सुखीसमाधानी होतो, तरी मला तारिकचे काळे डोळे, ऑलिव्ह रंगाची त्वचा, काळे केस, यामुळे त्याचं नातं रशीदशी, त्याच्या जन्मदात्या पित्याशी सांधलं जावं आणि त्याची भावनिक गरज पूर्ण करावी, असं वाटत होतं.'

'रशीदने उत्तर पाठवलं; *तारिक हा खरोखरच त्याचा मुलगा आहे, हे सिद्ध होण्यासाठी त्याने डीएनए टेस्टचा आग्रह धरला होता.* माझ्या कल्पनेप्रमाणे श्रीमंत कुटुंबात वारसासंबंधीचे दावे नेहमीच उपस्थित होत असावेत आणि ते त्यांच्या वकिलांवर ही जबाबदारी टाकत असावेत.

''रशीदला वाटलं असेल की डीएनए टेस्टचा विषय माझं तोंड एकदाचं बंद करायला उपयोगी पडेल. मला अपमानित झाल्यासारखं वाटलं. मी इतरांबरोबर झोपत असेन आणि बिलं त्याच्या तोंडावर फेकत असेन, या त्याच्या सूचित करण्याने मला वाटलं, की एकदाची डीएनए टेस्ट केली गेली, की या प्रकरणाचा सोक्षमोक्ष लागेल, म्हणून मग आम्ही ती केली. डीएनए टेस्टच्या रिझल्टने सिद्ध केलं, की मी खरं सांगतेय, रशीद हा खरोखरच तारिकचा नैसर्गिक पिता आहे. झालं, सगळं चित्रच पालटलं.''

'एकाएकी रशीदला आमच्यामध्ये इंटरेस्ट निर्माण झाला. त्याने जाहीर केलं, की त्याला त्याच्या मोठ्या मुलाला भेटायचंय. या वेळेपर्यंत त्याला त्याच्या बायकोपासून दोन मुलगे आणि एक मुलगी झाली होती. ज्यामुळे कदाचित त्याला वडील म्हणून ज्या जबाबदाऱ्या असतात, त्याचं भान आलं होतं. त्याने मला सांगितलं की त्याच्या वडिलांना आणखी एक नातू असल्याची माहिती त्याने दिलीय. हे विशेष होतं. अल्-हबतूर कुटुंबात आजोबांची भूमिका महत्त्वाची असते. रशीद आणि त्याच्या कुटुंबीयांना तारिकला भेटण्याची इच्छा आहे, ही एक चांगली गोष्ट आहे असं मला वाटलं.'

"रशीद काही वेळा इंग्लंडला येऊन तारिकला भेटून गेला. नंतर त्याने मला एक ऑफर दिली. *मी, नील आणि मुलं जर दुबईला स्थलांतरित झालो, तर आमचा खर्च अल्-हबतूरतर्फे केला जाईल, आम्हाला ते तिथे घर घेऊन देतील, नीलला फिटनेस इन्स्ट्रक्टरची नोकरी लावतील आणि मुलांची खाजगी शाळेत शिक्षणाची सोय करतील.*"

'त्यांना तारिकचा त्यांच्या वडिलांच्या संस्कृतीशी परिचय घडवून द्यायचा होता आणि त्या निमित्ताने सगळ्या कुटुंबासाठीच ही एक चांगली संधी होती.'

फॉदरिंगहॅमनी ही ऑफर स्वीकारली आणि सगळेजण विकसित, पेट्रो ऑईल रिच दुबईला तिथल्या जीवनशैलीची मजा लुटण्यासाठी स्थलांतरित झाले. रशीदने त्याचा शब्द पाळला आणि फॉदरिंगहॅमना नवीन घर घेऊन दिलं. एवढं सगळं औदार्य अनुभवून देखील सारा आणि नील लौकरच तिथे कंटाळले. एकतर घर फारच छोटं होतं, नोकरांसाठी फक्त एकच खोली होती आणि रशीद तारिकचा वेळ मिळवण्याच्या बाबतीत फारच आग्रही होता.

'मला तारिकला भेटणं देखील दुर्मिळ झालं, तो सारखा त्याच्या वडिलांसोबतच असायचा.' साराने स्पष्ट केलं.

अल्-हबतूरच्या हॉटेलांपैकी एका हॉटेलात मनोरंजन साहाय्यक म्हणून नीलला देण्यात आलेली नोकरी त्याचा भ्रमनिरास करणारी ठरली. ती त्याच्या अपेक्षेप्रमाणे नव्हती. सगळी परिस्थिती आता खऱ्याखुऱ्या स्वरूपात समोर यायला लागली होती. नऊ महिने गेल्यानंतर साराने निर्णय घेतला की *तिने चूक केली होती आणि आता ते इंग्लंडला परत जाऊ इच्छितात.* रशीदला तिने तसं सांगितलं पण आता त्याचा तारिकवर जीव जडला होता आणि पुन्हा त्याच्यापासून दूर राहण्याची त्याची तयारी नव्हती. त्याने सांगितलं की तो त्यांना पुन्हा इंग्लंडमध्ये स्थिर होण्यासाठी पाहिजे तर मदत करेल, पण तारिक मात्र त्याच्याकडेच दुबईला राहील.

'अर्थातच मी या गोष्टीला मंजुरी देणार नव्हते.' साराने सांगितले. पण त्याने तसं नक्की केलं होतं आणि ते लोक तिथे वजनदार होते. मी एकदा तारिकबरोबर जरासुद्धा वेळ घालवायला मिळत नसल्याबद्दल रशीदकडे तक्रार केली. पण आता तो

तारिकवर त्याचा हक्क प्रस्थापित करीत होता आणि त्याला ज्या घरात ठेवलं जात होतं, तिथली सुरक्षा व्यवस्था देखील कडक होती.

तिने तिची कहाणी सांगून पूर्ण केली तेव्हा ती दु:खी दिसत होती, डोळे पाण्याने भरले होते. तारिकशिवाय ती कशी काय जगू शकेल, असंच जणू काही तिला वाटत होतं. अशा प्रकारच्या कथा मी एवढ्या ऐकल्या होत्या, की या कहाणीवर अविश्वास दाखवण्याचं मला काही कारण नव्हतं. तिने सांगितलेले प्रसंग देखील मला परिचित असलेल्या पद्धतीत चपखल बसत होते.

इंग्लंडला परतल्यावर ती कोर्टात गेली, पण तिला फक्त तारिकला आठवड्यातून एकदा फोन करण्याची परवानगी मिळाली. पण त्याला काय अर्थ होता? दोन हजार मैल दूर असलेल्या मुलाशी बोलून फोन खाली ठेवताना तुमची मन:स्थिती काय होत असेल?

कोर्टाने आम्हाला सांगितलं की तारिकला दुबईला नेल्याने त्याचं इंग्लंडमधील सहजसुलभ वास्तव्य आम्ही गमावलं आहे. आता फक्त दुबईतलं कोर्टच त्याच्या भवितव्यासंबंधी निर्णय घेऊ शकेल. पण तिथे तर अल्-हबतूर सर्वशक्तिमान होते. अमाप पैसा होता त्यांच्याकडे. त्यांच्याच प्रांतात आम्ही त्यांचा सामना करू शकण्याचा काही मार्ग नव्हता. रशीदला मुलाचा पूर्ण ताबा मिळाला.

"मी दुबईत असताना नंतर, मला रशीद आणि साराच्या लग्नाचं प्रमाणपत्र दाखवण्यात आलं."

'शेखने सही केलेलं प्रमाणपत्र असेल, तर त्यावर वाद घालण्यासाठी तुम्ही विशेष काहीच करू शकत नाही.' तिने समजावून सांगितलं. 'आणि तिथे ते दत्तकविधानाला मान्यता देत नाहीत, त्यामुळे तारिकचा कायदेशीर दत्तक पिता म्हणून नीलचाही ब्रिटनमध्ये काहीच प्रभाव राहिला नाही. मी काही महिन्यांपूर्वी तिथे गेले होते तेव्हा मला देखरेखीखाली प्रत्येक दिवशी फक्त काही तास तारिकला भेटण्याची परवानगी देण्यात आली. पण आता मी इंग्लंडला परत आल्यावर माझे प्रत्येक आठवड्याला होणारे फोनकॉल्स बंद करण्यात आले आहेत. मला भीती वाटते आहे, तो माझ्यापासून दुरावतोय, त्याला अरेबिक शिकवतायत आणि तो मुस्लिम धर्मीयांच्या सहवासात वाढतोय.'

तिच्या त्या धारदार उच्चार आणि मनस्वी वागण्याव्यतिरिक्त ती एक खरंच चांगली तरुण आई होती आणि मला वाटलं की ही मोहीम तशी बरीच सरळसोट असेल. त्या मुलाला गाठायचं आणि इंग्लंडला परत घेऊन यायचं. मी तिला सांगितलं की तिची मदत करणं शक्य नसल्याचं मला तर काही कारण दिसत नाही.

ती कामाला सुरुवात करण्यासाठी कमालीची उतावीळ होती. तिने मला तारिकच्या ई-मेल दाखवल्या. एखाद्या लहान मुलाने सर्वसाधारणपणे कराव्या तशाच काही

किरकोळ तक्रारी, काही बंधनांबद्दल; पण दुबईतल्या आयुष्याबद्दल किंवा त्याच्या वडिलांबद्दल वाईट काहीच लिहिलेलं नव्हतं. साराला त्या ई-मेलमधून काहीतरी दुसराच अर्थ प्रतीत होत होता आणि तिचा संशय घेण्याचं मला काहीच कारण नव्हतं.

शेवटी ती त्याची आई होती, त्याच्या लिहिण्याचा अर्थ तिच्याशिवाय आणखी कोणाला चांगला कळला असता?

तारिकच्या लिहिण्यात एडल नावाच्या एका व्यक्तीचा वरचेवर उल्लेख यायचा, त्याचा सहा फूट सहा इंच उंच मोरोक्कन बॉडीगार्ड! याचाच अर्थ आमची गाठ एका वजनदार कुटुंबाशी होती. एडलला खास करून अशासाठी नेमण्यात आलं होतं की साराने तिच्या मुलाला परत नेण्यापासून तिला रोखायचं. एका पूर्ण वेळ बॉडीगार्डशी सामना देऊन तारिकला परत मिळवणं कठीण जरूर होतं, पण अशक्य मात्र नव्हतं. आमचा 'हल्लाबोल' आम्हाला अतिशय सावधगिरीने करावा लागणार होता.

आमच्या पुढल्या भेटीच्या वेळेला नील, साराचा नवरा देखील आला होता. तो एक वाहतूक पोलीस होता. मला काही तो विशेष आवडला नाही. फार हुशार वाटला नाही. साराची हुकमत त्याच्यावर चालत होती असं दिसलं. आम्ही मार्लनच्या पासपोर्टवर तारिकला इंग्लंडला परत आणायचं असं ठरवलं. दोघांची चण, वय, रंग वगैरे जवळपास सारखंच होतं.

अल्-हबतूरसारख्या कुटुंबाशी टक्कर द्यायची तर विमानाने प्रवास करण्याऐवजी वेगळाच मार्ग शोधावा लागणार होता. कारण त्यांना कुणकुण लागायची खोटी, सगळे विमानतळ त्यांनी पालथे घातले असते. मी अशी योजना आखत होते की तारिकला ताब्यात घेतल्यावर त्याच्याबरोबर मी बोटीने दोन दिवस सागरी प्रवास करून इराकपर्यंत जायचं, तिथून जॉर्डनची सीमा पार करून इंग्लंडला परतायचं. या मार्गाशी मी आत्तापर्यंत चांगलीच परिचित झाले होते.

अल्-हबतूर कुटुंब, जे बहुतेक सगळीकडे प्रथम वर्गाचा प्रवास, किंवा खाजगी विमानाने जाणं यालाच सरावलेलं असेल, अशी कल्पना देखील करणार नाही की आम्ही बोटीने प्रवास करू. कारण फक्त आर्थिकदृष्ट्या कमकुवत लोकच बोटीने जातात. समुद्र प्रवासात आमचं अस्तित्व डोळ्यात भरलं नसतं. सारा तिच्या सर्वसाधारण पद्धतीप्रमाणेच दुबई सोडेल, तिच्यावर लक्ष ठेवण्यात त्यांचा बराच वेळ खर्च होईल आणि पर्यायाने आमच्याकडे दुर्लक्ष.

तसाही तिला इराकमध्ये मी आणि तारिकबरोबर प्रवेश करता आला नसता कारण ती इराकी नागरिक नव्हती. साराच्या आमच्याबरोबर असण्याने उलट आम्ही लोकांच्या अधिकच नजरेत भरलो असतो.

साराने मला तीन हजार पौंड दिले. ती रक्कम मी इराकमधल्या माझ्या एका परिचिताकडे पाठवली. माझी योजना अशी होती की इराकमध्ये त्या परिचिताला

डॉक्सच्या शेजारच्या एका छोट्या हॉटेलमध्ये ठेवायचं आणि मग तारिकबरोबर एकत्र प्रवास करायचा. निदान एक आठवडा तरी त्याला तिथे राहावं लागणार होतं, कारण तारिकला मी नक्की केव्हा ताब्यात घेऊ शकेन हे मला आधी सांगता आलं नव्हतं.

इराकची व्यवस्था झाल्यावर नीलने मला आणि साराला हिथ्रो विमानतळावर गाडीने सोडलं.

'यावेळेस तुला तारिकला आणता आलं नाही, तरी हरकत नाही, त्याच्याशी काही ना काही संपर्क साधण्यात यशस्वी हो.' नील म्हणाला.

मला त्याच्या म्हणण्याचा अर्थ समजला आणि तो साराने अधिक अस्वस्थ होऊ नये यासाठीच तसं म्हणत होता, तरी त्याला एका मातृहृदयाची पारख नाही असं मला वाटलं. दुर्दैवाने तो जे म्हणत होता, त्यात तथ्य होतं. कारण ही आमची पहिली आणि शेवटची संधी होती. एकदा का अल्-हबतूर कुटुंब तारिकला परत नेण्याच्या साराच्या प्रयत्नांबद्दल सावध झालं असतं, तर त्यांनी त्यांच्या सुरक्षाव्यवस्थेत दुप्पटीने वाढ केली असती. काहीतरी त्वरेने आणि निर्णायक पद्धतीने हालचाल करायला पाहिजे होती.

आम्ही अबू धाबीला विमानाने गेलो. आम्ही दुबईत प्रवेश केलाय असं मला अल्-हबतूरना कळायला नको होतं. मला तो धोका पत्करायचा नव्हता. विमानतळावर उतरल्यावर आम्ही एक गाडी भाड्याने घेतली आणि साराने दुबईपर्यंत गाडी चालवली. आम्ही तिथे हिल्टन हॉटेलात उतरलो.

'मला ते घर बघावं लागेल आणि काही वेळ त्यांच्या एकंदर दिनक्रमावर लक्ष ठेवावं लागेल,' मी साराला म्हटलं, 'म्हणजे त्याला मिळवण्यासाठी मला योग्य ती वेळ निश्चित करता येईल.' माझ्या इतर यशस्वी मोहिमांप्रमाणे मला नीट नियोजन करायचं होतं. आमचं त्या देशात असणं फार लवकर अल्-हबतूरना कळायला नको होतं. आम्ही रात्री उशीरापर्यंत बोलत बसलो. उत्तेजनेमुळे झोप येणं कठीण होतं.

दुसऱ्या दिवशी आम्ही गाडीने त्या सर्वसाधारण वस्तीत गेलो. साराने दर्शवलेलं घर टुमदार पण विशेष भव्य वगैरे काही नव्हतं. अल्-हबतूरएवढी श्रीमंत फॅमिली अशा प्रकारच्या घरात? पण तरीही ते घर आरामदायी वाटत होतं. कदाचित सारा त्यांच्या श्रीमंतीचं अतिशयोक्तीपूर्ण वर्णन करीत असावी.

दुसऱ्या बाजूच्या एका बऱ्यापैकी घराकडे बोट दाखवत सारा म्हणाली, 'तिथे तारिकचे आजोबा राहतात.' निश्चितच त्या कुटुंबाचं बलस्थान तेच होतं. अरब कुटुंबांना अशा प्रकारेच राहायला आवडतं. जवळजवळ राहून त्यांची एकात्मता जगाला त्यांची एकजूट दर्शवते. रशीदशी सामना करणं म्हणजे सगळ्या अल्-हबतूर कुटुंबीयांना तोंड देण्यासारखंच होतं.

दोन दिवस आम्ही ते घर आणि त्यातल्या कुटुंबाच्या येण्याजाण्याचा अभ्यास

करण्यात घालवले. तारिक एमायरेट्स इंटरनॅशनल स्कूलमध्ये शिकत होता. घर आणि शाळा या ठिकाणी त्यांचं येणं-जाणं मला समजावून घ्यायचं होतं. काही वेळ आम्ही घराच्या समोर, तर काही वेळ घराच्या मागे थांबायचो. घरातल्यांना किंवा पादचाऱ्यांना आमचा संशय येऊन चालणार नव्हतं. घरात बाहेरची हालचाल न्याहाळण्यासाठी क्लोज-सर्किट कॅमेरे बसवलेले असण्याचीही शक्यता होती. आम्ही रशीदला कुटुंबीयांबरोबर गाडीने जा-ये करताना पाहिलं, पण तारिक काही दिसला नाही. बाकी सगळे, मोलकरणी, शोफर, अंगरक्षक दिसायचे, पण तारिक बहुतेक गाडीतच असावा आणि आमच्या मात्र दृष्टीस पडायचा नाही. माणसांची संख्याही बरीच होती.

साराला हे माहीत होतं की आठवड्याच्या एका ठराविक दिवशी तारिक एका इंटरनेट कॅफेत जायचा. आम्ही त्याच्या, तिथे जाण्याच्या त्या ठराविक दिवशी कॅफेच्या बाहेर जाऊन थांबलो. पण तो आलाच नाही. जणू काही त्यांना आम्ही तिथे येणार याची कल्पना आल्याने, आमच्यावर मात करण्यासाठी त्यांनी त्याचं रूटिन बदललं होतं. मला आता जरा त्रासल्यासारखं झालं. मी हाताळलेल्या इतर कुटुंबांपेक्षा हे कुटुंब जरा अधिकच सुसंघटित दिसत होतं.

'तो कुठेतरी गेला असावा.' मी म्हटलं. एवढ्या लांब येऊन त्याची भेट देखील न होता परत फिरणं खरोखरच निराशाजनक झालं असतं. शिवाय मग आम्हाला आणखी एक ट्रीप करावी लागली असती, खर्चही वाढला असता, ते वेगळंच.

'त्याला ते गुप्तपणे शाळेत पोहोचवत असावेत.' साराने सुचवलं.

'मग आपण आपली योजना 'ब' अमलात आणूया.' मी म्हटलं, 'मी शाळेत जाते, माझ्या मुलांना दाखल करण्याच्या निमित्ताने, पूर्वीही मी हे केलंय.'

त्या शाळेवर अल्-हबतूर लोकांचा पूर्ण ताबा होता आणि त्यांनी साराला तिथे जाण्यास उघडपणे मज्जाव केला होता. तिथल्या सेवकवर्गाला त्यांनी तिचं वर्णन सांगून ठेवलं होतं. 'तिला तारिकला भेटायची परवानगी बिलकूल द्यायची नाही' अशाही शाळेला सूचना होत्या. पण सारा कोणीतरी मदतनीस बरोबर घेऊन येईल, ही कल्पना मात्र त्यांनी केलेली नव्हती. म्हणजेच मी तिथे जाईन हा विचार त्यांना सुचला नसावा. मी जर आत जाऊन शाळेच्या रचनेचा अभ्यास केला, आणि एका विशिष्ट वेळेला तारिक कुठे असेल याची माहिती काढली असती, तर गडबड न होता आम्हाला त्याला पळवता आलं असतं.

दुसऱ्या दिवशी साराने शाळेजवळ गाडी नेऊन काही अंतरावर उभी केली. मी सरळ चालत शाळेत गेले. सुरक्षारक्षक तैनात होते, पण त्यांनी माझ्याकडे लक्ष दिलं नाही. मी सरळ आत जाऊन माझ्या मोठ्या मुलाला दाखल करायचं कारण देऊन प्राथमिक वयोगटाच्या मुलांचे वर्ग कुठे भरतात ते विचारलं. मी वर्गशिक्षिकेला

भेटण्याचीही इच्छा दर्शवली. जॉर्डनहून मी दुबईला स्थलांतरित होतेय, असं मी त्यांना सांगितलं.

त्यांनी आनंदाने मला सगळी शाळा फिरून दाखवली. एवढी श्रीमंतांची मुलं तिथे शिकत असून आतली सुरक्षा व्यवस्था जवळजवळ नसल्यासारखीच होती. त्यांचा सगळा भरवसा गेटवरच्या सुरक्षा रक्षकांवरच दिसला.

आता प्रश्न असा होता की जवळजवळ एकसारख्या दिसणाऱ्या, काळ्या केसांच्या, सारखेच गणवेष घातलेल्या त्या मुलांत तारिकला हुडकणं म्हणजे मुंग्यांच्या वारूळात एक छोटीशी मुंगी शोधण्यासारखं होतं.

खेळाची मैदानं वयोगटांप्रमाणे नेमून देण्यात आली होती. तारिकचं मैदान शाळेच्या गेटच्या जवळच होतं. त्याच्या वर्गातून एवढ्या कडक शिस्तीच्या वर्गशिक्षिकेच्या देखरेखीखाली त्याला बाहेर काढणं तर अशक्यप्रायच होतं. तो बाहेर खेळत असतानाच त्याला पळवावं लागणार होतं. आमचं पलायन साध्य करण्यासाठी आम्हाला फक्त काही मिनिटंच मिळणार होती. इथे तर काळ्या केसांच्या डोक्यांचा, जलद गतीने हलणारा जणू काही समुद्रच पसरला होता.

मी निराश होऊन त्या मुलांकडे एकटक बघत होते. मी कशी काय शोधणार तारिकला या समुदायात? याचाच अर्थ मला साराला घेऊन येणं भाग होतं. आणि तिने आपला चेहरा झाकून स्वत:च्या मातृत्वाच्या अंत:प्रेरणेने त्याला ओळखायचं होतं, जरी त्याला बरेच महिने तिने पाहिलेलं नसेल, तरीही.

'माझी खात्री आहे तो इथंच कुठेतरी आहे, पण मी मात्र त्याला ओळखू शकत नाही.' गाडीकडे परतल्यावर मी गाडीत बसत तिला सांगितलं. 'आपण सोमवारी परत येऊ आणि तुलाच माझ्याबरोबर येऊन त्याला शोधून काढावं लागेल. सुरक्षाव्यवस्था म्हणजे एक आनंदच आहे, तेव्हा एडलपासून त्याला वेगळं काढणं हे महत्त्वाचं आहे. मग आपण त्याला त्वरित या देशाच्या बाहेर कसं काढता येईल, ते ठरवू.'

सोमवारी आम्ही खूप लौकर उठून शाळेकडे गेलो. गाड्यांचा प्रवाह सुरू झाला. सारानेही गाडी वाहनतळावर उभी केली. इथे सगळेजण पायी चालण्याऐवजी गाड्यांनीच येत होते.

आम्ही गाडी थांबवून बाहेर उतरलो. थोडं खाणं आम्ही बरोबर बांधून आणलं होतं. पुस्तकंही होती. कोणालाही वाटलं असतं आम्ही आमच्या मुलांची वाट बघत थांबलोय. आम्ही दोघींनीही आमचे चेहरे काळ्या आच्छादनांनी झाकून घेतले होते. आत शिरल्यावर आम्ही जिने चढत-उतरत, कॉरिडॉरमधून जलद गतीने मुलांच्या घोळक्यांतून मार्ग काढत, तारिक कुठे दिसतो का त्याचा वेध घेत होतो.

शाळा सुरू होण्याची घंटा व्हायला फक्त पाच मिनिटे उरली होती, त्यावेळेला आम्ही तारिकच्या वयोगटाच्या खेळण्यासाठी राखीव असलेल्या मैदानात होतो;

तेव्हा आम्हाला एडल दिसला. मैदानाच्या दुसऱ्या बाजूला तो सिगारेट ओढत होता. अवाढव्य देहाचा माणूस. त्याने टी-शर्ट आणि चामड्याचे जॅकेट घातलं होतं. तो एक मुरलेला व्यावसायिक अंगरक्षक दिसत होता. त्याचं लक्ष असेल तेव्हा तारिकला उचलणं मला अशक्यच वाटलं. पण या क्षणी तो काहीसा सैलावलेला होता. पाच मिनिटांत घंटा झाल्यावर मुलं वर्गात जातील आणि दिवस संपेपर्यंत त्याला जरा आराम करता येईल या विचारात तो असावा.

'कुठे आहे तो?' आजूबाजूचे चेहरे न्याहाळताना मी हळूच विचारलं.

'काय माहीत?' सारा तिच्या अवगुंठनाआडून फिस्कारली, 'बहुतेक तो इथं नाही.'

'तो इथंच असणार!' मी बडबडले.

'मला तो दिसत नाही.' तिच्या आवाजावरून ती गोंधळून गेल्याचं दिसत होतं.

आम्ही शोध सुरू ठेवला. मधूनमधून एडलकडेही आमचं अर्धं लक्ष होतं. नंतर साराला मैदानाच्या दुसऱ्या कोपऱ्यात फुटबॉल खेळणारी मुलं दिसली. त्यांनी सगळ्यांनी सफेद शर्ट आणि निळी पँट असा गणवेष घातला होता. मला तर ते सगळेजण सारखेच दिसले.

'तो आहे तिथे!' सारा उद्गारली.

मी बॉडीगार्डकडे नजर टाकली. तो आमच्या दिशेने बघत नव्हता. आम्ही एवढे 'लकी' ठरल्याने माझी आता द्विधा परिस्थिती झाली होती. *तारिकला आत्ताच पळवावं, की नंतर पुन्हा पलायनाच्या सर्व तयारीनिशी दुसऱ्या दिवशी यावं?*

पण तो प्रश्न सारानेच सोडवला होता. ती तारिकपर्यंत पोहोचली देखील होती. स्वत:चा बुरखा दूर करून तिने तारिकला तिचा चेहरा दाखवला होता. तारिकला कशाची पर्वा असल्यासारखं दिसत नव्हतं, तो त्याच्या मित्रांबरोबर खेळत होता. त्याची नजर तिच्यावर पडू नये म्हणून मी एडलच्या आणि साराच्यामधे उभी राहिले. परिस्थिती आता माझ्या आवाक्यात राहिली नव्हती आणि जे घडत होतं त्यात भाग घेण्याव्यतिरिक्त दुसरा पर्याय साराने माझ्यापुढे शिल्लक ठेवला नव्हता.

'हॅलो, sweet pea!' ती त्याला जवळ घेण्याचा किंवा स्पर्श करण्याचा प्रयत्न न करताच म्हणाली, 'तुझी आई! तुला माझ्याबरोबर यायचंय.'

'मला नाही तुझ्याबरोबर यायचं, मम्मी.' तारिकची अस्वस्थ नजर एडलच्या दिशेने वळली होती. एडलला अद्याप काय घडतंय त्याचा पत्ता नव्हता.

'डॅडी चिडतील आणि एडलपण माझ्याबरोबर नाही. मी जिथे जाईन तिथे तो असायला पाहिजे.'

'मूर्खपणा टी.टी.!' ती त्याच्यावर रागावून बोलली, 'मी आई आहे तुझी. तुला माझ्याबरोबर येता येईल.'

त्या दोघांमध्ये शारीरिक जवळिकीचा अभाव बघून मला आश्चर्य वाटलं होतं.

आत्तापर्यंत मी जेवढ्या काही आई-मुलाच्या पुनर्भेटी डोळ्यांनी पाहिल्या होत्या, त्यात नेहमीच उत्स्फूर्त आलिंगनांचा समावेश असायचा. मातांना नेहमीच मुलांना अगदी निकट धरून ठेवावंसं वाटायचं आणि मुलंही त्यांना तेवढाच उत्कट प्रतिसाद द्यायची.

तारिक इतर मुलांपेक्षा काहीसा मोठा होता, हे खरं असलं तरी तो मार्लनच्याच वयाचा होता. आणि या परिस्थितीत जर मी आणि मार्लन असतो, तर एकमेकांना बिलगून बसलो असतो.

'कम ऑन, सारा!' मी दबक्या आवाजात म्हटलं, 'त्याला गाडीकडे घेऊन चल.'

मी माझ्या घड्याळाकडे पाहिलं. काही क्षणातच घंटा झाली असती आणि सगळी गर्दी शाळेच्या इमारतीत नाहीशी होऊन, आम्ही तिघं एडलला बघायला उघड्यावर राहिलो असतो. आम्ही त्वरित कृती करायला हवी होती, नाहीतर मग नाहीच.

मी तारिकचा दंड पकडला, 'कारमध्ये बस आता.' मी फिस्कारले.

आम्ही जवळजवळ त्याला उचललंच आणि वाहनतळाकडे जाण्याच्या पायऱ्यांवरून धावतच उतरू लागलो. दुसऱ्या मुलांनी आम्हाला धावताना बघितलं, पण त्यांनी काहीच ओरडा केला नाही. आजूबाजूला बरीच मुलं आणि बायका होत्या. आम्ही त्यांच्यापेक्षा वेगळे वाटत नव्हतो. तारिक आमच्यापासून ओढ घेत होता, पण त्याला चुचकारण्याइतका वेळ आमच्याकडे नव्हता. आम्ही दोघी मिळून त्याला भारी ठरलो आणि त्याला गाडीच्या मागच्या आसनावर टाकून आम्हीही पटकन गाडीत बसलो.

या परिस्थितीकडे मागे वळून पाहताना मला आता कळतंय की काहीतरी चुकत होतं खरं. यापूर्वी केव्हाही मला एखाद्या मुलाबरोबर अशी जबरदस्ती करावी लागली नव्हती. पण एडल आम्हाला बघेल की काय म्हणून मी एवढी व्यग्र झाले होते, की माझी अंत:प्रेरणा मला काय सांगतेय, याकडे मी लक्ष देऊ शकले नाही. माझा निर्णय चुकला होता, पण आता फार उशीर झाला होता. एका विशिष्ट कृतियोजनेचा टप्पा पार पाडणं भाग होतं. आता मागे फिरणं शक्य नव्हतं. मला हेही कळून चुकलं होतं की अल्-हबतूरसारख्या श्रीमंत, वजनदार लोकांशी माझी गाठ पडली होती.

एकदा कुठेतरी ठरल्याप्रमाणे आमची सोय झाल्यावर तारिकला नंतर समजावता आलं असतं. अल्-हबतूरांकडे अधिक सुरक्षा रक्षक, बंदुकधारी गार्ड्स असण्याची देखील शक्यता होती आणि केटच्या प्रकरणात मला आलेल्या अनुभवामुळे मी अधिकच तणावग्रस्त झाले होते.

आम्ही त्याला सीटवर बसवून निळ्या लोकरीने त्याला आच्छादित केलं. तो कुरकुरतच होता, 'मम्मी, मला परत गेलं पाहिजे, तुला मला परत नेलंच पाहिजे.'

'नाही, टी.टी.' सारा बोलत होती, 'तुझे वडील वाईट आहेत, त्यांनी तुला माझ्यापासून दूर नेलं, तू माझा आहेस, आपण घरी चाललोय, तुझ्या आजोबांना भेटायला.''

मला या परिस्थितीबद्दल वाईट वाटायला लागलं होतं. त्याला शाळेतून बाहेर काढताना तिने नीलच्या नावाचा आमिष म्हणून उल्लेख केला नव्हता. *तारिक आणि नीलमधलं नातं खरोखरच बळकट होतं, की ते दोघं फक्त त्याचा आभास निर्माण करीत होते?* पण आता या सगळ्या गोष्टींचा विचार करण्यासाठी माझ्याकडे वेळ नव्हता. दुसरे प्रश्न अधिक निकडीचे होते.

सारा गाडी चालवत होती; पण शाळेच्या गेटमधून तिला लगेच बाहेर पडता आलं नाही कारण सगळ्या गाड्या एकाच वेळी बाहेर निघाल्या होत्या. दोन सुरक्षारक्षक प्रत्येक बाहेर पडणारी गाडी न्याहाळत होते. लौकरात लौकर तिथून बाहेर पडण्यासाठी, आम्ही मागेपुढे करत होतो, पण मला भीती वाटत होती की पुढच्या एखाद्या बीएमडब्ल्यू नाहीतर चमकदार मर्सिडीझ गाडीवर आम्ही आदळलो, तर उगाचच सगळ्यांच्या लक्षात यायचं. कोणत्याही क्षणी घंटा झाली असती आणि एडल त्याची गन घेऊनच गाडीकडे पळत आला असता.

मी आता पुढे काय करायचं याची योजना आखायचा प्रयत्न करीत होते. पूर्वयोजनेप्रमाणे साधारण एक आठवड्यानंतर सोमवारी दुपारी सुटणारी बोट पकडायचा माझा विचार होता; पण आता सगळी परिस्थितीच बदलली होती. आम्ही दुबईमध्ये एक आठवडा काढू शकत नव्हतो; कारण तारिकचे कुटुंबीय आमचा शोध घेऊ लागले असते. आणि एकदा धोक्याची सूचना देणारा फुगा आकाशात फडकल्यावर तर कुठलीही सीमा पार करून एखादी आंतरराष्ट्रीय फ्लाइट पकडण्याची शक्यता मावळली असती.

आम्ही एकदाचे सुरक्षा रक्षकांच्या अंगावरून गेटच्या बाहेर पडलो. त्यांनी आमची विशेष दखल घेतली नाही. इतर अनेक पालक आणि शोफरांपैकीच आम्ही एक, असंच त्यांना वाटलं असावं.

आम्ही आता बाहेरच्या मोकळ्या रस्त्यावर होतो. एक प्रश्न सुटला तरी दुसरा आ वासून पुढे उभा होता. तारिक आता मोठ्याने गोंधळ घालायला लागला होता. त्याला त्याच्या वडिलांकडे परत जायचं होतं. त्याला शांत करण्याचा उपाय शोधणं आणि बोटीची तिकिटं चटकन मिळवणं याचा विचार करायचा होता. बंदरावर पोलीस प्रश्न विचारण्याची शक्यता होती.

'आपण इंग्लंडमध्ये आजोबांना फोन करूया.' सारा उत्साहाने म्हणाली आणि तिचा फोन बाहेर काढून तिने नंबर फिरवला. 'त्यांना भेटायला तू घरी परत येतोयस हे ऐकायला आवडेल त्यांना.' फोन लागला आणि तारिक आजोबांशी बोलला देखील, पण त्यामुळे त्याला काही विशेष बरं वाटल्याचं दिसलं नाही. त्याचे वडील किती रागावले असतील हा विचार त्याला अधिकच अस्वस्थ करीत होता. बोटीत चढण्याआधी तो शांत होणं आवश्यक होतं. मलाही विचार करण्यासाठी शांतता हवी होती. मी

म्हणूनच महमूदला फोन लावला आणि त्याला अरेबिकमध्ये दोन शब्द तारिकशी बोलायला सांगितलं.

परत येण्याच्या मार्गाची काहीच व्यवस्था केलेली नसतानाच आम्ही मुलाला ताब्यात घेतलंय, हे समजल्यावर महमूद अर्थातच चिंतित झाला, पण तरीही शांत राहिला. मी त्याला तारिकशी बोलायला सांगितलं. *तो माझ्याबरोबर असता तर किती बरं झालं असतं!* माझ्या हातातून गोष्टी निसटून चालल्या आहेत असं मला जाणवत होतं.

ते दोघं काही मिनिटं बोलले. फोनवरचं बोलणं संपल्यावर त्याने साराकडे त्याचा 'गेमबॉय' मागितला. गेम घेऊन तो खेळायला लागला आणि लगेच त्यात गढून गेला. थोडा शांत होऊ लागला होता तो.

'बोट केव्हा सुटते?' मी तारिककडून फोन घेऊन महमूदशी बोलायला लागल्यावर त्याने विचारले.

'आज दुपारी उशीरा.' मी बोलले, ''इतका वेळ इथे थांबू नये असं मला वाटतं. मला वाटतं आम्ही कतारला जावं आणि तिथून फ्लाइट पकडावी. ते लोक दुबई बंदर आणि विमानतळ इथे प्रथम शोध घेतील.''

'तुला सौदीच्या टोकाकडून कतारकडे जावं लागेल. तू तिथे पोहोचेपर्यंत त्यांनी सीमा बंद केली नसेल अशी आशा करू या.'

मला आता उमगलं, मी आत्तापर्यंत कधी सापडले नव्हते एवढ्या संकटात होते. आमची गाठ एका शक्तिशाली कुटुंबाशी होती आणि आमची रवानगी तुरुंगात होण्याची दाट शक्यता होती.

'आपल्याला आधी आपलं सामान हॉटेलातून घेतलं पाहिजे, म्हणजे कुठल्याही मार्गाने जाण्यासाठी आपण तयार असू.'

आम्ही हिल्टनला गेलो आणि मी साराला तारिकबरोबर गाडीतच बसवून आत पळाले. शाळेच्या वेळात एक मुलगा हॉटेल लॉबीमध्ये आढळणं, म्हणजे संशयास्पद वाटलं असतं. सूटकेसेस उघडून मी त्यात वस्तू, कपडे कशाही कोंबल्या. खाली येऊन मी काऊंटरवर बिल भरलं. फारच वेळ लागतोय सगळ्या गोष्टींना, असंच मला सारखं वाटत होतं. एकदाचे कागदपत्र तयार झाले आणि मी बॅगा घेऊन गाडीकडे गेले. सारा ड्रायव्हरच्या सीटवर होती. तारिक मागे बसून त्याचा गेम खेळत होता. दोघांमध्ये काहीही संवाद नव्हता. तेवढ्यात साराचा फोन वाजला. तो नीलचा होता.

'डोंट वरी, स्वीट पी,' ती लाडिकपणे त्याला म्हणाली, 'सगळं ठीक आहे, आम्ही ठीक आहोत.'

मला कळेना, ती धैर्यवान असल्याचं दाखवतेय की खरोखरच तिला असं वाटतंय की आम्ही आता सुरक्षित आहोत?

व्यक्तिश: मला कमालीचं असुरक्षित वाटत होतं आणि जिला परिस्थितीच्या गांभीर्याची जाणीव झालेली नव्हती, अशा व्यक्तीच्या सहवासात असणं, माझ्या आत्मविश्वासाला अधिकच डळमळीत करीत होतं.

सफर लांबची होती. जाताना साराने एका पक्ष्याला उडवलं. त्याचा आवाज बराच मोठा झाला आणि मागच्या आसनावर गेम खेळत बसलेल्या तारिकने दचकून वर पाहिलं. त्या पक्ष्याची पिसं आमच्या वेगाने जाणाऱ्या गाडीच्या खिडक्यांना घासून पुढे गेली. तारिकने मागे वळून पाहिल्यावर त्याला त्या पक्ष्याचा निष्प्राण देह महामार्गावर आपटताना दिसला. त्यामुळे तो अस्वस्थ झाला आणि साराला वाटलं की ती तिच्या गाडी चालवण्यावरची टीका आहे.

'असं दिसतंय की तू एका दगडात दोन पक्षी मारलेस,' मी पुटपुटले आणि तिने तिचं खळखळणारं हास्य केलं.

आम्ही जेव्हा सौदीच्या सीमारेषेवर पोहोचलो, तेव्हा थोडा वेळ गाडी बाजूला घेऊन अंदाज घ्यायचा प्रयत्न केला की आमचा कोणी शोध तर घेत नाही ना?

आम्ही बरेच तास कुठेही न थांबता प्रवास करीत होतो, अगदी काही न खाता-पिता, प्रसाधनगृहासाठी देखील न थांबता. मला वाईट वाटत होतं की सकाळी निघण्यापूर्वी निदान थोडी न्याहारी तरी करायला पाहिजे होती. बिचाऱ्या छोट्या तारिकची काय अवस्था झाली असावी? पण तो तक्रार करीत नव्हता.

सारा दुबईहून निघाल्यापासून तारिकच्या डोक्यात, त्याचे वडील कसे वाईट आहेत हे भरवण्याचा सातत्याने प्रयत्न करीत होती. *'त्यांनी तुला तुझ्या आईपासून दूर नेलं, एखाद्या लहान मुलाला त्याच्या आईपासून कोणीही हिरावून घेऊ नये.'*

''पण डॅडी तुझ्याबद्दल वाईट बोलत नाहीत, मम्मी.' तारिक गोंधळून म्हणाला. कोणत्याही मुलाला त्याच्या आई-वडिलांवर टीका केलेली आवडत नाही, एकमेकांनी तर नाहीच नाही. शेवटी त्या मुलामध्ये दोघांचीही गुणसूत्रं असतात. त्यामुळे कोणा एकावर केलेली टीका अंशत: त्या मुलावरचीही असते. तारिकच्या वयाच्या मानाने तो ही परिस्थिती खरंच फार समजूतदारपणाने हाताळत होता.

मला गाडीच्या बाहेर पडून, थोडा वेळ साराच्या आवाजापासून दूर गेल्याने सुटल्यासारखं वाटलं. आपण इतरांसारखेच आहोत असं भासवण्याचा प्रयत्न करत मी सावलीत थांबलेल्या एका लॉरी ड्रायव्हरशी अरेबिकमध्ये संभाषण सुरू केलं. तो सिगारेट ओढत होता, पिणंही चालू होतं. मी त्याला सांगितलं की आम्ही कतार विमानतळावर पोहोचायच्या विचारात आहोत.

'कोण गाडी चालवतंय?' त्याने आसपास नजर टाकत विचारलं. त्याला वाटलं आमच्याबरोबर कोणीतरी पुरुष व्यक्ती असेल.

'आम्हीच चालवतोय.' मी चुळबुळत म्हटलं.

‘नाही,’ त्याने मान हलवली. ‘सौदीमध्ये ते तुम्हाला गाडी चालवू देणार नाहीत. बायकांनी एकटंच गाडी चालवत जायला तिथे परवानगी नाही. तुम्हाला जर इंग्लंडची फ्लाइट पकडायची असेल, तर परत अबू धाबीच्या विमानतळावर जावं लागेल. तुमच्याकडे कतारचा व्हिसा आहे का?’

‘नाही,’ मी नकारार्थी मान हलवली. आता मला कळलं की आम्ही चूक केली होती. साराला घाईघाईत मुलाला ताब्यात घेऊ देण्याच्या चुकीमुळे सगळंच तंत्र बिघडलं होतं. आमचा कतारचा व्हिसा पण नव्हता, फक्त त्यासाठी लागणारे भरलेले अर्ज आणि कागदपत्र तेवढे होते.

मग जणू काही बायकांच्या मूर्खपणाची कीव केल्यासारखा तो म्हणाला, ‘तुम्ही जरी सौदीच्या बाहेर पडू शकलात, तरी तुम्हाला कतारमध्ये प्रवेश मिळणार नाही.’

‘या रस्त्याने आपल्याला निसटता येणार नाही.’ मी गाडीकडे परत येऊन साराला सांगितलं. ‘आपल्याला परत फिरावं लागेल आणि आधीच्या योजनेप्रमाणे बोट पकडावी लागेल. आता लगेच निघालो तर वेळेत पोहोचू बहुतेक.’

मी गाडीत चढले आणि आम्ही पुन्हा परत फिरलो, तसेच उपाशीतापाशी; त्या देशात कोंडीत सापडल्याची भावना निश्चितपणे मनात घर करायला लागलेली होती.

अशा घातक परिस्थितीत मी सर्वांना ढकललं होतं, यावर माझा स्वत:चाच विश्वास बसत नव्हता. तारिक इंग्लंडला परत जायला उत्सुक दिसत नव्हता. सारा माझ्याबरोबर होती तोपर्यंत ठीक होतं. पण माझ्या एकटीच्या जबाबदारीवर त्याला बोटीचा प्रवास करून नेणं, ही गोष्ट कठीणच वाटत होती. समुद्राचा ‘रफ्’ प्रवासही त्याला आवडला नसता आणि त्याचं सहकार्य मिळणं शक्य दिसत नव्हतं.

‘मी कुठे चाललोय?’ मधेच एकदा तारिकनं विचारलं. ‘तू डोन्याबरोबर इराकला जाऊन विमानाने इंग्लंडला येशील आणि मी नंतर विमानाने येऊन तुला भेटेन, बाळा.’ साराने सांगितलं.

‘आपण इकॉनॉमी वर्गाने तर नाही ना जाणार? मला फर्स्ट क्लासने जायचंय.’

मी बिझिनेस क्लासची तिकिटं घ्यायचं ठरवलं. त्याने जर आसनव्यवस्थेबद्दल धिंगाणा घातला असता, तर मला डोळ्यांत न भरता प्रवास करणं कठीण होऊन गेलं असतं. मला आता काळजी वाटायला लागली होती, की तो केंबर्लीच्या सर्वसाधारण घरात राहायला आणि स्थानिक शाळेत जायला कसा काय सरावला असता? दुबईच्या उच्च प्रतीच्या आयुष्याची एकदा सवय झाल्यावर, त्याला आता कमी सुखसोयी असलेलं आयुष्य आवडणार नव्हतं.

आमच्यापुढे आता तसाच उपाशीतापाशी प्रवास करणं भाग होतं. काही नाश्ता करायला थांबायलाही आम्हाला वेळ नव्हता. गाडीच्या मागच्या आसनावर बसून एक बिनचेहऱ्याची स्त्री म्हणून प्रवास करणं मला सुरक्षित वाटत होतं. गाडीच्या बाहेर

उतरायला मला भीती वाटत होती. अबूधाबीचे खडक, वाळू पार करीत आम्ही दुबई आणि पोर्ट रशीदकडे निघालो. आम्ही तिघंही थकून गेलो होतो आणि एकमेकांवर चिडत होतो. मी फार घाबरून गेले होते आणि आमच्या या घातक परिस्थितीबद्दलची साराची पूर्ण हाताळणी मला गोंधळवून टाकत होती.

जितका अधिक काळ आम्ही त्या देशात रेंगाळलो असतो, तेवढी त्या लोकांनी आमचे परतीचे मार्ग बंद करून टाकण्याची शक्यता अधिकाधिक वाढत होती. नील सारखा फोन करून साराला काय करायचं यासंबंधी फुकटचा सल्ला देत होता. तिथे इंग्लंडमध्ये बसून त्याला काय कळणार होतं, इथे आम्ही वाळवंटातून निसटण्याचा मार्ग घायकुतीला येऊन शोधत असताना आमच्यावर काय कठीण प्रसंग गुदरलाय ते?

इराकला जाणारी बोट सुटायच्या आधी एक तास आम्ही पोर्ट रशीदला पोहोचलो. सगळं काही शांत वाटत होतं. रस्ते अडवलेले किंवा जास्त संख्येने सुरक्षा रक्षक तैनात केलेले दिसत नव्हते. मला आता अधिक आशावादी वाटायला लागलं. बहुतेक त्यांना तारिक गायब असल्याचं अद्याप कळलं नसावं. शाळा सुटल्यावर जेव्हा एडलला आणि तारिकला न्यायला गाडी येईल, तेव्हाच कळलं असतं.

'मला तिकीट ऑफिसवर सोडून तू तारिकबरोबर गाडीनेच थोडा वेळ फेऱ्या घालत राहा, मी तिकिटं घेऊन बाहेर येईपर्यंत.' मी साराला सांगितलं. 'मग मी त्याला घेऊन सरळ बोटीवर जाईन आणि तू मिळेल ती पहिली फ्लाइट पकडून कुठेही निघ.'

साराने मी सांगितल्याप्रमाणे केलं आणि मी बाहेर आल्यावर एका कोपऱ्यावर गाडी थांबवली. मी गाडीचा मागचा दरवाजा तारिकने बाहेर येण्यासाठी उघडला. तो माझ्याकडे येण्यासाठी सीटवरून उठला; त्याचक्षणी एकाएकी मला साध्या कपड्यातल्या पोलिसांनी घेरलं.

त्यांच्या म्होरक्याने मला त्याचं परिचयपत्र दाखवलं आणि अबू धाबी दुबईच्या राज्यकर्त्यांच्या वतीने मला अटक करण्यात येत असल्याचं सांगितलं.

माझ्या पायातलं त्राणच गेल्यासारखं झालं. आयुष्यात प्रथमच मुलांच्या सुटकेची मोहीम राबवताना मी प्रत्यक्ष कृतीत पकडले गेले होते. भीतीने मी गारठून गेले.

आता मला तारिकला त्याच्या वडिलांपासून दूर नेण्याच्या माझ्या मोहिमेत साराची मदत करणं योग्य नव्हतं, असं वाटू लागलं होतं. एवढ्या दीर्घ प्रवासात दोघांचं एकदाही एकमेकांशी काही भावनिक नातं जुळल्याचं दिसलं नव्हतं. वरचेवर तो मुलगा हेच म्हणत राहिला की त्याला रशीदकडे, त्याच्या वडिलांकडे परत जायचं होतं.

मी एक फार भयानक चूक केली होती आणि आता मला त्याची किंमत मोजावी लागणार होती. आयुष्यात प्रथमच मी एवढी भयभीत झाले होते. अम्मानमध्ये

शस्त्रधारी लोकांनी पाठलाग करण्यापेक्षा हे अधिक वाईट होतं, कारण इथे सुटकेचा मार्गच नव्हता.

'अरे माझ्या देवा!' मी अखेरचा एक विनोद करण्याच्या प्रयत्नात म्हटलं, "हे 'कॅन्डिड कॅमेरा' तर नाही?" पण मला माहीत होतं, हा काही टेलिव्हिजन स्टंट नव्हता. साराने फोन बाहेर काढला. 'कोणाला फोन करतेयस?' मी विचारलं.

'नीलला! तो पोलीस आहे, काहीतरी करू शकेल.'

मी चिडून म्हटलं, *'नीलला विसर. तो आता मदतीसाठी काहीच करू शकत नाही. ब्रिटिश एम्बॅसीला फोन लाव.'*

पोलिसांनी या परिस्थितीबद्दल काहीही सामंजस्य न दाखवता आम्हाला बंदराच्या इमारतीत असलेल्या पोलीस चौकीत नेलं. त्यातल्या त्यात मला त्यांनी आमच्या गाडीची, गाडीतल्या सामानाची आणि कागदपत्रांची झडती न घेतल्याने सुटल्यासारखं वाटलं. त्यातल्या बऱ्याच कागदपत्रांवरून हे सिद्ध झालं असतं, की आम्ही तारिकला पळवायची योजना अगदी सुरुवातीपासून आखली होती. आम्ही असं म्हणू शकलो असतो, की आम्ही फक्त मुलाला भेटायला गेलो होतो, त्याला पळवण्याच्या उद्देशाने नव्हे. मुलाला भेटल्यावर आईला प्रेमाचा उमाळा आल्याने आम्ही ही चूक केली आहे, ज्याचा आम्हाला तीव्र पश्चाताप होतोय.

माझ्या बुद्धीला देखील हे उत्तर फारसं पटणारं वाटत नव्हतं, पण तीच आमची सर्वोत्तम संधी दिसत होती.

पोलीस स्टेशनमध्ये आमच्या अवतीभोवती सर्वजण बोलत होते, पण काय चाललंय ते काही आम्हाला कोणी सांगत नव्हतं. काही बोलण्यासाठी आम्ही तोंड उघडलं की 'थांबा,' एवढंच सांगण्यात येत होतं. माझी भीती आता पराकोटीला गेली होती. मला वाटत होतं आता आमची रवानगी तुरुंगात होणार आणि कित्येक वर्षं मी माझ्या मुलांना भेटू शकणार नाही.

या विचाराने गडबडून माझे हातपाय गारठून गेले. *याक्षणी महमूद माझ्याजवळ असता तर? निदान त्याने माझ्या अंगाभोवती हात टाकून मला धीर दिला असता.*

मी कल्पना करू लागले महमूदची, मुलांची काळजी घेताना, त्यांचं डेली रूटीन सांभाळताना, त्यांना खाऊपिऊ घालून त्यांचं होमवर्क घेताना. त्यांना काय माहीत, त्यांची आई इथे कोणत्या घोटाळ्यात अडकलीय ते?

मला तेव्हा मनापासून वाटलं की मी त्यांच्यासोबत असायला हवं होतं.

सुरुवातीचा गोंधळ थोडा कमी झाल्यावर ते लोक आमच्याशी बऱ्याच समजूतदारपणाने वागले. आम्हाला त्यांनी चहा वगैरे दिला. पण ते साध्या कपड्यातले पोलीस मात्र उर्मटपणेच वागत होते, जणू काही इथून पुढेही काहीतरी करायचा आमचा विचार असावा.

ते लोक कोणीतरी येण्याची प्रतीक्षा करीत होते, पण कोण येणार ते काही आम्हाला सांगत नव्हते.

शेवटी तारिकचे वडील आणि आजोबा आल्यावर उलगडा झाला. ते त्यांच्या पारंपरिक वस्त्रप्रावरणात होते आणि चांगले लोक वाटले. त्यांच्या प्रभावाविषयीची माझी आधीची कल्पना त्यांना प्रत्यक्ष पाहिल्यावर भ्रमनिरास करणारी ठरली. ते चांगलेच प्रभावी लोक होते. पोलिसांतही त्यांचा दबदबा होता.

माझी आता खात्री पटत चालली की स्वत:हून थोडा शोध न घेताच साराचं प्रकरण हातात घेण्यात मी फारच घाई केली होती.

अल्-हबतूर चांगलेच प्रतिष्ठित होते. त्यांचा फार मोठा पूर्वापार चालत आलेला व्यवसाय होता. सगळ्या जगात त्यांची उलाढाल आणि गुंतवणूक होती. प्रिन्स चार्ल्सबरोबर पोलो खेळलेला म्हणून रशीद प्रसिद्ध होता. प्रिन्स मायकेल ऑफ केंट, ओमर शरीफ, आणि जाँ व्हॅन डेम सारख्या मान्यवर व्यक्तींशी त्याचे सौहार्दाचे संबंध होते. इंग्लंडसह सगळ्या देशात त्यांची मोठमोठी घरं होती. रशीदचा भाऊ तर नाओमी कॅम्पबेल या सुपर मॉडेलबरोबर एकदा 'डेटला' जाऊन आला होता.

नुकतीच त्यांनी मंकी आयर्लंडवर असलेल्या दीडशे वर्षांच्या जुन्या कंट्री हाऊस हॉटेलची त्या बेटासह खरेदी केली होती. त्यांची इतर मुख्य हॉटेलं इजिप्त, दुबई, लेबॅनॉन आणि जॉर्डन येथे होती.

शिवाय त्यांच्याकडे राजेशाही जेट विमानांचा ताफा होता, ज्याने ते व्यावसायिक लोकांची जा-ये करीत होते. या व्यतिरिक्त रोल्स राईससारख्या लक्झरी गाड्या भाड्याने देणारी कंपनी, सिनेमा आणि मनोरंजन केंद्र, बांधकाम व्यवसाय, स्वत:च्या मालकीच्या पागशाळा, पोलो क्लब हे सगळं सगळं त्यांच्या मालकीचं होतं. यादी बरीच मोठी होती. एक प्रकाशन संस्थाही त्यांची स्वत:ची होती आणि पुस्तकं, मासिकं तिथून प्रकाशित होत होती.

सर्वसाधारणपणे या सगळ्या व्यवसायात सहा हजार लोक त्यांच्याकडे कामाला होते. खरोखरच या कुटुंबाकडे अपरिमित साधनसंपत्ती होती.

'ये!' रशीदने तारिकला त्याच्याकडे येण्याची खूण केली.

'तू त्याला घेऊ शकणार नाहीस.' आव्हानात्मक पावित्र्यात सारा रशीदला म्हणाली.

''मुलाचा ताबा कोणाकडे द्यायचा याचा निर्णय होईपर्यंत आपण त्याला काही वेळ आईकडेच ठेवू.'' वरिष्ठ पोलिस अधिकाऱ्याने त्याला अतीव आदराने सुचवलं.

तारिकच्या वडिलांनी संमतीदर्शक मान हलवली. वाद घालण्याचा किंवा रागाने आवाज चढवून बोलण्याचा त्यांनी मुळीच प्रयत्न केला नाही. त्यांना विश्वास होता की परिस्थितीचा गुंता आपोआपच सुटेल. माझा समज होता की साराकडे तारिकची

कस्टडी आहे म्हणून, पण दुबई अधिकाऱ्यांच्या लेखी साराचा तिच्या मुलावर कोणताही अधिकार नव्हता.

मला, तारिक आणि सारासह शहरातल्या मुख्य पोलीस स्टेशनमध्ये गाडीने नेण्यात आलं. तारिकचे वडील आणि आजोबा दुसऱ्या गाडीने आले. आमच्यासोबत पोलिसांच्या गाड्यांचा ताफा होता. सायरन वाजत होते, दिवे उघडमीट करत होते, लोक वळून वळून पाहत होते.

साराची आणि माझी नऊ तास उलटतपासणी झाली. मला तर आता थकल्यामुळे चक्कर येऊन पडते की काय असं वाटलं. त्यांच्या त्या न संपणाऱ्या प्रश्नांना उत्तरं देता देता माझे डोळे आणि डोकं ठणकायला लागलं.

साराला अरेबिक येत नसल्याने इंग्लिशमध्ये प्रश्न विचारून उत्तरं अरेबिकमध्ये लिहिली जात होती. मला जरी अरेबिक बोलता येत होतं, तरी लिहिता येत नव्हतं. त्यामुळे मी कशावर सही करतेय, काही कळत नव्हतं. पण मला पर्वा नव्हती. त्या पातळीवर मी कशावरही सही केली असती. ते आमच्या बाबतीत कठोर नव्हते. त्यांनी आम्हाला पेयं दिली. पण त्यांना या गोष्टीच्या मुळाशी जायचं होतं. मी मुस्लिम असल्याने आणि त्यांच्याशी आदराने वागत असल्याने ते माझ्याशी सारापेक्षा नीट वागत होते. सारा त्यांच्याशी ताठ्यातच वागत होती.

आम्ही त्यांना सांगितलं की आमची काही पूर्वयोजना वगैरे नव्हती. मुलावर प्रेम करणाऱ्या आईची ही एक उत्स्फूर्त प्रतिक्रिया होती, एवढंच. पण मला काळजी वाटत होती की आमच्या बॅगांमध्ये कतारच्या व्हिसासाठी केलेले अर्ज होते. माझी चौकशी करणारा अधिकारी काही मिनिटं खोलीच्या बाहेर गेल्यावर मी हळूच ते कागद त्याच्या बाकाच्या मागे सरकवून दिले, दिसणार नाहीत अशा पद्धतीने. मला वाटतं ते अजून तिथेच असावेत!

त्यांनी आमची चौकशी करताना आम्हाला वेगवेगळं केलं होतं, म्हणजे आम्हाला आपापसात चिठ्ठ्यांची देवाणघेवाण करता आली नसती. पण हे अपहरण पूर्वनियोजित नव्हतं, या आमच्या ठामपणे सांगण्यावर त्यांचा विश्वास बसत नव्हता.

नऊ तासांच्या त्या पिळून काढणाऱ्या चौकशीनंतर त्यांनी त्यांचा तारिकबद्दलचा निर्णय घेतला. त्याला त्याच्या वडिलांच्या सुपूर्द करण्यात आलं. आमच्यासाठी एकंदर घटना ठीक दिसत नव्हत्या. आम्हाला दुसऱ्या पोलीस स्टेशनात नेण्यात आलं. तिथे आम्हाला दोघींनाही एका स्वतंत्र खोलीत नेऊन साराकडे निर्देश करून ते म्हणाले,

'तू, तुमच्यावर अपहरणाचा आरोप ठेवण्यात आला आहे. मग मला उद्देशून बोलले ''आणि तुमच्यावर अपहरणाला मदत केल्याचा आरोप ठेवतो आहोत.''

मला आश्चर्यच वाटलं की सारा या सगळ्या गोष्टी एवढ्या शांतपणे कशा काय

घेतेय? जणू काही हा फक्त एक तात्कालिक त्रास होता, शॉपिंग करताना क्रेडिट कार्ड परत केला जाण्यासारखा. तिला वाटलं की तिचा नवरा येईपर्यंत किंवा काही फोन करेपर्यंतचीच ही परिस्थिती होती.

आम्ही जेव्हा एकट्या होतो, तेव्हा मी तिला म्हटलं, 'आपण एका फार मोठ्या संकटात आहोत.'

'काळजी करू नकोस.' ती तिच्या चढेल आवाजात म्हणाली, 'नील बघून घेईल.'

नीलला मी भेटलेली असल्यामुळे तो वाहतुकीचा एखादा किरकोळ प्रश्न सोडविण्याइतका देखील समर्थ असेल, असं वाटलं नव्हतं, मग अपहरणाची तर बातच सोडा!

'इंग्लंडमधली पत्रकारिता उफाळून उठेल, ते आपल्याला सोडवतील.' ती आनंदाने म्हणाली.

इंग्लंडमधल्या प्रेसने कितीही आवाज केला तरी दुबईमधल्या यंत्रणेला त्याचं काय सोयरसुतक?

इथे एका छोट्याशा, गुदमरवून टाकणाऱ्या खोलीत बसलेलो असताना, हे सगळंच अशक्यप्राय वाटत होतं.

आम्हाला खाली सेलमध्ये नेण्यात आलं. आमच्या सगळ्या वैयक्तिक वस्तू, दागदागिने, पैसे काढून घेण्यात आले. नंतर एका छोट्या काँक्रीटच्या, लोखंडी दरवाजे असलेल्या खोलीत बसवलं गेलं. ती खोली साधीच, पण स्वच्छ होती. त्याला लागून एक छोटंसं स्वयंपाकघर देखील होतं. त्या खोलीत आधीच दोन स्थूल देहाच्या अरब स्त्रिया होत्या, बराच मेकअप केलेल्या; त्या आमच्याबद्दलच बोलत होत्या.

मी जेव्हा त्यांना अरेबिकमध्ये उत्तर दिलं, तेव्हा त्यांना आश्चर्य वाटलं आणि आमच्याबद्दल बोलणं त्यांनी बंद केलं. आमच्यावर काय आरोप ठेवलाय हे त्यांना माहीत होतं. आम्ही आपापसात इंग्रजीत संभाषण करीत असताना त्या आमच्याकडे लक्षपूर्वक बघत होत्या.

'तुम्हाला दहा मिनिटं इथे थांबवलं जाईल.' एवढं सांगून दरवाजा बंद केला गेला. वेळ जात होता.

एका तासाने ते परत आले. आम्ही फोन कार्ड विकत घेऊन नातेवाईकांना फोन करायची त्यांनी परवानगी दिली. मी महमूदला फोन लावला आणि पटकन त्याला काय घडलंय ते सांगितलं. पैसे किती वेळ पुरतील, माहीत नव्हतं.

'मुलांची काळजी घे, बहुतेक इथे बराच काळ मी अडकणार असं दिसतंय. कोणालाही फोन करू नकोस, काही उपयोग नाही, जे काही करायचंय, ते इथूनच करावं लागेल.' मी त्याला सांगितलं.

'ओ.के.' तो नेहमीइतक्याच शांतपणे पण निराश आवाजात म्हणाला; 'आय लव्ह यू.'

जेव्हा मी महमूदचा आवाज ऐकला, तेव्हा परिस्थितीचा भयानकपणा माझ्या अंगावर चालून आला. नीट माहिती न काढता मी हे प्रकरण हाताळायला नको होतं. कोणास माहीत, माझ्या कुटुंबापासून मला किती काळ दूर राहावं लागणार होतं? माझ्या मुलांपासून मी काही आठवड्यांच्या वर दूर कधीच राहिले नव्हते. आतापर्यंत मी नशीबवान ठरले होते, पण आता मात्र मी कमनशिबी ठरले होते. सगळ्या आठवणींनी, विशेषतः मार्लनच्या, मला रडू कोसळलं. खालिद, अमिरा, अल्ला... माझी गोड मुलं. प्रत्येकाचा स्वभाव, व्यक्तिमत्त्व वेगळं, लोभवणारं.

सगळी रात्र तशीच गेली. रडून थकून मी त्या घाणेरड्या गादीवर झोपले. मुलं परत दिसतील की नाही या काळजीने.

दुसऱ्या दिवशी आम्हाला नवीन ठिकाणी नेण्यात आलं. त्यांनी आणखी थोडे कागदपत्र तयार केले. या कोठड्या एका मोठ्या कॉरिडॉरमध्ये होत्या. कॉरिडॉरच्या शेवटी एक प्रसाधनगृह होतं. प्रत्येक दरवाज्यामागे दुसरे कैदी होते. जवळपास तीस. या सेलना खिडक्या नव्हत्या. त्यामुळे प्रकाश आत येत नव्हता आणि सिगारेटचा धूर आत कोंडल्याने हवा कुबट, गरम आणि घामेजून टाकणारी होती. एका खोलीत दूरदर्शन संच होता, चिरक्या आवाजात चमचमणारा.

आमच्या इतर सहकैद्यांशी आमचा परिचय झाला. त्या वेगवेगळ्या देशांतून आलेल्या होत्या. रशियन, रोमानियन, इंग्लिश, बोस्नियन. काही वेश्याव्यवसाय करणाऱ्या होत्या. सगळ्यांनी आपल्या नशीबात जे वाढून ठेवलंय ते स्वीकारलं होतं.

एक लाल केसांची निकी नावाची इंग्लिश बाई, अंमली पदार्थांच्या संदर्भात केलेल्या गुन्ह्याच्या संदर्भात तिथे होती.

मी साराच्या आवाजापासून सुटका मिळवण्यासाठी बराच वेळ तिच्याशी बोलण्यात वेळ घालवला. लौकरच आमची चांगली मैत्री झाली.

'तुम्हाला सरकारी वकिलासमोर नेतील.' तिने समजावून सांगितलं, 'तोच ठरवेल तुमच्यावर काय आरोप ठेवला जाईल ते.'

हे संभाषण ऐकून खोलीतल्या प्रत्येक बाईने आपापली मतं मांडायला सुरुवात केली. कोणता सरकारी वकील मवाळ आहे आणि कोणता कडक, इत्यादी माहिती त्या सांगू लागल्या. असं दिसत होतं की त्यांची आयुष्यं त्यांना मिळणाऱ्या निर्णयावर अवलंबून होती. आतमध्येच पिचत राहायचं, की सोडून दिलं तर मोकळ्या हवेत श्वास घ्यायचा, हे ठरेपर्यंत सर्वांना आत राहणं भाग होतं.

'सर्वांत वाईट चीफ प्रॉसिक्युटर आहे.' एक बाई म्हणाली. आणि सर्वांनीच त्याला दुजोरा दिला. प्रत्येकाला या मानवी राक्षसाचा काही ना काही अनुभव आला होता.

आमचं नशीब एकंदरीत उतरणीला लागलेलं दिसत असल्याने बहुतेक आमच्या वाट्याला तोच येतो की काय, या कल्पनेने मी शहारले.

'तुमचा निकाल लावण्याची त्यांना काहीच घाई नसते.' एकजण म्हणाली, 'मला दहा वर्षांची सजा होण्याची शक्यता आहे आणि माझ्या केसचा निकाल लागेपर्यंत बहुतेक मी तेवढी वर्षं इथेच पिचत घालवलेली असतील.'

प्रत्येकीची काही ना काही कथा होती. त्यांच्यात एक वेश्या होती, जिला दोन वर्षांची शिक्षा झाली होती. दुसऱ्या एका बाईला केवळ तिचं मूल अनौरस म्हणून लॉक-अपमध्ये टाकलं होतं. त्यांचे गुन्हे आमच्या मानाने काहीच नव्हते. इंग्लंडमध्ये ज्याला गुन्हा या सदरात घातलं जात नाही, त्या गोष्टींना जर इथले लोक अशा प्रकारची शिक्षा देत असतील, तर आम्हाला तर आतमध्ये टाकून लॉक करून बहुतेक किल्लीच फेकून देतील!

दिवसभर आम्ही त्यांच्या कहाण्या ऐकल्या, रात्री जमिनीवर भ्यायलेल्या मुलांसारखे झोपलो. सकाळी सहा वाजता त्यांनी आम्हाला उठवलं. डोळे उघडताच मला घाम आणि सिगारेटच्या संमिश्र वासाने गुदमरल्यासारखं झालं. साराला आता बहुतेक परिस्थितीच्या गांभीर्याची जाणीव व्हायला लागली होती.

त्या दिवशी सकाळी काही वेळाने साराला सुझान नावाच्या ब्रिटिश एम्बॅसीच्या एका बाईबरोबर बोलण्यासाठी वरच्या मजल्यावर नेण्यात आलं. ती जवळजवळ दीड तास तिथे होती. मला मात्र खाली घाम फुटला होता.

मी प्रार्थना करीत होते की त्यांनी तिला असा कबुलीजवाब द्यायला भाग पाडू नये, की ही सगळी ट्रीप तारिकला इंग्लंडला परत नेण्यासाठी पहिल्यापासूनच आखलेली होती.

'सगळं काही ठीक होणार आहे.' खाली आल्यावर सारा तिच्या पूर्वीच्याच उत्साहाने म्हणाली. तिच्या संकटात पण पुन्हा उसळी घेण्याच्या क्षमतेचं मला कौतुक वाटलं. मला आशेचा किरण दिसला.

सारानंतर माझी पाळी होती. ब्रिटिश एम्बॅसीची सुझान एक सुंदर स्त्री होती. कमरेपर्यंत पोहोचणारे लांब केस आणि विशेष म्हणजे तिच्याभोवती दरवळणारा ताजातवाना सुगंध. सेलमधल्या शिळ्या, घाण दर्पापेक्षा वेगळा.

तिला भेटल्यानंतर मला मानवी समितीच्या प्रमुखाला पण भेटावं लागलं. भलामोठा, काळ्या दाढीचा, स्थूल माणूस. पण तो बिलकुल दुष्ट नव्हता. माझी मानसिकता आता आशेने उंचावू लागली होती. मला भीती वाटत होती त्यापेक्षा बहुतेक ही दशा लौकर संपेल असं दिसतंय.

'मला माझ्या कुटुंबीयांशी संपर्क साधायचाय.' तसंच त्यांना थोडे पैसेही पाठवायची व्यवस्था करावी लागेल.' मी सुझानला सांगितलं.

'ठीक आहे, मी बघते.' तिने मला दिलासा दिला. 'तुला आणखी काही पाहिजे का?' सुझानने विचारलं.

खरं म्हणजे मला गाडीमधल्या काही गोष्टींची आवश्यकता होती, पण त्यांनी गाडीत शोधाशोध केली असती तर त्यांच्या हाताला माझे कागदपत्र लागून नसता घोटाळा झाला असता. म्हणून मी लगेच म्हटलं, 'नाही, नको, मी ठीक आहे.'

'इंग्लंडमध्ये बरीच पब्लिसिटी झालीय, सगळ्या वर्तमानपत्रांत छापून आलंय,' सुझानने मला सांगितलं.

माझा आशावाद बारगळल्यासारखा झाला. *याचा अर्थ नीलने आमचं गुपित उघडं तर केलं नाही ना?* अशा प्रकारचा आम्हाला गुन्हेगार ठरवू शकणारा प्रचार मला नको होता.

'तुमच्यावर अपहरणाचा आरोप ठेवण्यात आलाय.' मानवी हक्क समितीच्या त्या प्रमुखाने मधेच सांगितलं. दुबईच्या बाहेर काय चाललंय यामध्ये उघडच त्याला रस नव्हता. 'तुम्हाला तीन वर्षांची शिक्षा होऊ शकते.'

'पण साराने मला सांगितलं की सर्व काही ठीक होणार आहे.' मी निषेध करीत म्हटलं. माझे स्वत:चेच शब्द मला मूर्खपणाचे वाटले.

'काय माहीत ती कोणत्या ग्रहावर वावरतेय!' तिचं डोकं निराशेनं हलवत सुझान म्हणाली, 'तुम्हा दोघींवर आरोप ठेवले जाण्याची शक्यता आहे.'

'ओ.के.' ती बातमी स्वीकारण्याचा प्रयत्न करीत मी म्हटलं. माझ्या डोळ्यांत अश्रू जमू लागले होते. 'मी जर तुरुंगात गेले, तर तुम्ही माझ्या कुटुंबाच्या संपर्कात राहून ते ठीक आहेत, हे पाहाल ना?'

'अर्थात!' ती म्हणाली, 'इथल्या वर्तमानपत्रात पण सगळं छापून आलंय. ते तुला 'व्यावसायिक अपहरणकर्ती' म्हणून संबोधतायत. तू तारिकला अंगरक्षकाची नजर चुकवून एका बॉक्समध्ये घालून गाडीच्या डिकीत कसं कोंबलंस, त्याची स्टोरी प्रसिद्ध झालीय.'

परिस्थिती एवढी गंभीर असून देखील मला हसू आवरलं नाही. त्या दोघांनाही हसू आलं. पुन्हा आम्ही आमच्या गंभीर विषयाकडे वळलो.

माझ्या मुलाखतीला एवढा वेळ लागला नाही आणि मी सारापेक्षा जरा लौकरच खाली गेले. साराने मला काहीच विचारलं नाही. मला वाटतं तिला तिच्या आभासमय विश्वातच रमायचं होतं. मीही तिचा भ्रमनिरास करण्याचा प्रयत्न केला नाही. दुसऱ्या बायकांनीही काही विचारलं नाही. माझ्या चेहऱ्यावरचे भाव बघूनच त्यांना बहुतेक बातमी काही एवढी चांगली नाही याची कल्पना आली असावी.

एक-दोन तासांत आम्हाला 'फोर्ट नॉक्स'सारख्या दिसणाऱ्या एका खऱ्याखुऱ्या तुरुंगात इतर स्त्रियांबरोबर नेण्यात आलं. बंद पोलीस गाड्यांतून. मला माझ्या

मुलामाणसांपासून दूर एका वेगळ्याच जगात चालल्यासारखं वाटत होतं. एखाद्या अंधारकोठडीत पडल्यावर माझा त्यांच्याशी केवळ एक स्मृति म्हणूनच संबंध उरेल, असंच मला भासत होतं.

आमच्या मागे दरवाजे बंद झाले आणि चाव्यांचा खळखळाट होऊन कुलुपं बंद झाली.

"दुबई हिल्टनमध्ये उतरतोय आपण!" मी विनोद करण्याचा एक केविलवाणा प्रयत्न केला. आमची रीतसर नोंदणी करण्यात आली.

मला आता सारखं एका ठिकाणाहून दुसरीकडे हलवलं जाण्याचा कंटाळा आला होता. व्हॅनमधल्या धक्क्यांनी माझी पाठ आंबून गेली होती.

पुढे काय वाढून ठेवलंय त्यापासून कोणी आमची सुटका करू शकेल, असं वाटत नव्हतं.

माझं विकीशी चांगलं जमायला लागलं होतं. ती दुसऱ्या एका फिलिपिनो बाईबरोबर आमच्याच सेलमध्ये राहायला आली. ती फिलिपिनो बाई घरकामासाठी एका कुटुंबात राहिलेली असताना काहीतरी भानगड झाली होती, पण काय ते तिनेही सांगितलं नाही आणि मीही विचारलं नाही. 'इट्स बेटर टू माइंड युवर ओन बिझिनेस' असाच मी विचार केला.

वातावरण जेवढं प्रफुल्लित ठेवता येईल, तेवढं ठेवण्याचा मी विनोद वगैरे सांगून प्रयत्न करीत होते. आमच्यावर मुख्य म्हणून नेमलेली बाई आमच्याशी चांगली वागत होती. आम्हाला कुलुपात बंद करताना तिला वाईट वाटत होतं, पण त्याबद्दलचे निर्णय तिच्या कक्षेबाहेरचे होते.

त्या सेलमध्ये झोपण्यासाठी फळ्या ठोकल्या होत्या. मी सर्वांत खालची निवडली आणि साराने सर्वांत वरची. आधीच्या कैद्यांनी दिवस मोजण्यासाठी कागदाचे छोटे छोटे बॉल करून भिंतीच्या फटीत कोंबले होते.

मी त्या बोळ्यांचा उपयोग करून दिवस मोजण्यासाठी 'अबॅकस'मधल्या गोट्या मुलं सरकवतात, तसा तो कागदाचा एक बॉल बाजूला केला. दुसऱ्या दिवशी आणखी एक. काय माहीत किती सरकवावे लागणार होते?

सेलमधलं जगणं कठीण होतं. सगळा वेळ तिथेच काढावा लागायचा. फक्त जेव्हा जेवणासाठी खिडक्या नसलेल्या एका दुसऱ्या खोलीत घेऊन जायचे, तेवढं सोडून. अन्न खाण्याच्या लायकीचं नव्हतं. माझ्या तर घशाखाली उतरत नव्हतं. मोकळ्या हवेत श्वास घेण्यासाठी माझा जीव तगमगला होता. जेवायला काटे चमचे नव्हते. बोटांचा उपयोग करून जेवावं लागत होतं. मग देखील नव्हते. टॉयलेट्स कॉरिडॉरच्या शेवटच्या टोकाला होती, अस्वच्छ, कधीही साफ न केलेली. बहुतेक स्नानगृहांना दरवाजे नव्हते. उघड्यावर आंघोळी केल्यासारखं. काही वेश्यांनाही मी

तिथेच आंघोळी करताना पाहिलं आणि मला भीतीच वाटली, *मला काही संसर्ग झाला तर?*

दिवसातून मी फक्त आंघोळ करतानाच लघवीला जायचे आणि नंतर आवरून धरायचे. पाणी जास्त पित नसल्याने तो प्रश्नच नव्हता.

बाथरूममध्ये शॉवर घेणं ही देखील एक कसरतच होती. एक बटण सतत दाबून धरावं लागायचं.

आमच्यावर देखरेख ठेवणाऱ्या महिला वॉर्डन आमच्याशी चांगल्या वागत असल्या, तरी इतरांशी, विशेषत: ज्यांना अरेबिक येत नव्हतं, त्यांच्याशी अपमानास्पद पद्धतीने वागत होत्या. त्यांचे गणवेष जरी आर्मी ऑफिसरसारखे असले, तरी त्या बराच मेकअप करायच्या आणि सगळा दिवस वादविवाद, उंच टिपेला पोहोचणाऱ्या आवाजात विनोद करणं, यात घालवायच्या. कामात मंदच होत्या आणि जेमतेम तीस बायकांची हजेरी घ्यायला त्यांना अर्धा तास लागायचा. मी मुस्लिम होते आणि त्यांच्या भाषेत बोलू शकत होते, याचं त्यांना अप्रूप वाटलं.

सगळं काही सिमेंटचं आणि सफेदी मारलेलं. बाहेरचे कुठलेही रंग, आवाज, गंध... काहीच नाही. गार्डन म्हणजे लोखंडी जाळीतून दिसणारं, तेही वर चढून बघितल्यावर, वर निळं आकाश. पण छताऐवजी जाळी असलेली ती खोली उष्णतेमुळे एखाद्या भट्टीसारखी तापायची.

ब्रिटिश एम्बॅसीमधून एक माणूस आम्हाला त्याच्या बायकोबरोबर रात्री भेटायला आला. त्याचं व्यक्तिमत्त्व अतिशय नीटनेटकं होतं. मला तो आवडला. आमच्या पूर्वीच्या आयुष्याशी त्याच्या माध्यमातून नातं जोडलं जाऊ शकेल असं मला वाटलं. आमच्यासाठी काही करण्याची गरज भासली तर त्याला कळवायला सांगितलं त्याने. पण मला तर फक्त माझ्या मुला-माणसांत परत जाऊन पुन्हा अंतर न देण्यासाठी त्यांना हृदयाशी घट्ट धरून ठेवायचं होतं.

'आम्हाला टूथपेस्ट आणि टॉवेल देऊ शकाल काय?' मी विचारलं.

माझ्या तोंडात एक नकोशी वाटणारी चव आली होती. थोड्या वेळाने परत येऊन त्याने आम्हाला हॉटेलात उतरल्यावर देतात, तशा छोट्या आकाराच्या टूथपेस्ट आणि एक छोटा कडक टॉवेल दिला. खरं म्हणजे तुरुंगात देखील मूलभूत सुविधा दिल्या जात असाव्यात. पण मला आमच्या परिस्थितीत जी काही थोडीफार सुधारणा होईल त्याबद्दल कृतज्ञता होती. ब्रिटिश एम्बॅसीच्या लोकांना मी त्रासदायक आहे असं नको वाटायला.

दुसऱ्या दिवशी मला आणि साराला हातकड्या घालून, एका पोलिसांच्या गाडीत पब्लिक प्रॉसिक्युटरकडे नेण्यासाठी बाहेर काढण्यात आलं. जाताना आम्ही प्रथम नेण्यात आलं होतं त्या पोलीस स्टेशनला थांबलो. तिथे तो मानवी हक्क समितीचा

प्रमुख होता. मी त्याला भेटण्याची परवानगी मागितली. त्यांनी मला आत नेलं.

'हे पाहा, आम्हाला ब्लँकेट्स, उशा, प्यायला ताजं पाणी हे देखील दिलं जात नाही. परिस्थितीत जर सुधारणा झाली नाही तर मला वृत्तसंस्थेशी बोलावं लागेल. त्या बायकांकडे नीट लक्ष दिलं जात नाही.' मी सांगितलं.

त्याला आश्चर्य वाटलं आणि तो हसला. बहुतेक तो मी सांगितल्याप्रमाणे करेल असं मला वाटलं.

त्याच्या भेटीमुळे माझ्या आशा पल्लवित झाल्या. *चला, निदान काही लोक तरी मला एक दुष्ट अपहरणकर्ती समजत नव्हते. मुलांना स्वत:च्या गुप्त हेतूंसाठी पळवणारी!*

वाटेत थांबत थांबत, गाडीचा ड्रायव्हर आणि रक्षक, पाण्याच्या बाटल्या आणि त्यांच्यासाठी कलिंगडं खरेदी करत, वेळ काढत होते. आम्हाला कोणी काही दिलं नाही, कारण आम्ही कैदी पडलो ना?

एकदाचे पब्लिक प्रॉसिक्युटरच्या कार्यालयात पोहोचलो. तिथे ब्रिटिश प्रसारमाध्यमांचे लोक आधीच उपस्थित होते. 'नाईट विथ ट्रेव्हर मॅकडोनल्ड'चा चमूदेखील होता. पण त्यांचा मूड चांगला नव्हता. मला एकाच वेळेस त्यांना बघितल्यावर जसा धीर आला, तशी काळजी पण वाटली. *दुबईच्या लोकांना या लोकांच्या तिथे येण्याने चिडवल्यासारखं तर होणार नाही ना?*

आम्हाला त्या गर्दीतून माग काढून पब्लिक प्रॉसिक्युटरच्या कार्यालयात नेण्यात आलं. आणि कोण होती ती व्यक्ती? ज्यांची सर्वांनी भीती घातली होती, तोच चीफ प्रॉसिक्युटर!

प्रथम साराला आत नेऊन मला थांबवून ठेवण्यात आलं. तासन्तास लोटल्यासारखंच मला वाटलं. एकदाची ती बाहेर आली. तेव्हा तिचे डोळे विस्फारलेले होते आणि ती एक प्रकारच्या संभ्रमित अवस्थेत होती. नंतर मला आत नेण्यात आलं. जेवढं त्याचं चित्र रंगवलं गेलं होतं, प्रथमदर्शनी तो काही एवढा एखाद्या राक्षसासारखा वाटला नाही.

सोनेरी काड्यांचा चष्मा, काळा रंग आणि घाणेरडे दात. त्याचं व्यक्तिमत्त्व दबाव टाकणारं होतं. जेव्हा त्याने बोलायला सुरुवात केली, तेव्हा मला कळून चुकलं की प्रत्येकजण त्याला का घाबरत होता?

मी अशा व्यक्तीला पूर्वी कधीही भेटले नव्हते, जी मला केवळ तिच्या एकटक नजरेच्या सामर्थ्याने थरथर कापायला लावेल. तो रागाने नुसता ओसंडून वाहत होता. कायद्याबद्दल काडीइतका आदर नसलेली माझ्यासारखी बाई, जी मुलांच्या वडिलांपासून मुलांना हिसकावून घेत होती, अशा बाईला धडा शिकवून त्याला माझं एक उदाहरण लोकांच्या पुढे ठेवायचं होतं.

माझं अवगुंठन दूर होतं । १६१

एम्बॅसीमधला माणूस दुभाष्या म्हणून उपस्थित होता. मला अरेबिक येतं हे मी त्यांना सांगितलं नाही आणि त्यांनाही ठाऊक नव्हतं.

यापूर्वी जे फार थोड्या लोकांना साध्य झालं होतं, ते या माणसाने केलं होतं, मला भीतीयुक्त शांतता पाळायला भाग पाडणं. माझ्या आयुष्याची पुढची काही वर्षं याच माणसाच्या हातात होती.

सारा माझ्या अंगावरून गेली तेव्हा जणू काही तिला असं वाटत असल्याचं दिसलं, की सगळं काही ठीक होणार आहे, मला मात्र आयुष्य वाचवण्यासाठी लढा दिल्याची भावना होती.

'तिला विचारा की ती जर वडिलांच्या जागी असती आणि कोणीतरी येऊन तिचं मूल हिरावून घेतलं असतं, तर तिला कसं वाटलं असतं?' प्रॉसिक्युटरने दुभाष्याला सांगितलं.

''मला खूप राग आला असता!'' मी अरेबिकमध्ये उत्तर दिलं, माझ्या स्वत:च्या वतीने बोलण्यासाठी, वेळ वाचवण्यासाठी.

'या बाईला अरेबिक येतंय?' त्याने विचारलं.

'हो, मला अरेबिक समजतं.' मी ताडकन उद्गारले.

'कसं काय?'

'माझा विवाह एका इराकीशी झालाय.' मी उत्तर दिलं. माझ्या भूतकाळाबद्दल मग आणखी काही माहिती देण्याची गरजच नव्हती.

आता माझ्याशी सरळच बोलत त्याने विचारलं, 'हे असं यापूर्वी किती वेळा केलंय?'

'कधीच नाही.' मी खोटं बोलले, 'मी फक्त स्त्रियांना त्यांच्या मुलांशी भेट करून द्यायला मदत करते.'

खरं म्हणजे मी काय करते हे त्यांना सांगायला मला आवडलं असतं, पण मग मी जेलमध्ये टाकलं जाऊन मुलांपासून दुरावण्याच्या कल्पनेने माझ्या जीभेवर नियंत्रण मिळवलं.

मध्यंतरी एकदा एम्बॅसीचा माणूस उठून साराशी बोलायला बाहेर गेला. तो परत आल्यावर आरोप-प्रत्यारोपांच्या फैरी झडल्या, रागावलेल्या, उंच आवाजात बोलणी झाली. नंतर माझ्याकडे वळून चीफ प्रॉसिक्युटर म्हणाला, 'ती म्हणतेय ही सगळी तुझीच चूक आहे म्हणून.'

'तसं असेल तर ती खोटं बोलतेय.' मी उत्तरले.

खरं म्हणजे हा त्याचा डाव असावा, माझ्याकडून माहिती काढण्याचा. पण त्याच्या क्लृप्तीला मी बळी पडले नाही. माझी चौकशी तासन्तास चालल्यावर शेवटी तो म्हणाला, 'ठीक आहे, मी तुम्हाला जामिनावर सोडतो, पण तुमचे पासपोर्ट

आमच्याकडेच राहतील आणि जर का तुम्ही बेकायदेशीरपणे या कालावधीत दुबई सोडून जाण्याचा प्रयत्न केलात, तर तुम्ही परत तुरुंगात जाल आणि पुनश्च बाहेर येऊ शकणार नाही.'

आम्हाला तीन वर्षांची शिक्षा होण्याची जरी शक्यता होती, तरी निदान सद्यस्थितीत बाहेर तर जायला मिळत होतं. चांगल्या बिछान्यात झोपून बऱ्यापैकी जेवता तर आलं असतं. माध्यमांशीही बोलून आमची कथा त्यांना ऐकवता आली असती. महमूदशी आणि मुलांशी बोलण्याची मला उत्कंठा लागली होती.

आमच्या बाबतीत कुठलेही धोके पत्करायचे नाहीत, असं ठामपणे ठरवल्याने पब्लिक प्रॉसिक्युटरने आम्हाला अट घातली. ती म्हणजे कोणीतरी त्याचा स्वत:चा पासपोर्ट त्यांच्याकडे जमा करायचा, तरच आम्हाला बाहेर सोडण्यात आलं असतं.

'कोण करणार हे आपल्यासाठी?' मी साराला विचारलं. 'डोंट वरी! माझी एक मैत्रीण आहे, जॅकी. ती करेल हे.'

तासन्तास लोटले, पण जॅकी आली नाही तिला कळवून देखील. आम्हाला मग त्या रात्रीसाठी पुन्हा जेलमध्ये पाठवण्यात आलं.

आम्ही परत गेलो तेव्हा इतर स्त्री कैद्यांनी आमचं टाळ्या वाजवून स्वागत केलं. मला कळेना त्या एवढ्या खूष का आहेत? नंतर उलगडा झाला, की माझ्या तक्रारीमुळे सर्वांना नवीन ब्लँकेटं, उशा देण्यात आल्या होत्या, जागेची साफसफाईही केलेली दिसत होती. वॉर्डन देखील खूष होती.

साराने जरी तिचा नेहमीचा आनंदी, आशावादी व्यक्तित्वाचा आव आणला, तरी जॅकी आली नाही म्हणून खरं म्हणजे ती मनातून खचली होती. उंटाला शेवटची काडी जड व्हावी तशी.

'सगळं काही ठीक होईल.' मी तिला म्हटलं आणि तिने अश्रूंना मुक्त वाट करून दिली. त्या जेलमध्ये राहणं तिलाच जास्त कष्टप्रद होतं, कारण एक म्हणजे तिला अरेबिक येत नव्हतं. इतर बायकांत मिसळू शकत नसल्याने ती काहीशी एकटी पडली होती.

मध्यरात्री किल्ल्यांच्या जुडग्यांचा खळखळाट ऐकू आला आणि मोठमोठ्याने बोलण्याचे आवाज. आमचा जामीन मंजूर झाला होता. ट्रेव्हर मॅकडोनाल्डच्या चमूतल्या निगेल नावाच्या माणसाने स्वत:चा पासपोर्ट तर त्यांच्याकडे जमा केला होताच, जमानत रक्कमही भरली होती. या उदात्त कृतीने मी तर अक्षरश: भारावून गेले.

हॉटेलकडे परत निघाल्यावर माझ्या दयनीय अवस्थेची मला प्रकर्षाने जाणीव झाली. मी अतिशय दमले होते. केव्हा एकदा स्नान करेन असं झालं होतं मला.

आम्हाला आरामदायी ट्रेड सेंटर हॉटेलात उतरवण्यात आलं. मीडियाच्या शहरात

माझं अवगुंठन दूर होतं । १६३

असल्याने आता आम्हाला खिशातून खर्च करावा लागणार नव्हता. आम्ही प्रथम आमच्यासाठी एकेक कप चहा बनवला.

आता चहा पिताना माझी पाळी होती रडायची. सगळा ताण माझ्या एकाएकी अंगावर आला आणि टेलिव्हिजन शो टीमच्या माणुसकीने माझा बांध फुटला.

विकीने मला तिचे काही कपडे बदलायला दिले होते. ते मी ताबडतोब ड्रायक्लिन करायला पाठवले. काही देण्यासारखं जवळ नसून देखील लोक उदार असू शकतात!

मुलं कशी आहेत ते विचारायला मी लगेच महमूदला फोन लावला. बहुतेक मी त्याला झोपेतून उठवलं असावं. कारण काय चाललंय, यावर लक्ष केंद्रित व्हायला त्याला थोडा वेळ लागला.

बाकी सर्व ठीक होतं, पण खालिदला हवामानातल्या फरकाने पुन्हा एकदा बरं नव्हतं. अपराधीपणाच्या भावनेने मला ग्रासून टाकलं. त्याची काळजी घ्यायला खरं म्हणजे मी या क्षणी तिथे असायला पाहिजे होतं. काय माहीत तो सगळं काही खरंखरं सांगत होता, की मी काळजी करू नये म्हणून माहिती दडवत होता? महमूदला वर्तमानपत्रांकडून बरंचसं दडपण आलं होतं. त्याला दुबईला नेण्यासाठी ते तयार होते, हजारो पौंड त्याला ऑफर करीत होते, त्याची कथा सांगायला.

पण माझी खात्री होती, मुलांना वाऱ्यावर सोडून महमूद कुठे जाणार नाही. ब्रिटिश माध्यमांमुळे प्रॉसिक्युटर 'अपसेट' होतील, याचीही मला काळजी वाटत होती.

'*तू असं काही पूर्वी केलंयस का*, असं ते वर्तमानपत्रांचे लोक विचारतायत, मुलांच्या शाळेतही ते जातात. तू मदत केलेल्या काही बायकांनी तू किती उदार हृदयी आहेस, याची वर्णनं दूरदर्शनवर केलीयत.'

'प्लीज, वर्तमानपत्रांना काही सांगू नकोस. हे पूर्वनियोजित आहे, अशी प्रॉसिक्युटरला कुणकुण लागली, तर तो आम्हाला इथे कायमचंच आत टाकेल.'

महमूदने गप्प बसण्याचं वचन दिलं. मी मुलांशी बोलण्यासाठी नंतर फोन करेन असं सांगितलं. नंतर मला कळलं की माझी बहीण सँड्रा महमूदच्या खूप उपयोगी पडली होती. स्कॉटलंडमधून माझ्या नातेवाईकांना तिने महमूदला मदत करण्यासाठी बोलावून घेतलं होतं.

मार्लन तर खूपच समजूतदारपणे वागला होता. 'एमटीव्ही'च्या चमूने त्याची मुलाखत घेताना त्याला विचारलं, 'तुला तुझ्या आईची आठवण येते?'

'कोणत्या मुलाला त्याच्या आईची उणीव भासणार नाही?' त्याने त्याचे काळे, मोठमोठे डोळे मुलाखतकाराकडे रोखत प्रतिप्रश्न केला. हे ऐकून मला मार्लनचा अभिमान वाटला.

महमूदने मुलांना सुरुवातीलाच परिस्थिती समजावून सांगितल्याने त्यांनीही त्याबद्दल पुन्हा विचारणा केली नाही. माझ्या परत येण्याची वाट पाहत आपला दिनक्रम चालू

ठेवला. त्यांना याबाबतीत काही करता येण्यासारखं नाही हे ओळखून त्यांनी मोठ्यांवर विश्वास टाकणं पसंत केलं होतं. *आपण प्रौढ लोक त्यांच्या अपेक्षेप्रमाणे अचूक आणि सर्वशक्तिमान असतो तर!*

एकदा महमूद रात्री सगळी कामं आटपून खाली एकटाच टी.व्ही. बघत बसला होता. तेवढ्यात पावले वाजली आणि छोट्या अमिराने डोळे चोळत झोपाळलेल्या आवाजात विचारलं,

"मम्मी ठीक आहे आता?"

'होय, ती ठीक आहे.' महमूदने तिला दिलासा दिला.

'ती माझ्या स्वप्नात आली होती.' अमिराने सांगितलं.

माध्यमं माझ्या मित्रमैत्रिणींना आणि नातेवाईकांना खोदून खोदून माहिती काढण्याच्या प्रयत्नांत होती. माझ्या वडिलांचा शोध घ्यायला देखील त्यांनी सोडलं नाही. पण त्यांनी पत्रकारांना चांगलंच सुनावलं.

एका आरामशीर हॉटेलात राहात असून देखील आम्हाला कैद्यांसारखंच वाटत होतं, कारण आमच्यावरचे आरोप मागे घेऊन आम्हाला सोडून देण्याचा त्या लोकांचा विचार दिसत नव्हता. मी रोजच मुलांना फोनवर 'उद्या-उद्या' असं सांगत होते, 'परत केव्हा येणार, मम्मी?' विचारल्यावर, पण तो 'उद्या' काही उजाडत नव्हता.

आयुष्यातल्या कौटुंबिक जीवनातल्या साध्यासुध्या आनंददायी गोष्टींसाठी माझा जीव तळमळत होता. महमूदच्या हातचा एक कप गरम चहा, मुलांचा सहवास.... हे सगळे विचार मनात आले की मला रडू फुटायचं.

माझ्या एका लंडनच्या मैत्रिणीने मला फोन केला. ती गरोदर होती आणि मी त्या मुलाची 'गॉडमदर' व्हावं, अशी तिची इच्छा होती.

'मला नाही वाटत मी त्यासाठी वेळेवर परतेन.' मी तिला फोनवर म्हटलं.

'असं बोलू नकोस! तसं असेल तर आम्ही सगळे तिकडे येऊ, शॅम्पेन घेऊन!' तिच्या आशावादाने मला बराच उत्साह आला.

माझ्या आईकडून मात्र मला काहीच संदेश आला नाही. मी उलट तिच्या वाढदिवसाला तिला पुष्पगुच्छ पाठवला होता. बरेच लोक मलाही फुलं पाठवत होते.

हॉटेलातले दिवस सारा स्वीमिंग पुलाजवळ सूर्यस्नान करण्यात घालवत होती. संध्याकाळी स्कॉच व्हिस्की! तिच्या घरच्या माणसांचा फोन आला आणि जर तो मी उचलला, तर ते लोक माझ्याशी बोलायचे देखील नाहीत.

आम्हाला सोडवण्यासाठी न आलेली जॅकी नंतर मात्र साराला 'बार्बेक्यू' पार्टीसाठी न्यायला आली. साराही थोडं 'सोशलाईज' करायला आनंदाने तिच्याबरोबर गेली.

साराचं निरीक्षण केल्यावर तिच्यावर किंवा नीलवर, आमच्या सुटकेसाठी अवलंबून राहण्यात अर्थ नाही, हे मी ओळखलं. माझे प्रयत्न मलाच करायला पाहिजे होते.

काही दिवसांनी आम्हाला इंटरकॉन्टिनेंटल हॉटेलात हलवण्यात आलं. निकीचे आईवडील मला भेटायला आले. मी तिचे कपडे त्यांच्याकडे परत दिले.

नीलला मीडियाने दुबईला पाठवलं. 'ट्रेव्हर मॅकडोनल्ड' टी.व्ही. युनिटने त्याच्या आणि साराच्या भेटीचं चित्रीकरण केलं. मी या 'मीडिया सर्कस'मुळे मात्र अधिकाधिक अस्वस्थ होऊ लागले होते. इंग्लंडमधल्या वर्तमानपत्रात माझ्याबद्दल छापून आलेल्या बातम्या सुचवत होत्या की मी एक 'व्यावसायिक अपहरणकर्ती' होते. प्रॉसिक्युटरच्या संदर्भात हे धोकादायक होतं.

सारा आणि नीलचं चित्रीकरण पण तद्दन खोटं, तकलादू, फसवं होतं. तारिकच्या भवितव्याविषयी कोणालाच काही आस्था असल्याचं दिसत नव्हतं.

एकदा नील 'द मेल' वर्तमानपत्राच्या वार्ताहराला म्हणाला, 'दोघी अगदी जिवलग मैत्रिणी वाटतात नाही?'

मी गप्प बसले.

नीलने वार्ताहरांना या प्रकरणाची आपल्याला काहीच माहिती नव्हती असंही सांगितलं, जे साफ खोटं होतं. त्याचं वागणं चीड आणणारं होतं. तो अरब लोकांवरही सरळ टीका करत होता.

साराने पुनश्च तारिकला नेण्याचा प्रयत्न करू नये, यासाठी रशीदची कायदेतज्ज्ञांची टीम कसून प्रयत्न करीत होती.

सारा कुठल्याही कागदपत्रांवर सह्या करायला नकार देत होती आणि त्यामुळे निगेल चांगलाच अडचणीत सापडला होता; त्याचा पासपोर्ट त्याला परत मिळण्याची त्याची आशा मावळायला लागली होती.

एकदा तो साराला म्हणाला, 'सारा, पेपरांवर सह्या कर, डोन्याचीही सुटका त्याशिवाय होणार नाही आणि मलाही माझा पासपोर्ट परत पाहिजे.'

'नाही, आय ॲम सॉरी, मी नाही करणार,' सारा म्हणाली, 'आहे ते असं आहे!'

रशीदने तिच्याकडून अशा एका संमतीपत्रावर सही मिळवली, की इंग्लंडला परत गेल्यावर ती प्रेसशी या बाबतीत काही बोलणार नाही. मलाही परत जाऊ देण्यास त्याची हरकत नव्हती, पण प्रॉसिक्युशनचा तर विचार तसा असायला हवा होता ना!

एकदा महमूदशी बोलताना मला कळलं की खालिद आजारी होता आणि त्याला रुग्णालयात ठेवावं लागलं होतं. पुन्हा एकदा अपराधीपणाच्या भावनेने माझ्या मनात उचल खाल्ली. *अशी कशी सोडून आले मी माझ्या आजारी मुलाला?*

काही दिवसांनी नील परत गेला. मला आणि साराला पुन्हा एकदा चीफ प्रॉसिक्युटरपुढे हजर करण्यात आलं. तो अतिशय रागावलेला दिसत होता.

'तू!' तो ओरडला, 'तुला तुझा पासपोर्ट मिळणार नाही!'

माझ्या वकिलालाही धक्का बसला. मुलांच्या विचाराने मला रडू कोसळलं.

'आम्ही तुझी चौकशी इंटरपोलमार्फत करणार आहोत.' त्याने सुनावलं.

मला तर वाटलं, सारा सुटणार आणि मी अडकणार. तिला तर अद्याप परिस्थितीच्या गांभीर्याची जाणीव देखील नव्हती. *तिच्यामुळे माझ्यावर हा प्रसंग ओढवलाय, याचीही खंत नव्हती. तिचं वास्तवाचं भानच सुटलं होतं.*

हॉटेलवर परतल्यावर मला बरेच धीर देणारे, पाठिंबा व्यक्त करणारे फोन आले, ई-मेल आल्या.

ज्यांना मी मदत केली होती, केट हॅमिल्टनसह, सर्वांनी माझ्या मदतीसाठी एक 'रॅली'च उभी केली होती. मला 'खरीखुरी नायिका' म्हटलं होतं.

महमूदने मला 'बिनपंखांची देवदूत' म्हणून संबोधलं होतं.

साराचा सगळा वेळ मित्रमैत्रिणींना भेटण्यात चालला होता. मी मात्र सुटकेसाठी प्रयत्न करीत होते. रशीदला देखील मी एक-दोनदा फोन करून झालेल्या प्रकाराबद्दल दिलगिरी व्यक्त केली होती.

'या गोष्टीमुळे जर काही दिलासा मिळणार असेल, तर तारिकला त्याच्या मम्मीबरोबर जायचं नव्हतं, तुमच्याबरोबर राहायचं होतं.' मी सांगितलं.

'धन्यवाद. तुम्ही जे केलंत, ते अयोग्य होतं असं मी म्हणणार नाही, पण सारानेच दुबई सोडून तारिकला माझ्याकडे ठेवलं.'

त्यावेळीच मी निश्चय केला की पूर्ण माहिती काढल्याखेरीज आता पुनश्च अशा भानगडीत पडायचं नाही.

आमच्या सुटकेसाठी अल्-हबतूर लोकांपेक्षाही प्रभावी व्यक्तीची गरज होती.

शेक-अल्-मकतूम या दुबईच्या शक्तिमान राज्यकर्त्याबद्दल मला ठाऊक होतं. त्याचा शब्द निर्णायक ठरला असता. बऱ्याच वर्षांपूर्वी, मार्लन लहान असताना लंडनमध्ये एका कॉफी शॉपमध्ये मी त्याला भेटले होते.

आम्ही संगणक असलेल्या खोलीत जाऊन त्याच्यासाठी मदतीची याचना करणारं एक पत्र टंकलिखित केलं. त्याची प्रत साराने तिच्या पर्समध्ये ठेवली.

दुसऱ्या दिवशी आम्ही हॉटेलात चर्चा करीत बसलेलो असताना एकाएकी स्वागतकक्षात गोंधळ उडाला. कोणीतरी महत्त्वाची व्यक्ती, विशेष खाजगी भोजन-कक्षात तिच्याभोवती कोंडाळं केलेल्या अंगरक्षकांसह प्रवेश करीत होती.

मला कळलं की ती व्यक्ती म्हणजे शेक-अल्-मकतूमच होता. त्याने माझ्याकडे बघून स्मितहास्य केलं आणि आत गेला.

'पत्र कुठाय?' मी साराला विचारलं.

'वर आहे.' ती म्हणाली.

'पटकन जा आणि ते घेऊन खाली ये, हीच संधी आहे.'

काही मिनिटांतच ती ते पत्र घेऊन खाली आली, आणि आम्ही ज्या दरवाज्यातून

शेकना आत जाताना पाहिलं होतं, तिथे गेलो. पण त्यांच्या सुरक्षारक्षकांच्या फौजेने आमचा रस्ता रोखला.

मी त्यांना आग्रहाची विनंती केली, 'कृपा करून त्यांना हे पत्र द्या.'

'नाही.' ते दगडी चेहऱ्याचे, व्यावसायिक आणि अविचल होते. 'तुम्हाला शेकच्या कोर्टात जावं लागेल, तिथे अर्ज करून तुम्ही हे पत्र त्यांना देण्याची विनंती करू शकता.'

मी खूप विनवण्या केल्या, हा प्रयत्न आता सोडून द्यावा लागणार यावर माझा विश्वास बसणं कठीण जात होतं. शेवटी आम्ही लॉबीत जाऊन एखाद्या रॉकस्टारची वाट पाहत त्याचे चाहते थांबतात, तसे शेकची नजर आमच्यावर पडण्यासाठी प्रतीक्षा करू लागलो. एक-दोन तास काहीच घडलं नाही. नंतर पुन्हा एकदा सुरक्षा रक्षकांच्या जलद हालचालीने आम्हाला सावध केलं की शेक लॉबीत येत असणार. मी हातातलं पत्र उंच धरून उड्या मारून, शेकचं लक्ष वेधून घेण्याचा प्रयत्न करू लागले. त्यांची नजर माझ्याकडे गेली आणि दिशा बदलून ते आमच्याकडे आले.

त्यांचे सुरक्षारक्षक आम्हाला तिथून हटवण्यासाठी धावत आले, पण शेकनी त्यांना रोखले.

'यस्, माय डिअर्स?' ते म्हणाले.

'तुमच्यासाठी एक पत्र आहे.' आमचे वकील म्हणाले.

'ओ.के.! मि. कलिफा ते हाताळतील.' त्यांच्याशेजारी उभ्या असलेल्या एका व्यक्तीकडे त्यांनी निर्देश केला. नंतर गोड हास्य करीत ते त्यांच्यासाठी थांबलेल्या गाड्यांच्या ताफ्याकडे गेले.

कलिफाने सभ्यपणे आमच्या पत्राचा स्वीकार केला. आम्हाला त्यांनी एक मोबाईल नंबर दिला, जो मी पटकन डायरीत लिहून घेतला.

'पाच मिनिटांनी मला फोन करा.' एवढं सांगून ते इतरांबरोबर गेले.

आम्ही पळतच हॉटेलच्या खोलीच्या शयनकक्षात गेलो आणि ताबडतोब त्या नंबरवर फोन लावला. माझी उत्तेजना मी आवरू शकत नव्हते. *या निघणाऱ्या तोडग्याच्या विरुद्ध काय अडचणी असू शकतील?* आमच्या नशिबावर माझा विश्वास बसेना.

कलिफाने लगेच फोनला उत्तर दिलं, 'शेक मकतूम म्हणतायत, की तुम्ही तुमचे पासपोर्ट ॲटर्नी जनरलच्या कार्यालयातून उद्या सकाळी घेऊ शकता.'

काम झालं होतं. आम्ही तीर मारला होता आणि प्रचलित म्हणीप्रमाणे, 'इट हॅड हिट द बुल्स आय!' मला खरंच वाटेना. अशी शंकाही आली की *उद्या आम्ही त्या कार्यालयात गेलो आणि त्यांनी पासपोर्ट परत द्यायला नकार दिला तर?*

मी काय सांगणार होते त्यांना? माझी रात्र अस्वस्थतेतच गेली. मी स्वत:ला बजावत होते, की मी आता शांतपणे झोपू शकते.

दुसऱ्या दिवशी मी जागी झाले, तेव्हा माझ्यात बिछान्यातून उठण्याचं त्राण राहिलं नव्हतं. इतक्या दिवसांचा सगळा ताण, दबाव एवढा प्रचंड होता की अचानक सुटका होण्याच्या विचाराने जणू काही माझ्या अंगातली सगळी शक्तीच काढून घेतली होती.

'मी जाऊ शकत नाही.' मी इतरांना सांगितलं, 'मी हलूच शकत नाही.'

मी बिछान्यात पडून आढ्याकडे बघत होते, काहीतरी घडण्याची वाट बघत. शेवटी आमच्या वकिलाचा पोलीसचौकीतून फोन आला, 'ते तुमची वाट बघतायत, तुम्ही येऊन तुमचे पासपोर्ट घेऊन जा.'

मला आता एक अखेरचा प्रयत्न करायचा होता. मी बिछान्यातून जवळजवळ धडपडतच उठले. दोन्ही बाजूंनी दिलेल्या लोकांच्या आधाराने मी तिथे पोहोचले.

'इथे सही करा.' पोलीस ऑफिसर म्हणाले, जणू काही तो एक साधासरळ व्यवहार होता. आम्ही सह्या केल्यावर त्यांनी आम्हाला आमचे पासपोर्ट्स परत दिले.

मला एवढं सुटल्यासारखं वाटलं, रडू कोसळेल की काय असंच झालं.

'माझ्या मुलाचा पासपोर्ट कुठे आहे?' साराचा आवाज पोलीस स्टेशनमध्ये घुमला, 'तो फॉदरिंगहॅम आहे, अल्-हबतूर नाही. मला त्याचं ते नाव असलेला पासपोर्ट पाहिजे.'

त्या इमारतीच्या बाहेर पडून विमानतळाकडे जायला मी एवढी अधीर झाले होते, की त्या क्षणी मी तिचा गळाच आवळला असता.

आमची सुटका होऊन आम्ही तिथून सटकण्याच्या बेतात असताना ही बया आता त्यांच्याशी भांडण उकरून काढत होती?

'तुमचा मुलगा अल्-हबतूर आहे.' पोलीस अधिकाऱ्याने सभ्यपणे पण ठाम शब्दांत सुनावलं, 'त्याचा पासपोर्ट त्याच्या वडिलांकडेच राहील.'

साराने काही वेळ निषेध व्यक्त करण्यात दवडला. शेवटी एकदाची वकिलांनी तिची समजूत काढून तिला इमारतीबाहेर काढलं.

परतीच्या रस्त्यावर मानवी हक्क समितीचा अध्यक्ष मला भेटायला आला. त्याने माझ्या मुलांसाठी चॉकलेट्स आणि माझ्यासाठी खास येमेनी कॉफी दिली. माझ्याशी हस्तांदोलन करून त्याने मला शुभेच्छा दिल्या.

हॉटेलकडे गाडीतून जाताना माझ्या फोनची रिंग वाजली. तो महमूद होता.

'तुझा पासपोर्ट कुठे आहे आता?' त्याने विचारलं.

'माझ्या बॅगेत.' मी उत्तरले.

'कोणासाठीही ती बॅग उघडू नकोस आता.' हसत तो म्हणाला, 'लौकरात लौकर घरी परत ये.'

मला त्या विमानोड्डाणातलं नंतर काहीच आठवत नाही. जाणीव-नेणीवेच्या हिंदोळ्यावर हेलकावे खात, अतिशय श्रांत अवस्थेत, कोण काय सांगतंय हे समजण्याच्या पलीकडच्या अवस्थेत मी प्रवास केला.

मी हिथ्रो विमानतळावर पोहोचले, तेव्हा एक भलामोठा पुष्पगुच्छ घेऊन महमूद माझी वाटच बघत होता! खालिद आता बरा झाला होता आणि रुग्णालयातून घरी येणार होता.

थोडी शक्ती परत आल्यावर मी अनुपस्थित असतानाची काही वृत्तपत्रं चाळली. ब्रिटिश माध्यमांनी माझं खरं नाव आणि पत्ता पेपरात छापला होता.

माझा बुरखा उघडा पडला होता. आता माझी खरी 'आयडेंटिटी' लपविण्यात अर्थ नव्हता. पण माझ्याकडे येणाऱ्या स्त्रियांना मदत करण्यासाठी आता काहीतरी नवीन मार्ग शोधायला पाहिजे होता, ज्यांचा काहीही दोष नसताना त्यांच्या मुलांबरोबर ताटातूट झाली असेल, अशांना मदत करण्यासाठी. आता मला प्रत्यक्ष मुलं सोडवून आणणं शक्य नसलं, तरी मी एक मध्यस्थ म्हणून काम करू शकले असते. वेगवेगळ्या राष्ट्रीयत्वाच्या कुटुंबात जेव्हा मुलांच्या ताब्यावरून टोकाचा वाद निर्माण झाला असेल, तेव्हा मला त्या मातांच्या याचनांकडे दुर्लक्ष करणं शक्य झालं नसतं.

पहिल्या दिवशी जेव्हा मी मुलांबरोबर त्यांच्या शाळेत गेले, तेव्हा माझं स्वागत कोणत्या प्रकारे होईल याची मला शंकाच होती. शाळेच्या सेवकवर्गाने दुबईला जरी माझ्यासाठी पाठिंबा देणारे संदेश पाठवले होते, तरी इतर बरेच लोक असे असतील, जे मला ओळखत नव्हते. जे काही होईल, त्याला धीराने तोंड द्यावं लागणार होतं. पण मुलांसमोर काही अप्रिय घडायला नको होतं किंवा माझ्या काही विचारांमुळे त्यांना त्रास होऊ नये, अशी इच्छा होती.

पण माझी चिंता अनाठायी होती. प्रत्येकाने माझ्या जवळ येऊन मला सांगितलं, मी दुबईला तुरुंगात असताना त्यांनी माझ्यासाठी तळमळीने प्रार्थना केल्या होत्या. भविष्यकाळातही काही मदत लागली, तर ती करायला त्यांची तयारी होती.

मी खऱ्या अर्थाने घरी परतले होते....

■

उपसंहार

'त्रिशा' कार्यक्रमाच्या निर्मात्याने मला प्रथम सुचवलं की माझ्या अनुभवांवर मी एक पुस्तक लिहावं. पूर्वी मी कार्यक्रमात भाग घेतला होता आणि माझ्या काही साहसांविषयी मी रंगभूषेच्या खोलीत नंतर बोलले होते. सारा फॉदरिंगहॅमला भेटण्याच्या आधीची ही गोष्ट.

'मी या गोष्टीवर विचार करत होते, पण मला खात्री वाटत नाही, की मी पुस्तक लिहू शकेन.' मी म्हटलं.

'पुस्तक लिहायला, मदत करायला, तुला 'घोस्ट रायटर' लागेल.'

'ठीक आहे, मी बघते.' मी म्हटलं खरं, पण घोस्ट रायटरला शोधणं आणि चंद्रावर जाणं, माझ्या लेखी एकच होतं.

झाना महसेनने लिहिलेलं 'सोल्ड' शीर्षकाचं पुस्तक वाचल्याची मला आठवण झाली. तिला आणि तिच्या बहिणीला खुद्द त्यांच्या वडिलांनीच, त्या लहान असताना बालवधू म्हणून विकलं होतं, त्याबद्दल ते पुस्तक होतं.

त्या वेळेला झाना एक बर्मिंगहॅमला राहणारी पंधरा वर्षांची मुलगी होती. येमेनला सुट्यांसाठी जाताना तिला वाटलं होतं, की तिच्या आयुष्यातली ती अविस्मरणीय सहल असेल. पण एकदा येमेनला पोहोचल्यावर तिला उमजलं, की वडिलांनी व्यवहार पूर्ण केलाय आणि सुट्या संपल्यावर तिला तिच्या कुटुंबीयांकडे बर्मिंगहॅमला परतता येणार नाही.

ती आणि तिची बहीण नादिया यांना पर्वतराजींत नेऊन त्यांच्या सासरच्या लोकांनी अक्षरश: गुलामांसारखं राबवलं होतं. तिच्या आईला त्यांना शोधून काढायला जवळजवळ

सहा वर्षं लागली आणि झानाला इंग्लंडला परत आणायला आणखीन दोन वर्षं! नादिया तर अजून तिथेच अडकलेली आहे असं मी ऐकलं.

या कहाणीने मला पहिल्या पानापासून शेवटपर्यंत झपाटून टाकलं होतं. ते वाचताना मी कितीतरी वेळा रडले होते. ते पुस्तक 'बेस्ट सेलर' म्हणून जगात प्रसिद्ध झालं होतं. माझी कहाणी जशी मला सांगायची होती, अगदी त्याच शैलीत ते पुस्तक लिहिलं गेलं होतं.

मी लायब्ररीत गेले. आत्मचरित्रांच्या विभागात मला ते पुस्तक लगेचच आढळलं. श्रेयनामावलीत 'घोस्ट रायटर' म्हणून कोणा ॲन्ड्र्यू क्रॉफ्ट्सचा उल्लेख होता. मी ठरवलं, की हाच लेखक माझं पुस्तक लिहील, पण त्याला कसं शोधायचं हे काही मला माहीत नव्हतं. मग मला वाटलं जर मी घरापासून दोन हजार मैल दूर असलेल्या मुलांचा शोध लावू शकते, तर या 'घोस्ट रायटर'ला शोधणं माझ्यासाठी तेवढं कठीण असू नये.

मला पुस्तकं प्रकाशित करणाऱ्या कंपन्यांची यादी आढळली आणि मला परिचित असलेल्या पहिल्याच कंपनीला मी दूरध्वनी केला. ॲन्ड्र्यूला कसं शोधायचं ह्याबद्दल मी त्यांना विचारलं. ज्या संपादकाशी मी बोलले, त्याने मला माझ्या स्टोरीबद्दल थोडंसं बोलकं केलं आणि त्याच्या सहकाऱ्यांशी चर्चा करायला मला आमंत्रित केलं.

त्यांच्याबरोबरच्या मीटिंगमध्ये ते माझ्या कहाणीने चांगलेच प्रभावित झालेले दिसले. त्यांनीच मला सुचवलं, की त्या कथेचा थोडक्यात गोषवारा मीच लिहून काढावा. म्हणजे त्यांना त्यांच्या तो विक्री व्यवस्थेकडे देऊन, पुस्तक प्रसिद्ध करण्याची शक्यता पडताळता येईल.

मी त्यांनी दिलेल्या प्रेरणेमुळे उत्साहित होऊन प्रयत्न केला खरा, पण अर्थातच ते काही जमत नव्हतं. तुम्ही जर व्यावसायिक लेखक नसाल, तर तुमची भावना, साहस आणि विचार एका सुसंबद्ध कथेत मांडणं ही एक फार कठीण गोष्ट ठरते. मी लिहिलेलं त्यांनी वाचलं आणि मला सखेद परत केलं. मला आता नव्याने ॲन्ड्र्यूचा शोध घेणं भाग होतं.

आता मात्र मी निश्चय केला होता. पुन्हा लायब्ररीत जाऊन मी 'सोल्ड' पुस्तक प्रकाशित करणाऱ्या कंपनीला फोन करून ॲन्ड्र्यूला कसं गाठायचं, ते विचारलं आणि आश्चर्य म्हणजे त्यांनी मला त्याचा दूरध्वनी क्रमांक दिला.

थोड्याच वेळात मी ॲन्ड्र्यूशी फोनवर बोलत होते, त्याला माझी कहाणी सांगत होते.

आम्ही भेटायचं ठरवलं आणि तो माझ्या घरी आला. पुस्तकाविषयी चर्चा करत आम्ही एका खोलीत होतो आणि महमूद दुसऱ्या खोलीत होता, खोली सजवत, सोबतीला टेलीव्हिजन होताच. भिंतीना रंग देतादेता ओरडून तो मला खाली बोलावतोय,

असं जेव्हा माझ्या लक्षात आलं, तेव्हा त्याच्या आवाजात मला नेहमीपेक्षा वेगळी निकड जाणवली.

महमूद नेहमीच शांत असायचा. आम्ही टेपरेकॉर्डर बंद करून काय बिनसलंय ते बघायला खाली गेलो. महमूद खोलीच्या मधोमध उभा होता. भिंतीला अर्धवट रंग लावून झालेला होता, रंगवायचा ब्रश त्याच्या हातात तसाच ठेवून तो दूरदर्शन संचाच्या पडद्याकडे एकटक पाहात होता. ते दृश्य होतं न्यूयॉर्कच्या 'ट्विन टॉवर्स' पैकी एकातून निघणाऱ्या धुराच्या लोटांचं... त्या भयानक अपघाताकडे आम्ही पाहत असतानाच आम्हाला दुसरं एक विमान आकाशात झेपावताना दिसलं आणि दुसऱ्या टॉवरमध्येही स्फोट झाला. ज्या दोन संस्कृतीत मी जगत होते, त्यातली दरी एखाद्या कल्पनेच्या पलीकडची, भयानक तोफेसारखी विस्तारली होती. ह्या घटनेचे पडसाद किती मोठ्या प्रमाणावर उमटतील, याचा कोणालाही अंदाज यायला जरी थोडा वेळ लागला असता, तरी हे स्पष्ट होतं, की ही एक सगळ्या जगाला हादरवून टाकणारी घटना होती.

आम्ही टी.व्ही. बघत असतानाच बातमी आली की पेंटागॉनवर देखील हल्ला करण्यात आला आहे! असं भासलं की सगळं जग वेडं होऊन गेलंय. माझे विचार शाळेत गेलेल्या माझ्या मुलांकडे वळले. काय घडलंय याची त्यांना कल्पनाही नसेल. त्यांच्या उर्वरित जीवनावर याचा काय परिणाम होईल?

त्या दिवशीच्या भयानक घटनांमुळे माझ्या पुस्तक लिहिण्याच्या विचारांना अधिकच महत्त्व प्राप्त झालं. दोन्ही संस्कृतीत सामंजस्याची विनवणी करणाऱ्या इतर अनेक आवाजात माझाही आवाज मिसळणं महत्त्वपूर्ण होतं. एक अडचण होती की *हे पुस्तक लिहिताना माझं निनावीपण कसं जपायचं?* मला माझी ओळख अशा लोकांना करून द्यायची नव्हती, जे मला जॉर्डनमध्ये ठार मारण्याच्या धमक्या देत होते. अमेरिकेवर हल्ला घडवून आणत होते....

हे जग असे धोके पत्करण्याइतकं सुरक्षित दिसत नव्हतं, पण काही महिन्यांनंतर माझं आणि साराचं नाव सगळया वर्तमानपत्रांत झळकलं होतं. माझं नाव त्यांना सहजपणे कळू शकलं होतं. पुस्तक प्रकाशित न करण्याचं एक शेवटचं कारणदेखील आता उरलं नव्हतं, म्हणून मग मी आणि अॅन्ड्र्यू कामाला लागलो.

भविष्यात काय करायचं ते आता मला ठरवायचं आहे. माझं या क्षणी एक अत्युच्च स्वप्न आहे, की माझ्या कुटुंबाची काळजी घेण्याबरोबरच, मशिदीत पावरोटीचा एखादा तुकडा तरी मिळेल या आशेने फिरणाऱ्या काही मुलांसाठी इराकमध्ये एक अनाथाश्रम सुरू करायचा. मला त्यांना असं ठिकाण राहायला द्यायचंय, जिथे त्यांना सुरक्षितपणा मिळेल, प्रेम आणि मार्गदर्शनाबरोबरच; असं एक ठिकाण जिथे त्यांना बाल्यावस्थेतून प्रौढावस्थेत प्रवेश करेपर्यंत सांभाळलं जाईल.

ज्यांना दुसऱ्या देशात असलेल्या आपल्या मुलांना भेटायला जायचंय, अशा मातांसाठी देखील मला निधी उभारायचाय. आता मी स्वत:च मुलांना सोडवायला जाणं बहुतेक अव्यवहार्य ठरेल. पण त्याचा अर्थ असा नव्हे, की ज्या दुराव्यामुळे सर्वच संबंधितांना इतका मनस्ताप होतो, ते कुटुंबांतील दुरावा सांधण्याचं कार्य करणं मी सोडून द्यावं.

परस्परांतील सामंजस्य वाढविण्यासाठी, हे पुस्तक खरेदी करून, वाचून, तुम्हीदेखील मदत केलीय. त्याबद्दल मी तुमचे आभार मानते.

■

www.ingramcontent.com/pod-product-compliance
Lightning Source LLC
LaVergne TN
LVHW031611060526
838201LV00065B/4816
* 9 7 8 8 1 8 4 9 8 0 5 7 8 *